ऑब्जेक्शन युवर ऑनर

सुहास शिरवळकर

◆ **ऑब्जेक्शन युवर ऑनर / Objection Your Honour**

◆ **प्रकाशक**
राजीव दत्तात्रय बर्वे
मॅनेजिंग डायरेक्टर
दिलीपराज प्रकाशन प्रा. लि.
२५१ क, शनिवार पेठ, पुणे - ४११०३०.

◆ © सुगंधा शिरवळकर
२५१/क, शनिवार पेठ, पुणे - ४११ ०३०.

◆ **प्रकाशन दिनांक** - १५ जुलै २०११

◆ **प्रकाशन क्रमांक** - ५२२

◆ **ISBN -** 978 - 81 - 7294 - 848 - 1

◆ **टाइपसेटिंग**
पितृछाया मुद्रणालय,
९०९, रविवार पेठ, पुणे - ४११ ००२.

◆ **मुखपृष्ठ सजावट** - रेषविश्व ॲड /सागर नेने

◆ **website:**www.diliprajprakashan.com

◆ **Email:**diliprajprakashan@yahoo.in

'अमर' कथांपासून स्फूर्ती
घेऊन यशस्वी झालेल्या
अनेक तरुण वकिलांना—

    – सुहास शिरवळकर

ऑब्जेक्शन, युवर ऑनर

एक

सर्वसाधारणपणे रात्री आठ-सव्वाआठची वेळ म्हणजे घरात दिवे मालवून झोपण्याची नक्कीच नाही; पण जेव्हा आभाळ भरून आलेलं असतं, खूप खूप पाऊस पडणार आहे याबद्दल खात्री असते, हवेत बोचरा गारवा निर्माण झालेला असतो, अशा वेळीतरी कोणी कामाशिवाय बाहेर पडणार नाही.

निदान मुंबईत तरी. मुंबईचा पाऊस म्हणजे वैताग. अजून पडायला लागला नाही म्हणून कॉर्नरवर सिगारेट खरेदी करण्याकरता जावं आणि आल्यावर सरळ कपडे पिळून वाळत टाकावेत! कॉर्पोरेशनचा अतिक्रमण विभागही इतका अचानक येणार नाही!

बेटर वे, घरात पोरंबाळं असतील, तर त्यांच्या दंग्यात सामील व्हावं. नसतील तर झक्कपैकी बायकोशी शिळोप्याच्या गप्पा मारीत बसाव्यात. अन् बायकोही नसेल तर...

'असती तर?...' गुलाबी स्वप्नात दंग व्हावं!

ह्यांपैकी कोण काय करीत होतं कोणास ठाऊक? लोला पंजवाणी मात्र मार्चिंग करत जावं, इतक्या शिस्तबद्ध पद्धतीनं फूटपाथवरून चालत होती.

रफ जीन, त्यावर आतल्या ब्राचे पट्टे दाखवणारा पारदर्शक, पांढरा शर्ट. डावा हात मुडपलेला. मुडपलेल्या हातावर रेनकोट. पंजामध्ये लोंबणाऱ्या पर्सचा पट्टा. उजवा हात मात्र रिकामा.

स्वत:च्या विचारात असल्याप्रमाणे तिने इकडेतिकडे न बघता रोड क्रॉस केला. तिला चुकवून एक कार शिव्या घालत पुढे गेलेलीही तिला समजली नाही.

पावसाचा पहिलाच टप्पोरा थेंब तिच्या पाठमोऱ्या शर्टवर पडून आत झिरपला. पाण्याच्या थेंबाचा गार स्पर्श पाठीला जाणवला अन् विचारांच्या नादातून बाहेर पडत तिनं रेनकोट अंगावर चढवला. तोपर्यंत पंधरा-वीस थेंब तिच्या देहापर्यंत पोचले होतेच.

तिनं मनगटावरच्या घड्याळात पाहिलं. आठ पंचवीस. आपोआप तिच्या चालण्याचा वेग वाढला. पाच मिनिटांत तिला त्याच्या फ्लॅटवर पोचायला हवं होतं.

नरेंद्र वर्मा!

नाव आठवताच तिनं ओठ चावले. असे कित्येकजण त्याच्या आठवणीनं ओठ चावत होते म्हणून तर तो फ्लॅटमध्ये राहू शकत होता. नाहीतर एखाद्या प्रेस रिपोर्टरला शिवाजी पार्कसारख्या ठिकाणी फ्लॅट घेऊन राहणं कधीच शक्य झालं नसतं. विकायला काढला असता, तर पाच-सहा लाखांच्या घरात आकडा गेला असता.

नरेंद्र वर्माचं इतर काहीही असो; एका बाबतीत मात्र तो पक्का मुंबईकर होता. टाइम फॅक्टर. वेळेचं महत्त्व त्याला बरोबर समजत होतं. त्यानं जर एखाद्याला साडेआठची अपॉइंटमेंट दिली, तर त्याला आठ एकोणतीसही चालणार नाहीत अन् आठ एकतीसही! रिपोर्टर असून ॲपॉइंटमेंट्स पाळणं त्याला कसं जमत होतं, ते त्याचं त्यालाच माहीत!

अन् सगळ्या अपॉइंटमेंट्स पाळताना रिपोर्टिंगच्या बाबतीत तो कमी पडलाय, असं कोणीही चॅलेंजवर दाखवून द्यावं! मुंबईतल्या कोणत्याही वर्तमानपत्रात एखादी महत्त्वाची बातमी आहे अन् तो 'स्पॉटलाइट' मध्ये नाही, असं होणारच नाही. उलट, 'स्पॉटलाइट' मध्येच एखादी स्पेअर बातमी मिळेल.

तो हे सगळं कसं काय करीत होता... त्याचं त्यालाच माहीत!

ही इज स्मार्ट... व्हेरी... व्हेरी स्मार्ट! वादच नाही.

मनाशीच लोलानंही केव्हाच कबूल केलं होतं. तो स्मार्ट नसता, तर लोलासारखी ओव्हरस्मार्ट तरुणी त्याच्या जाळ्यात सापडलीच नसती.

शिवाजी पार्कच्या ९ व्या ॲव्हेन्यूत वळताना लोलानं पुन्हा एकदा घड्याळात पाहिलं. तिचं घड्याळ जर रेडिओटाइम असेल, तर ती वेळेवर पोचली होती. आठ वाजून अठ्ठावीस मिनिटं आणि बत्तीस सेकंद.

बरोबर साडेआठ वाजता छोट्याशा कंपाउंडचं गेट उघडून ती नरेंद्र वर्माच्या फ्लॅटच्या दरवाजापाशी आली. तिनं दरवाजावरची बेल दाबली. एका सेकंदात दरवाजा उघडला गेला. दार उघडणारा जणू दारापाशी तिची वाटत पाहत होता.

"मिस पंजवाणी?"

"हं."

"साहेब तुमचीच वाट बघताहेत." तिला आत यायला वाट देत नोकर म्हणाला, "एकदम शेवटची खोली. बाहेर लाल दिव्याखाली 'डार्क रूम' अशी पाटी दिसेल."

लोलानं मान हलवली अन् ती आत निघून गेली. नरेंद्र वर्माच्या फ्लॅटचा कोपरा न् कोपरा तिला माहीत झाला होता. चिकार वेळा आली होती ती इथं. अर्थात, तिचा नाइलाजच होता; पण इतक्या वेळा येऊनही घरातल्या एकुलत्या एक नोकरानं आत्ता झालं त्याच्यापलीकडे संभाषण कधीच वाढवलं नव्हतं.

सवयीनं ती डार्क रूमपाशी आली. तिनं बोटानं दारावर टकटक केली.

नो रिप्लाय !

"मि. वर्मा..."

दोन-तीन सेकंदाची गॅप.

"वर्माऽ..."

नो रिप्लाय अगेन! शेवटी धीर करून लोलानं दरवाजा थोडासा आत लोटला. दरवाजा उघडा होता.

आत शिरून तिनं पाठीमागचा दरवाजा लावून घेतला. अंधूक प्रकाशात

चाचपडत ती पुढे सरकली अन् अचानक थबकली.

एका आरामखुर्चीत नरेंद्र वर्मा बसला होता. त्याचं तोंड तिच्या दिशेनं होतं. तो एकटक लोलाकडे पाहत होता.

''खट!''

डोळे मिचकावत डार्क रूममधली ट्यूब पेटली. खोलीत स्वच्छ प्रकाश पसरला.

''लोला... बैस!'' नरेंद्र म्हणाला अन् निग्रहानं ती त्याच्या समोर उभी राहिली.

''तुला काही अक्कल आहे का?'' तिच्या अंगावरच्या निथळणाऱ्या रेनकोटकडे पाहत त्यानं विचारलं अन् ती संकोचली.

''ओह... सॉरी!'' दरवाजापासून ती उभी होती, तिथपर्यंत पाणी निथळून जमीन ओली झाली होती.

ओशाळून तिनं रेनकोट काढला आणि कॉर्नरमधल्या छोट्या बेसिन-वरच्या खुंटीवर टांगला.

''का बोलावलं?'' गार पडलेले हात एकमेकांवर चोळत तिनं विचारलं.

प्रश्न निरर्थक होता. का बोलावलंय ते तिला माहीत होतं; पण कुठूनतरी सुरुवात करावी लागतेच ना?

''ते तुला माहितीय.''

''मि. वर्मा... गेल्याच आठवड्यात मी तुम्हाला...''

''पाच हजार दिले!... संपले!'' कडवटपणे तो म्हणाला. ''अन् तुला काय कमी आहे? शेठ धरमचंदची सगळी पर्सनल अकाउंट्स तूच मेंटेन करतेस. धरमचंद तुला कधी पैशांबद्दल विचारीत नाही, तर इतर कोण विचारणार?''

''वर्मा, हे दर वेळेला मला जमेलच, असं सांगता येत नाही.'' उफाळून येणारा राग आवरत लोला म्हणाली.

''अहं! असं म्हणू नकोस. तुला मी जी कॉपी दिली आहे ना, त्याची निगेटिव्ह माझ्याजवळ आहे. 'स्पॉटलाइट' वाटच बघतंय. तू ज्या दिवशी पैसे देणार नाहीस, त्याच्या दुसऱ्या दिवशी 'स्पॉटलाइट' च्या फ्रंटपेजला

फोटोसहित आर्टिकल येईल. मी आर्टिकल लिहून ठेवलंय. 'सुप्रसिद्ध कोट्यधीश शेठ धरमचंद यांचे आयुष्य-सामाजिक व खासगी !' अन् फोटोच्या बाबतीत म्हणशील तर...अ जॉब ऑफ अॅन अवर!''

''किती हवेत?'' खर्रकन चेहरा पाडत लोलानं विचारलं.

''पर्समध्ये किती आहेत?''

''दोन हजार.''

''बाऽऽस?...नाही चालणार.''

''आता दोन हजार घे. पुढच्या आठवड्यात...''

वर्मानं चुटकी वाजवून तिला गप्प केलं.

''लोला, मला एक माहितीय. दुसऱ्या क्षणाचा माणसानं भरवसा देऊ नये. समजा, उद्या तुला वाटलं, की शेठ धरमचंदना सगळं सांगून स्वत:ची सुटका करून घ्यावी. ही इज हार्ड नट. कदाचित, धरमचंद मला एक पैसाही न देता सरळ शूट करतील. अॅम आय राइट?''

''आय कॅन शूट यू टू...!'' आवाज चढवून लोला म्हणाली अन् वर्मा हसला.

''तुझ्यात तेवढं धाडस असतं, तर गेल्या सबंध वर्षात तू मला बावन्न हजार रुपये देत बसलीच नसतीस. इफ यू डेअर... शूट मी!'' दोन्ही हात पसरत वर्मा म्हणाला. क्षणभर तिचा पर्सचा हात थरथरला. बोटं वळवळली. पर्समध्ये शेठ धरमचंदचं रिव्हॉल्व्हर होतं; पण तिच्यात तेवढं धाडस नव्हतं. वर्मानं ते बरोबर ओळखलं होतं.

''वर्मा, आपण एक ओरल अॅग्रीमेंट करू.''

''जर प्रॉफिटेबल असेल, तर मी तयार आहे.''

''तू एकदाच एक रक्कम सांग. मी तुला ती देईन. तू निगेटिव्ह्जसकट सगळ्या फोटोच्या कॉपीज मला परत करायच्या.''

''नाइस ! मलाही असे हप्ते घेत बसण्याचा कंटाळा आला आहे.''

''रक्कम बोल.''

''पंचाहत्तर हजार.''

''पन्नास!''

''एकरकमी... हार्ड कॅश?''

''देईन.''

''ॲक्सेप्टेड. आता आठपंचेचाळीस झालेत. एक्झॅट दहाला ये. पुढच्या दारानं येऊ नकोस. डार्क रूमचा हा दरवाजा मागच्या बोळात उघडतो. मी तो दहा वाजता उघडून ठेवणार आहे. सरळ मागनं आत ये. माझ्या हातात एन्व्हलप तयार असेल. पैसे दे, एनव्हलप घेऊन जा!''

''गुड नाइट!'' तीव्र स्वरात लोला म्हणाली अन् तिनं खुंटीवरचा रेनकोट उचलला.

''लोला, दहा वाजून एक मिनिटानं जर करार पूर्ण झालेला नसेल, तर... उद्याचा 'स्पॉटलाइट' पाहा!''

''नो चान्स! मी येईन; पण लक्षात ठेव वर्मा, तू डबल गेम खेळलास, तर मी सरळ तुझ्यावर रिव्हॉल्व्हर रिकामं करीन.''

''तशी वेळ येणार नाही. मी रिव्हॉल्व्हरला घाबरतो.'' खोटं हसत वर्मा म्हणाला.

त्याच्याकडे लक्ष न देता ती ताड ताड चालत डार्क रूमच्या दरवाजापर्यंत गेली. खाडकन दरवाजा उघडून ती बाहेर आली.

फ्लॅटमधून ती बाहेर पडली, तेव्हा पावसानं उग्र रूप धारण केलं होतं. रस्त्यावर पोटऱ्यांपर्यंत पाणी झालं होतं.

पर्वा करण्याच्या मूडमध्ये नव्हतीच ती.

धो धो पाऊस कोसळत होता. आकाशात विजा कडाडत होत्या. ढगांचा गडगडाट चाललेला होता. रस्त्यावरून पाण्याचे ओढे वाहत होते.

पाणी तुडवत ती चालली होती.

दादर स्टेशनपाशी ती आली, तेव्हा दहाला दहा मिनिटं कमी होती. पाण्यातून असं चालत त्याच्या फ्लॅटपर्यंत जायला तिला दहा मिनिटांपेक्षा जास्त वेळा लागला असता.

तिनं टॅक्सी स्टॅंडच्या दिशेनं पाहिलं.

संप केल्यासारख्या कित्येक टॅक्सीज उभ्या होत्या.

ती अगदी पहिल्या टॅक्सीजवळ आली. काच पुसून तिनं काचेला तोंड लावून आत पाहिलं.

अंगाभोवती चादर लपेटून ड्रायव्हर पोटाशी पाय घेऊन झोपला होता.

"ड्राइव्हर..." काचेवर टक टक करीत तिनं हाक मारली अन् तिच्या लक्षात आलं, आपला आवाजही त्याच्यापर्यंत पोचणार नाही, अन् अशी टकटकही. तिनं सरळ टॅक्सीच्या बॉडीवरच थडाथड बुक्क्या मारायला सुरुवात केली.

पाच-सात बुक्क्यांनंतर तो दचकून जागा झाला. झटकन उठून त्यानं खिडकीची काच अर्धी खाली केली.

घोंघावणाऱ्या वादळाच्या आवाजाबरोबरच तिचं तोंड आत आलं.

"खाली आहे का?"

"अं?"

"खाली आहे का ऽऽ?" फूटपाथवरून चौथ्या माळ्यावरच्या माणसाशी बोलावं, तसं तिनं विचारलं.

"सॉरी मॅडम... इतक्या पावसात मी टॅक्सी काढणार नाही."

"ऑऽऽ?"

त्यानं हातांनीच नाही म्हणून खूण केली.

"जवळ जायचंय."

"पायी जा."

"वेळ कमी आहे."

"मीटर टाकणार नाही. चालेल?"

तिनं पर्समध्ये हात कोंबला. शंभराची एक ओलीचिंब नोट ड्रायव्हरच्या दिशेनं फेकली.

नोट पाहताच ड्रायव्हरनं झटकन मागचा दरवाजा उघडला. ती आत बसली.

"शिवाजी पार्क. नौ नंबर की लेन."

ड्रायव्हरनं आश्चर्यानं खांदे उडवले.

टॅक्सी स्टार्ट झाली. नऊ नंबरच्या तोंडाशी येताच तिनं त्याच्या खांद्यावर टॅप करून त्याला टॅक्सी थांबवण्याची खूण केली.

"वर्माकडे का?"

"शट अप!.... माइन्ड युवर ओन बिझनेस." खटकन दरवाजा उघडून बाहेर पडत ती म्हणाली.

"थांबू का?"

"अं?...थांब."

पच पच पाणी उडवीत ती गल्लीत शिरली. फ्लॅटला वळसा घालून मागच्या बोळात शिरली. डार्क रूमपर्यंत आली.

त्यानं खरंच दार उघडं ठेवलं होतं. दहाला दोन मिनिटं कमी. शी वॉज इन टाइम. मागचा अनुभव लक्षात घेऊन तिनं रेनकोट काढून हातात घेतला. बाहेरच्या खिळ्याला लटकावला. हातातल्या पर्समधून रिव्हॉल्व्हर काढून उजव्या हातात घेतलं.

रिव्हॉल्व्हरची पकड या वेळी घट्ट होती.

दार लोटून ती आत आली.

संपूर्ण अंधार. खोलीभर वादळी वारं!

"वर्मा...वर्माऽऽ..."

फक्त वादळी वारं.

कदाचित त्यानं काहीतरी उत्तर दिलेलं असावं. वादळाच्या आवाजात ऐकू आलं नसावं.

"लाइट प्लीऽऽज. तुम्ही कुठे आहात, ते मला दिसत नाही." एक एक पाऊल पुढे टाकत ती म्हणाली.

उत्तर न देण्याची त्याला फार घाणेरडी सवय आहे. उगाच घाबरवून सोडतो.

तिनं आणखी एक पाऊल पुढे टाकलं अन् ती धडपडली. तिचा तोल गेला अन् ती पडली !

तिच्या शरीराखाली कोणीतरी माणूस होता! अन्...

पडताना ट्रिगर दाबला गेला होता !

कोण...?

कसल्यातरी भीतीनं तिच्या संवेदनाच बधीर झाल्या होत्या. ती फक्त धडपडून उठली. दोन पावलं मागे सरकली. तिला जोरजोरात रडावंसं वाटू लागलं.

दोन-तीन मिनिटं खोलीत भिरभिरणारं वादळी वारं... पावसाचे मधूनच उडणारे थेंब... विजांचा गडगडाट.

इतर सगळं मृतवत !

काय घडलं असावं?

भानावर आल्यानंतर तिच्या मनात पहिला प्रश्न उद्भवला.

मग तिच्या लक्षात आलं- आपण इतका वेळ उगाचच अंधारात धडपडत राहिलो. आपल्या पर्समध्ये छोटा टॉर्च आहे! थरथरत्या हातानं तिनं पर्समधला पेन टॉर्च काढला. टॉर्चचा प्रकाश अंधूकपणे खोलीत पसरला अन् तिचं काळीज थांबलं.

भयाऽऽण!

नरेंद्र वर्माच्या तोंडावरच हातातल्या टॉर्चचा प्रकाश पडला होता अन् त्याच्या निर्जीव डोळ्यांत मूर्तिमंत वेदना अन् भीती साकळली होती.

टॉर्चचा प्रकाश थरथरत त्याच्या तोंडावरून सरकत छातीपर्यंत आला अन् लोलानं जिवाच्या आकांतानं किंकाळी फोडली.

छातीवर लालभडक रक्त!...बरगड्यांकडे ओघळणारं!

ती किंचाळली अन् तिच्या लक्षात आलं की, आपलं चुकलं! कोणीतरी किंकाळी ऐकण्याची शक्यता होती.

रिव्हॉल्व्हर!

झटकन तिनं टॉर्चचा प्रकाश पायथ्याशी आणला. वर्माच्या पायाजवळच तिचं रिव्हॉल्व्हर पडलं होतं. एका झेपेत तिनं रिव्हॉल्व्हर उचललं.

''आत कोण आहे?'' अचानक प्रश्न आला अन् ती विलक्षण दचकली.

आवाज परिचयाचा होता. बाहेर वर्माचा नोकर उभा होता. तो दार उघडत होता!

गर्भगळीत!

हातापायांतले त्राणच गेले तिच्या.

“कोण?”

प्रश्नाबरोबरच दरवाजाच्या फटीतून मेणबत्तीचा फरफरता प्रकाश तिला जाणवला. तिच्या हातातील पर्स खाली गळून पडली.

शी वॉज लकी. वाऱ्यानं मेणबत्ती विझली होती.

पळून जा!...पळून जा! अंधारात तो ओळखणार नाही! तिच्या मनानं तिला इशारा दिला अन् ती वेड्यासारखी पळतच सुटली.

उंबरा ओलांडतानाच तिचा पाय अडखळून ती बोळात पडली. भीतीनं शहारत तिनं मागे वळून पाहिलं.

तो मागच्या दरवाजाच्या दिशेनं धावत असावा.

सर्व शक्ती एकवटून ती उठली. अॅव्हेन्यूच्या तोंडाकडे धावत सुटली.

“ड्रायव्हर, चलो!” कसेबसे तिच्या तोंडून शब्द बाहेर पडले.

“क्या हुआ मॅडम?” टॅक्सी स्टार्ट करीत ड्रायव्हरनं विचारलं.

“कुछ नही बाबा- चलो!” रडलेल्या स्वरात ती म्हणाली अन् मागे डोकं टेकून बसली.

हजारो चुका! निस्तरता न येण्यासारख्या!

निराश होऊन तिनं हुंदके दाबायला सुरुवात केली.

“कुछ तो हुआ है मॅडम.” मिररमधून तिच्याकडे पाहण्याचा प्रयत्न करीत ड्रायव्हर म्हणाला, “देखो- खून!”

खून या शब्दानंच दचकली ती. तिनं ड्रायव्हरकडे पाहिलं.

“मॅडम, तुमच्या कोपरातून रक्त वाहतंय.”

“ओऽह!...पडले अंधारात,” स्वत:ला सावरून, हातानं कोपर पुसत ती म्हणाली.

“कोणीकडे जायचं मॅडम?...दादर पोलीसस्टेशन?”

“व्हाय?” शार्प आवाजात तिनं विचारलं.

“काहीतरी घडलंय... तुम्ही घाबरलायत.”

“ओव्हरस्मार्ट बनू नकोस. हिंदू कॉलनीकडे घे.” शक्यतो आवाजावर

नियंत्रण ठेवत ती म्हणाली.

टिळक ब्रिज ओलांडून टॅक्सी हिंदू कॉलनीकडे आली.

''थांब.''

टॅक्सी थांबताच ती टॅक्सीतून उतरली. तिनं रस्त्यावरच्या अंधाऱ्या भागातच टॅक्सी उभी केली होती.

''तुम्हाला परत टॅक्सी...''

''नको. जा तू,'' ती म्हणाली अन् वळून कोसळणाऱ्या पावसात स्वत:ला झोकून देत चालू लागली.

टॅक्सी ड्रायव्हरने क्षणभर तिच्या पाठमोऱ्या आकृतीकडं पाहिलं.

ती पावसाच्या रेघांआड पुसट होत चालली होती.

दोन

अमर अत्यंत अस्वस्थ झाला होता. उद्या सकाळी साडेदहा वाजता त्याला एक महत्त्वाची केस रिप्रेझेंट करण्याकरता कोर्टात जायचं होतं. केसचे पॉइंट्स अजून काढायचे होते. सरकारी वकिलाची उद्याची पोझिशन काय असेल, तो काय टेक्निकल ऑब्जेक्शन घेऊ शकेल, त्याच्या ऑब्जेक्शनचा काय उपयोग करून घेता येईल, त्याला ऑब्जेक्शनकरता कोणते पॉइंट्स द्यायचे, कोणती ऑब्जेक्शन घेता येतील... कितीतरी तयारी व्हायची होती. किमान तीन-साडेतीन तासतरी त्याला केसचा सर्वांगीण अभ्यास करणे अत्यंत आवश्यक होते.

केसची आजची पोझिशन त्याच्या क्लायंटच्या दृष्टीनं नॉट सो गुड!

काय करावं ह्या दिव्यांना? नेमकी आजची वेळ मिळाली दिव्यांना! नऊ वाजता जे गेले होते, आता पावणेदहा वाजायला आले, तरी त्यांचा पत्ता नव्हता. अन् मेणबत्तीच्या प्रकाशात- हॅ! अस्वस्थच वाटत होतं.

वैतागून त्यानं खिडकीवरच्या ड्रॉपरची दोरी खेचली. बाहेर वेड्यासारखा पाऊस कोसळत होता. सगळी मुंबई अंधारात बुडाली होती. ओला अंधार. काचेवरूनही पाणी अगदी तपेलीतून ओतावं, तसं वाहत होतं.

अमरने ड्रॉपरची दोरी पुन्हा खिळ्यात अडकवली. मेणबत्तीच्या प्रकाशानं त्याला अस्वस्थ करून टाकलं होतं.

काहीतरी करायलाच हवं होतं; पण काय करता येईल?

एकच. वरच्या माळ्यावरून गोल्डीला बोलावून घेऊन गप्पा मारीत बसणं. इलाजच नाही.

अमर दरवाजाकडे निघाला अन् त्याच वेळी दरवाजावर टकटक झाली.

"कोण? गोल्डी?" अमरनं विचारलं आणि दरवाजा उघडला.

नाही, गोल्डी नाही, कोणीतरी अपरिचित मनुष्य दारात उभा होता.

"येस?" आश्चर्यात पडून अमरनं विचारलं.

"मी...माझं नाव शेठ धरमचंद. बॅ. विश्वासांकडे माझं थोडं काम होतं. मी आत येऊ का?"

"शुअर." दारातून बाजूला होत अमर म्हणाला, "डू कम इन."

बाहेरच्या व्यक्तीनं डकबॅकचा रेनकोट काढला. डोक्यावरची फेल्ट हॅट काढली.

"तिथे अडकवा. दाराबाहेर खुंटाळं आहे."

"थँक यू." हसून तो माणूस म्हणाला आणि त्यानं वळून खुंटीला रेनकोट अन् हॅट लटकवली. पायांतले पंप शू बाहेरच काढले. पायपुसण्याला पाय पुसत तो आत आला.

ह्या वेळी कोणी येईल, अशी अमरची अपेक्षा नव्हती; पण कोणीतरी आलं होतं. हरकत नाही. नाहीतरी टाइमपास करायचाच होता.

"सॉरी," अमरनं बोट दाखवलेल्या गुबगुबीत सोफ्यावर बसत तो माणूस म्हणाला, "अशा रात्री एखाद्याकडे जाऊन त्याला–"

"इट्स ऑल राइट. आय कॅन एन्जॉय युवर कंपनी." निर्मळपणे हसत अमर म्हणाला.

"तरीही..." हातातल्या रोल गोल्डच्या पट्ट्याच्या घड्याळाकडे पाहत तो म्हणाला, "नऊपंचवीस म्हणजे अपरिचित माणसाकडे जाण्यासाठी योग्य वेळ निश्चितच नाही!"

"नऊपंचवीस? तुमच्या रिस्ट वॉचला जरा ब्रॅन्डी चोळा. थंडीनं

कुडकुडत मागे पडलंय ते.'' स्वत:च्या घड्याळात पाहत अमर म्हणाला.

''यू मीन...?''

''एक्झॅक्टली नाइन फोर्टीफाइव्ह.''

''ओह!- वीस मिनिटं मागे? – देन ऑय ॲम रिअली सॉरी! मी हवं तर उद्या येतो.'' सोफ्यावरून उठत तो माणूस म्हणाला, ''उद्या बॅ. अमर विश्वास केव्हा भेटू शकतील?''

''प्लीज, सीट डाउन.'' त्याच्या धांदलीची गंमत वाटून अमर म्हणाला, ''उद्याचं त्याचं काही निश्चित सांगता येत नाही. आता दिवे गेलेत म्हणून ते जरा रिकामे आहेत.''

''प्लीज, मग त्यांना सांगा, शेठ धरमचंद भेटायला आलेत.''

''कॉन्ट यू एन्जॉय माय कंपनी?''

''कंपनी एन्जॉय करण्याकरता मी पुन्हा येईन. मला विश्वासांना भेटणं अत्यंत आवश्यक आहे.''

''तुम्हाला– काय काम आहे, ते तुम्ही मला नाही सांगू शकणार का?''

''नाही.''

''मग तुम्ही विश्वासांनापण सांगू शकणार नाही.''

''का?''

''कारण तुमच्या समोर अमर विश्वासच बसलेत!'' अमर म्हणाला अन् समोरच्या माणसाच्या चेहऱ्यावर आश्चर्याचे भाव पसरले.

''तू– तुम्ही?''

''यस, एनी ऑब्जेक्शन?'' मिस्कीलपणे हसत अमरनं विचारलं.

''नाही, तसं नाही. तुमच्या पर्सनॅलिटीनं मला मिसगाइड केलं.'' मनमोकळेपणानं हसत शेठ धरमचंद म्हणाला, ''मला वाटलं, ज्या बॅरिस्टर- समोर फक्त बॅ. पालखीवालाच उभे राहू शकतात, तो निदान...''

''चाळिशीचा तरी असेल. राइट?''

''हं, तुम्ही तर हार्डली तिशीचे दिसता.''

''माझ्या वयापेक्षा मला वाटतं, शेठ धरमचंद, तुमचं काम महत्त्वाचं असेल.'' मुद्द्यावर येत अमर म्हणाला.

"ओह! येस आणि तुम्ही माझी केस स्वीकारणार असाल, तर मी तुम्हाला-"

"मि. धरमचंद. पैशांसंबंधी आपण नंतर विचार करू. तुम्ही मला जर कामाचं स्वरूप सांगू शकलात, तर बरं होईल."

क्षणभर धरमचंद शांत बसले. त्यांनी कोटाच्या खिशातून सोन्याची सिगारेट केस काढली.

"वूड यू माइन्ड?"

"नो, थँक्स. माझ्याजवळ माझा ब्रँड आहे." पुढे केलेल्या सिगारेट-केसमधल्या एका सिगारेटवरचं नाव झटकन पाहत अमर म्हणाला.

धरमचंदांनी केसलाच अॅटॅचड केलेल्या लाइटरने सिगारेट शिलगावली. त्यांची स्टाइल टिपिकल होती. एकदा पाहूनही कोणाच्याही लक्षात राहिली असती.

केसमधून त्यांनी एका सिगारेटला टिचकी मारली. सिगारेटचं टोक वर आलं, त्यांनी सिगारेट डायरेक्ट ओठांनीच काढून घेतली. केस बंद. केसला एक टिपिकल हिसका. खट्ट आवाज. लाइटरची ज्योत फरफरली. सिगारेट पेटताच पुन्हा एक हिसका.

सिगारेटकेस खिशात.

"मि. विश्वास, वर वर दिसायला केस सिंपल आहे; पण त्यातून जर काही निष्पन्न होणार असेल, तर आय मस्ट टेक प्रिकॉशन्स." धरमचंद म्हणाले अन् अमर सावरून बसला.

"तुमचं म्हणणं बरोबर आहे. शरीरात गाठ आहे म्हटल्यावर तो नुसता ट्यूमर आहे, का कॅन्सर आहे हे डॉक्टरांनी ठरवावं. तुम्हाला अगदी मायनर वाटणारे डीटेल्स कदाचित केसच्या दृष्टीनं फार महत्त्वाचे ठरतील."

"माझी फोर्टमध्ये फर्म आहे 'धरमचंद ज्वेलर्स.' फर्मचा टर्मओव्हर पर अॅनम साधारण दोन-सव्वादोन कोटींच्या घरात आहे. बँक स्ट्रीटच्या कॉर्नरलाच फर्म आहे आणि मी राहतो वरळी सी-फेसला. त्यामुळे फर्ममध्ये जायला जरा वेळ लागतो. कधी मी आधी जातो, कधी उशिरा."

"मग तुमच्या गैरहजेरीत तुमचे व्यवहार कोण पाहतो?"

''मिस लोला पंजवाणी. शी इज माय- यू मे से- एव्हरीथिंग !''

''आय डोन्ट गेट यू.''

''टू बी फ्रँक, ती माझे पैशांचे व्यवहार पाहते आणि सर्व काही पाहते.''

''प्लीज, मेक इट मोअर क्लिअर.''

''वेल,'' हसून धरमचंद म्हणाले, ''ऑफिसात ती माझी पी. ए. आहे आणि बाहेर कीप.''

''कुठे राहते?''

''हिंदू कॉलनीत.''

''तुमच्या पत्नीला तुमची रिलेशन्स माहीत नाहीत?''

''मला पत्नी आहे, हे कशावरून?''

''जर तुमची पत्नी नसती, तर लोला तुमच्या वरळी सी-फेसवरच्या बंगल्यातच नसती का?''

''यू आर ब्रिलियन्ट.'' अमरच्या तर्कपद्धतीचं कौतुक करीत धरमचंद म्हणाले, ''गेली दहा वर्षं माझी बायको पॅरॅलिसीसनं अंथरुणाला खिळून आहे.''

''तुमची आणि पंजवाणीची रिलेशन्स केव्हापासूनची?''

''सात वर्षांपूर्वी ती फर्ममध्ये माझी पी. ए. म्हणून आली. तेव्हा ती नुकतीच हायर सेकन्डरी पास झाली होती अन् जी. सी. डी. चा कोर्स करीत होती. दोन वर्षांत तिनं इतका एक्सलन्ट परफार्मन्स दिला... सर्वच बाबतीत... अन् पाच वर्षांपूर्वी तिचे अन् माझे अवैध संबंध सुरू झाले. त्यानंतरच्या दोन वर्षांत आम्ही इतके जवळ आलो, की मी माझ्या मृत्युपत्रात तिच्या पुढच्या संपूर्ण आयुष्याची तरतूद करून ठेवली.''

''धरमचंद, हे लोलाला माहितीय?''

''आहे आणि तरीही त्यानंतर तीन वर्षे मी जिवंत आहे. शी इज नॉट ऑफ दॅट सॉर्ट. दोन वर्षांपासून माझी सर्व अकाउंट्स तीच ऑपरेट करतीय.''

''एनीथिंग रॉंग?''

''मागच्या वर्षांपर्यंत तरी काही नव्हतं.''

"ह्या वर्षी काय झालं?"

"मिस झालेली अमाउंट माझ्या दृष्टीनं अगदी किरकोळ आहे; पण ती किती होती, यापेक्षा लोलाला ती का लागली अन् तिनं ती मला न सांगता का नेली, ह्या प्रश्नांना महत्त्व आहे!"

"हाउ मच?"

"अबाउट वन लॅक."

"तिनंच नेली कशावरून?"

"बँक अकाउंट्स पॉश आहेत. पैचा घोटाळा नाही यात. फर्मच्या हिशेबात गडबड नाही."

"मग?"

"दरमहा मी घरखर्चाकरता आणि माझ्या पर्सनल खर्चाकरता पंचवीस हजार रुपये उचलतो."

"एवढे पैसे खर्च करायला तुम्हाला वेळ मिळतो?"

"नाही. साधारण आठ-दहा हजार उरतात."

"त्याचं तुम्ही काय करता?"

"माझ्या बंगल्यातल्या हॉलमध्ये एक तिजोरी आहे. अगदी कॉर्नरमध्ये आहे ती. तिचा ॲपिअरन्स टी. व्ही. सारखा आहे; पण ती तिजोरी आहे. घरातल्या नोकरांच्या दृष्टीनं तो मोडका टी. व्ही. आहे."

"ती तिजोरी आहे, हे कोणाला माहितीय?"

"तुमच्या अपेक्षेप्रमाणे मला अन् लोलाला."

"नो थर्ड पार्टी?"

"नॉट इव्हन माय वाइफ!"

"ऑल राइट. स्पीक आऊट."

"त्या तिजोरीत दरमहा कमीत कमी सहा हजार या हिशेबानंदेखील पाच वर्षांत साडेतीन लाख जमा असले पाहिजेत नाहीत?"

"किती कमी आहेत? नेट लाख?"

"साधारण."

"ऑल राइट. व्हेअर डू आय स्टॅन्ड?"

''मि. बॅरिस्टर,'' तिसरी सिगारेट पेटवत धरमचंद म्हणाला, ''मी आज बेचाळिसच्या पुढचा आहे. वडील गेल्यानंतर वयाच्या अठराव्या वर्षी मी स्वत:च्या हिमतीवर 'धरमचंद ज्वेलर्स' सुरू केलं. तेव्हापासून टक्केटोणपे खात खात मी आज करोडोंच्या व्यवहारापर्यंत आलो आहे. धंद्यात पडल्यानंतर प्रत्येक दिवसातल्या प्रत्येक क्षणानं मला माणूस पारखायला शिकवलंय. चोवीस वर्षांत माझे माणसाबद्दलचे अंदाज अजून तरी चुकले नाहीत म्हणून सांगतो-''

''येऽस-?''

''माझ्या मायन्यूट ऑब्झर्वेशनप्रमाणे मिस लोला पंजवाणी इज सोलली डिव्होटेड टू मी. ती माझ्याशी कधी प्रतारणा करणार नाही.''

''आणि असं असताना तुमच्या नकळत तिला एक लाख रुपयांची गरज भासली?''

''येस दॅट्स द पॉइंट, आय वॉन्ट टू गेट क्लिअर्ड.'' धरमचंद शांतपणे म्हणाले, ''मि. अमर, पैशांकरता जान गहाण ठेवणाऱ्यांच्या कॅटेगरीतला मी नाही. लोलानं पैसे मागितले असते, तर मी तिच्या घरी ती तिजोरीही पाठवून दिली असती; पण अशी कोणती तरी गोष्ट आहे, जी लोलाला माझ्यापर्यंत येऊ द्यायची नाही. आय हेट धिस सिच्युएशन. मी माझी इन्स ॲन्ड आउट्स तिला सांगतलीयेत.''

''मि. धरमचंद, तुम्हाला असं वाटतंय का की, ती तुम्हाला फसवतीय?''

''नाही, तसं नाही. तिला कोणीतरी टॅप केलं असावं.''

''तुम्हाला तसं का वाटतं?''

''कान्ट से; पण तिच्या व्यवहारांवर नजर टाकली, तर तसं म्हणण्याशिवाय मला पर्यायच नाही.''

''आणि तिचं ते सीक्रेट मी शोधावं आणि तुम्हाला सांगावं, अशी तुमची इच्छा आहे!''

''यस. तुम्ही जी माहिती मिळवाल, ती फक्त तुमच्या आणि माझ्यात राहिली पाहिजे.''

''समजा, माझ्या असं लक्षात आलं, तिला मदतीची गरज आहे...

तर?''

''डू एव्हरीथिंग व्हॉट इज इन हर बेस्ट इंटरेस्ट. आय विल पे फॉर युवर एक्सपेन्सेस.''

''फाइव्ह थाउजंड्स अ डे.''

''डोन्ट बॉदर,'' धरमचंद म्हणाले अन् त्यांनी स्वत:च्या खिशातून एक जाडजूड पाकीट काढलं.

''अॅडव्हान्स?''

''दहा हजार फक्त.''

धरमचंदनी सरळ एका कप्प्यातून हजाराच्या दहा नोटा काढून अमरच्या हातात दिल्या.

''उद्या रिसीट माझ्या पर्सनल पत्रव्यवहारात रजिस्टर्ड पोस्टानं घरच्या पत्त्यावर पाठवा.''

''घरचा पत्ता?''

''ह्या कार्डावर आहे.'' अमरच्या हातात कार्ड देत धरमचंद म्हणाले.

''थँक यू,'' कार्ड आणि पैसे पेपरवेटखाली ठेवत अमर म्हणाला.

''बाय द वे मि. विश्वास, जरा पाऊस थांबलाय का बघता का?''

''शुअर!'' खिडकीकडे जात अमर म्हणाला. त्यानं ड्रॉपर खेचून बाहेर पाहिलं.

''नो सर!'' ड्रॉपर पुन्हा सोडत अमर म्हणाला, ''पाऊस जरासुद्धा कमी झालेला नाही.''

''किती वाजलेत?''

''शार्प साडेअकरा.''

''ओह! ...आय मस्ट स्टार्ट.'' उठत धरमचंद म्हणाले, ''मी शब्दश: पावणेदहापासून साडेअकरापर्यंत तुमचा वेळ घेतला. बाय!''

''गुड नाईट!'' धरमचंदशी शेकहँड करत अमर म्हणाला, ''एक मिनिट.''

''यस?''

जाता जाता धरमचंद थबकले. मागे वळले.

"मिळालेली माहिती तुमच्यापर्यंत कशी पोचवावी?"
"आय विल कॉन्टॅक्ट यू."
"थँक यू अॅन्ड गुड नाइट अगेन!"
धरमचंदनी हसून मान डोलावली अन् ते बाहेर पडले.
"पावणेदहा ते साडेअकरा!"
धरमचंद मुद्दाम सांगून गेले का?...असं वाटतंय.
नुसत्या वाटण्याला काही अर्थ नव्हता.

नुसत्या वाटण्याला खरंच काही अर्थ नव्हता. अमरच्या मनातून आत्ता उठायचं नव्हतं; पण फोन सारखा ठणठणत होता. उठायलाच हवं होतं. झकत उठून तो फोनजवळ गेला अन् त्यानं क्रेडलवरून फोन उचलून एका हातानं खिडकीवरचा ड्रॉपर बाजूला करून बाहेर पाहिलं.

स्वच्छ सकाळ! कोवळी उन्हं. रात्री पाऊस पडला होता, ह्याची आठवण फक्त झोपडपट्टीवाल्यांना.

"हॅलो, हू इज स्पीकिंग?" जांभई दाबत अमरनं विचारलं.

"मे आय स्पीक टू बॅ. अमर विश्वास?" अत्यंत मंजूळ स्वरात प्रश्न आला. मूळच्या मंजूळ स्वरात भीतीचा एक धागा मिक्स झाला होता.

"स्पीकिंग."

"मि. विश्वास, मी अत्यंत महत्त्वाच्या कामाकरता तुमची गाठ घ्यायला येतीय. प्लीज पंधरा मिनिटे वाट पहा."

"हॅलो...हॅलो."

अमरनं एकदा रिसीव्हरकडे पाहिलं. 'कमाल आहे!' अशा थाटात खांदे उडवले. रिसीव्हर क्रेडलवर ठेवून दिला. पठ्ठीनं नावही सांगितलं नव्हतं आणि कामाचं स्वरूपही.

पंधरा मिनिटं थांबा. पंधरा मिनिटं काय थांबा? त्यानं रिस्ट वॉचवर नजर टाकली. नऊ पंचवीस!

नऊ पंचवीस. उगाचच त्याला धरमचंदची आठवण झाली.

माय गॉड! नऊ पंचवीस? मेलो!

साडेदहाला कोर्टात हजर होणं आवश्यकच होतं.

त्यानं भराभर आवरायला सुरुवात केली. मोहिनी त्याला मदत करत होती. वास्तविक तिची त्याला मदतच होत होती. त्याला केव्हा काय लागते, ते त्याच्यापेक्षा तिला जास्त माहिती होतं; पण उगाचच तो तिच्यावर तडकत होता. तीही मनावर घेत नव्हती. उशीर झाला की तो तडकतो, हे तिला माहीत होतं.

बाथरूममधून टबबाथ घेऊन तो बाहेर आला, तेव्हा मोहिनी हातात त्याच्या कपड्यांचे हँगर्स घेऊन उभी होती.

"तुझी ती कोण अन्नोन क्लायंट आली आहे!" त्याच्या हातात हँगर्स देत मोहिनी तुटकपणे म्हणाली, "आता उशीर झालेला चालेल तुला कदाचित. शी इज ब्युटिफूल."

कपडे घालता घालता अमर हसला. कित्येक वेळा संधी मिळूनही अमरनं त्या वाया घालवल्या होत्या. मुंबईत त्याच्या डेटिंगकरता तडफडणाऱ्या किमान पाचहजार तरी मुली निघाल्या असत्या; पण अमरनं मोहिनीशिवाय कोणाकडे ढुंकूनदेखील पाहिलं नव्हतं, हे तिलाही माहीत होतं; पण शेवटी बायका त्या बायकाच!

हॉलमध्ये आला, तेव्हा तो पूर्णपणे कोर्टात जायच्या तयारीतच होता. हॉलमध्ये बसलेली मुलगी तो येताच उभी राहिली. खरोखरच सुंदर होती ती; पण मोहिनी म्हणाली तशी सुपर्ब ब्यूटिफूल नव्हती. तिचे काळेभोर केस सोडले, तर ती बरोबर सोनालीची बहीण शोभली असती.

"गुड मॉर्निंग सर!" ती म्हणाली. तिच्या एकंदर उभ्या राहण्याच्या अन् अभिवादनाच्या पद्धतीवरनं ती कुठल्यातरी ऑफिसात स्टेनो असावी, असं वाटत होतं.

"गुड मॉर्निंग. कम ऑन." टीपॉयवरची एक फाइल उचलून ब्रीफकेस-मध्ये घालत अमर म्हणाला, "आपण रस्त्यानं बोलू."

"मि. विश्वास, माझ्याजवळ तेवढा वेळ नाही." गंभीर स्वरात ती म्हणाली.

"म्हणजे?"

'कोणत्याही क्षणी पोलीस मला अटक करतील.''

"का? कोणत्या आरोपाखाली?''

"नरेंद्र वर्माच्या खुनाच्या आरोपाखाली.''

"व्हॉट?...नरेंद्र वर्मा म्हणजे तो 'स्पॉटलाइट'चा रिपोर्टर का?''

"होय. आजची डेट तुम्ही प्रोलाँग करू शकाल का?''

अमर जरा विचारात पडल्यासारखा उभा राहिला.

"डोंट बॉदर अबाऊट मनी!''

"तुमचं नाव काय?''

"लोला पंजवाणी.''

"येस?''

"लोला पंजवाणी.''

क्षणभर अमरच्या लक्षातच येईना. काल रात्री शेठ धरमचंद आले. लोला पंजवाणीवर वॉच ठेवण्याकरता दहा हजार रुपये देऊन गेले आणि आता स्वत: लोला त्याच्याकडे आली होती.

हा को- इन्सिडन्स असेल का?

"मिस पंजवाणी, तुम्ही माझ्याबरोबर चला. आजची डेट मला प्रोलाँग करणं अशक्य आहे. आज एक महत्त्वाची केस आहे अन् आज मी ती निकालात काढणार आहे. जर मी आज गेलो नाही, तर माझ्या हातातून केस जाईल.''

"पण...''

"कम ऑन, हरी अप,'' अमर म्हणाला आणि सरळ बाहेर चालू लागला. झकत लोला त्याच्या मागोमाग निघाली. तिची निराशा झाली होती.

डॅमलरमध्ये लोला त्याच्या शेजारी बसताच अमरनं डॅमलर स्टार्ट केली.

"हं, सांगा. बी ब्रीफ. कोर्ट येण्यापूर्वी तुमची हकिकत संपली पाहिजे.''

"कुठून सुरुवात करू?''

"कुठूनही करा.'' ट्रॅफिकमध्ये कार मिसळत अमरनं विचारलं, "नरेंद्र वर्माच्या खुनाच्या आरोपाखाली पोलीस तुम्हाला अटक करतीलसं तुम्हाला

का वाटतं? तुम्ही खून केलाय?''

''सर्टनली नॉट. पण मी त्याच्या फ्लॅटमध्ये भरपूर पुरावे ठेवून आलीय.'' ती म्हणाली अन् अमरनं तिच्या कोऱ्या चेहऱ्याकडे पाहिलं.

''फर्स्ट क्वेश्चन. तुम्ही नरेंद्र वर्माकडे कशाकरता गेला होता?''

''वेल, आय गॉट अ स्टार्ट.'' हसून तिनं सुरुवात केली. ''नरेंद्र वर्मा हा 'स्पॉटलाइट'चा रिपोर्टर आहे; पण त्याचा तो साइड बिझनेस आहे. त्याचा मेन बिझनेस आहे 'ब्लॅक मेलिंग'. आय मीन, 'होता.'...ही इज शॉट! कित्येकांना ब्लॅकमेल करून त्यानं शिवाजी पार्कवरचा फ्लॅट विकत घेतला होता.''

''तुमचा काय संबंध?''

''आय ॲम वन ऑफ द व्हिक्टिम्स. मी आणि शेठ धरमचंद हॉटेल एलोरामध्ये दोन दिवस राहिलो होतो. त्या वेळचे बेड सीन्स त्यानं स्नॅप केले होते.''

''शेठ धरमचंद? 'धरमचंद ज्वेलर्स' चे मालक?''

''होय. मी त्यांची पी. ए. कम कीप आहे.''

''आय सी''

अमरची एक केस सेकंदात निकालात निघाली होती. धरमचंदाचे लाख रुपये कसे गायब झाले, ते त्याला अंदाजे कळलं होतं.

''मागचं संपूर्ण वर्षभर मी त्याला पेमेंट करत होते.''

''पगारातून?''

''शेठ धरमचंदचे आर्थिक व्यवहार मी पाहते.''

''कॅश एम्बझेलमेंट?''

''तुम्ही तसं म्हणू शकता.''

''स्ट्रेट वे, तुम्ही शेठ धरमचंदला तसं का नाही सांगितलंत?''

''वर्मानं मला धमकी दिली होती, की मी पैसे देणं बंद केलं, धरमचंदना या व्यवहाराची कल्पना दिली किंवा इतर कोणाची मदत घेतली, तर ते फोटो 'स्पॉटलाइट' मध्ये प्रसिद्ध होतील. त्यालाही मी भीत नव्हते. कीप म्हटल्यावर मला माझ्या बेअब्रूची पर्वा नव्हती; पण शेठ धरमचंदसारखी

व्यक्ती बदनाम झाली असती.''

''वर्माला कसं हँडल करायचं, ते धरमचंदनी पाहून घेतलं असतं.''

''ही वॉज हार्ड नट! जर मी धरमचंदना सगळं सांगितलं असतं, तर तोही त्यांना भेटून सांगणार होता की, हे बेड सीन्स स्नॅप करण्याकरता मीच त्याला मदत केली. मी त्याची पार्टनर आहे!''

''तू लास्ट पेमेंट केव्हा केलंस?''

''मागच्या आठवड्यात मी त्याला पाच हजार दिले होते आणि काल एका रकमेनं व्यवहार मिटवण्याकरता मी पन्नास हजार रुपये नेले होते.''

''त्यानं तुला तसं सांगितलं होतं?''

''हो. साडेआठ वाजता मी त्याच्याकडे गेले, तेव्हा असं ठरलं की, मी त्याला रात्री दहा वाजता एकरकमी पन्नास हजार रुपये द्यायचे अन् त्यानं माझ्या सर्व निगेटिव्हज आणि फोटोच्या कॉपीज परत करायच्या.''

''आणि पन्नास हजार घेऊन निगेटिव्हज परत करायला त्यानं नकार दिला असता तर?''

''आय वॉज गोइंग टू किल हिम! माझ्याजवळ २८ कॅलिबरचं रिव्हॉल्व्हर होतं.''

''पर्समध्ये?''

''येस.''

''यू आर स्टुपिड !... गो ऑन.''

''मी रात्री दहा वाजता त्याच्याकडे पुन्हा गेले.''

''दीड तासात तुला पन्नास हजार कसे मिळाले?''

''कॅश एम्बझेलमेंट! मी धरमचंदच्या बंगल्यावर गेले. त्यांच्या बंगल्याच्या प्रत्येक दरवाजाच्या अन् सेफच्या ड्रॉव्हर्सच्या डुप्लिकेट्स माझ्याजवळ आहेत.''

''सेफमधून काल तू एकरकमी पन्नास हजार घेतलेस?''

''हो.''

''किती वाजताची घटना ही?''

''ॲप्रॉक्झिमेटली, नऊ ते सव्वानऊच्या दरम्यानची.''

''धरमचंद होते?''

"नव्हते."

"पुढे काय झालं?"

"त्यानं सूचना दिल्याप्रमाणे मी फ्रंट डोअरनं न जाता मागच्या बोळानं गेले. त्याच्या डार्करूमचा बोळात उघडणारा दरवाजा तो उघडा ठेवणार होता. मी आत गेले, तेव्हा त्यानं काहीच उत्तर दिलं नाही; पण त्याची ती नेहमीची सवय होती. त्यामुळे मला काही वाटलं नाही. मी चाचपडत पुढे गेले अन् अडखळून पडले."

"दिवे नव्हते?"

"रस्त्यावरसुद्धा नव्हते. मी पेन टॉर्चच्या प्रकाशात पाहिलं. नरेंद्र वर्मा मेलेला होता!"

"तू तिथनं पळून गेलीस?"

"हो. पोलिसांना फोन लावण्याचं धाडस माझ्यात नव्हतं."

"तुला रात्री दहा वाजता त्याच्या बंगल्यात शिरताना किंवा बाहेर पडताना कोणी पाहिलं?"

"दोन जणांनी, पण त्यांपैकी कोणीही मला ओळखलेलं नाही."

"कोण?"

"टॅक्सी ड्रायव्हर आणि वर्माचा नोकर अमीर खान."

"दोघांपैकी तुझा चेहरा कुणीही पाहिला नाही?"

"नाही. टॅक्सीत बसताना मी चेहरा दिसणार नाही ह्याची सावधगिरी बाळगली होती आणि वर्माचं प्रेत पाहून मी किंकाळी फोडली. ती ऐकून अमीर खान मेणबत्ती घेऊन डार्करूममध्ये शिरला होता; पण वाऱ्यानं ती विझली होती."

"वाऱ्यानं?"

"हो. डार्करूममध्ये पाऊस अन् वारा दोन्ही होतं."

"इट सीम्स ऑड!"

"डेफिनेटली. तेव्हा माझ्या लक्षात आलं नाही; पण नंतर आलं. डार्करूमचे दोन्ही दरवाजे बंद होते. मग वारं आणि पाऊस आला कुठून?"

"खिडकी?"

“आहे, पण तिच्यावर काच आहे अन् जाड पडदा आहे.”
“पळून जाताना तू काय काय विसरून आलीस?”
“बाहेरच्या खिळ्याला रेन कोट अन् डार्करूममध्ये पर्स!”
“पैशांसकट?”
“व्हिजिटिंग कार्डसकट!”
“देन यू आर इन जाम! पण हा खून केल्याचा पुरावा ठरणार नाही.”
“बॅ. अमर,” त्याच्याकडे शांतपणे पाहत लोला म्हणाली, “मी पडले, तेव्हा माझ्या उजव्या हातात रिव्हॉल्व्हर होतं. एक बोट ट्रिगरवर होतं. धक्का बसून एक शॉट डिसचार्ज झालाय!”
“ओह गॉड!” अमर पुटपुटला.
लोला अत्यंत मूर्ख स्त्री होती. अर्थात, तिनं खून केला नाही, असं गृहीत धरलं तर...
“लोला, वर्माकडे जाताना तू जी टॅक्सी पकडली होतीस, ती कुठे सोडलीस? अव्हेन्यूच्या तोंडाशी?”
“सोडली नाही. उभी केली.”
“त्याच टॅक्सीनं तू रिटर्न झालीस?”
“इतक्या वादळी पावसात मला दुसरी टॅक्सी मिळालीच नसती.”
“कुठे सोडलीस?”
“हिंदू कॉलनीपाशी. तिथेच राहते मी.”
“टॅक्सीचा नंबर पाहिलास?”
“पाहिला. ड्रायव्हिंग व्हीलवर झीरोच्या दिव्याखालीच कोरला होता.”
“स्पेल आऊट.”
“MS 4991.”
“काही सांगायचं राहिलंय? नीट आठव...”
“टॅक्सीतून उतरताना मी माझा रुमाल टॅक्सीत विसरले.”
“नाव आहे?”
“कॉर्नरमध्ये एल. आहे.”
“थोडक्यात म्हणजे तू खून सोडून काहीही करायचं बाकी ठेवलेलं

नाहीस!'' चिडून अमर म्हणाला. काही न बोलता ती डबडबलेल्या डोळ्यांच्या कॉर्नर्समधून त्याच्या चेहऱ्यावरची एक्सप्रेशन्स टिपत राहिली.

''तुझ्या जवळच्या एअर बॅगमध्ये काय आहे?''

''माझे कपडे, थोडी कॅश अन् रिव्हॉल्व्हर.''

''कशाकरता?''

''तुम्ही केस स्वीकारणार नसाल, तर...''

''पळून जाणार, असंच ना?''

''होय.''

''बालिके, आत्तापर्यंत तू जेवढा मूर्खपणा केलायस, त्यामुळे तू वर्माच्या केसमध्ये गळ्यापर्यंत बुडाली आहेस. पळून गेलीस, तर आणखीन खोल बुडशील.''

''मग मी काय करू?'' तिनं असहायपणे त्याच्याकडे पाहत विचारलं.

''तू पळून गेलीस ह्याचा अर्थ पोलीस असा घेतील, की तू खून केलास अन् पोलिसांपासून स्वतःचा बचाव करण्याकरता तू पळून गेलीयस.''

''त्यामुळे-''

''यु विल बी फगिटिव्ह ! कायद्यापासून दूर पळणं म्हणजेच गुन्ह्याची निम्मी कबुली. नाउ, स्ट्रेट यू गो होम!''

''अन् पोलीस?''

''माझ्या अंदाजाप्रमाणे एव्हाना ते तुझ्या घरापाशी दोन डिटेक्टिव्ह्ज मागे ठेवून गेले असतील.''

''तरीही तुम्ही मला घरी जाण्याचा सल्ला देताय?''

''ऑफकोर्स. गो अॅज अ हेल! तू पळून गेलीयस, असं त्यांनी जाहीर करण्यापूर्वी तू घरी जाणं आवश्यक आहे.''

''इफ यू से- आय विल गो बॅक!'' निराशेनं ती म्हणाली.

''देन आय सेड इट!'' ठामपणे अमर म्हणाला, ''घरी जा. पोलीस तुला कदाचित परिस्थितिजन्य पुराव्याच्या आधारे ताब्यात घेतील. त्यांच्या एकाही प्रश्नाचं उत्तर माझ्या गैरहजेरीत देऊ नकोस.''

''नाव विचारलं तर?''

"फक्त नाव सांग. तू कुठे नोकरी करतेस, नरेंद्र वर्माचा अन् तुझा काय संबंध, तू त्याच्याकडे गेली होतीस का इत्यादी. ब्रिजेशलाल तुला हजार प्रकारचे प्रश्न विचारेल. तुझं उत्तर एकच असेल- बॅ. अमर माझे वकील आहेत. त्यांच्या गैरहजेरीत मी एकाही प्रश्नाचं उत्तर देऊ शकत नाही."

"इफ दे फोर्स्ड मी-?"

"दे कान्ट! नाउ गेट आउट." कोर्टाच्या पोर्चमध्ये कार थांबवत अमर म्हणाला, "लोला, मी तुझं वकीलपत्र स्वीकारलंय; पण जर मला असं आढळलं की, तू गुन्हेगार आहेस; त्याच क्षणी मी वकीलपत्रं मागे घेईन!"

तिनं नुसती मान डोलावली.

"आणखी एक गोष्ट लक्षात ठेव, नरेंद्र वर्माच्या खुनाशी तुझा संबंध आहे, अशी बातमी पेपरआउट होईपर्यंत शेठ धरमचंदांना समजता कामा नये!"

"का?" तिनं आश्चर्यानं विचारलं.

"आय ॲम डुइंग एव्हरीथिंग इन युवर बेस्ट इन्टरेस्ट!" तिच्या खांद्यावर थोपटत अमर म्हणाला.

"बॅ. विश्वास, प्रामाणिकपणे सांगा, काही होप्स आहेत?" तिनं अगतिकपणे विचारलं आणि अमर हसला.

"मिस पंजवाणी, बॅ. विश्वास हरण्याकरता कधीच केस स्वीकारत नाही! बाय!"

"बाऽय!" धीर एकवटून हसत लोला म्हणाली अन् टॅक्सी स्टँडकडे धावली.

अमरनं एकदा मागे वळून पाहिलं अन् तो कॉरिडॉरमधल्या फोन बूथमध्ये शिरला. दार घट्ट लावून त्यानं रिंग फिरवली.

"गोल्डन डिटेक्टिव्ह एजन्सीज डे सर्व्हिस धिस एन्ड." फोनवर सोनालीचा आवाज ऐकताच अमरनं कॉइन्स इनसर्ट केली.

"हॅलो, मी अमर बोलतोय."

"यस, अमर?"

"गोल्डी आहे?"

"आहे- बोलावू?"

"हं."

एक-दोन क्षण फोनमधून सोनालीनं गोल्डीला हाक मारल्याचा, गोल्डीनं ओ दिल्याचा- निरनिराळे आवाज ऐकू आले आणि नंतर गोल्डीचा आवाज ऐकू आला,

"हा ऽय-"

"गोल्ड, तुझ्याकरता आणि सोनालीकरता एक काम आहे."

"नेहमीप्रमाणे अर्जट असेल."

"अर्थात. मिस लोला पंजवाणी, बिल्डिंग नं. १, रूम नं. १०, हिंदू कॉलनी. पत्ता नोट केलाय? हं. सोनालीला म्हणावं, तिथे काय घडतं, तेवढं फक्त पहा आणि रिपोर्ट कर. काय? चालेल. लंच अवरला मी तुला फोन लावीन आणि तुझं काम- हो. महत्त्वाचं आहे."

"नाकोडाची केस-"

"बाजूला ठेव. मला संध्याकाळपर्यंत दोन फाइल्स तयार पाहिजेत. एक नरेंद्र वर्मा, रिपोर्टर- 'स्पॉटलाइट'

"दोन?"

"शेठ धरमचंद. 'धरमचंद ज्वेलर्स' चे मालक."

"शेठ धरमचंद? अमर, माझ्या मते तू ह्या वेळी तुझी सनद आणि माझं लायसन्स- बरोबरच रद्द करणार!"

"काळजी करू नकोस. काही झालं तर मी रिस्पॉन्सिबल आहे. तू माझ्याकरता काम करतोयस."

"यस सर."

"काल संध्याकाळी आठ ते पावणेदहा या वेळात धरमचंद कुठे होते अन् काय करीत होते, ते मला हवं आहे."

"व्हाय पावणेदहा?"

"कारण पावणेदहा वाजता शेठ धरमचंद माझ्याशी गप्पा मारीत बसले होते!"

"आर यू क्रेझी?"

"नो. मी खरं तेच सांगतोय आणि लोला पंचवाणी दहा वाजता नरेंद्र वर्माच्या फ्लॅटवर गेली, तेव्हा तो मेलेला होता!"

"यू वॉन्ट टू लिंक–"

"सांगितलेलं कर." अमर म्हणाला आणि त्यानं फोन क्रेडलवर लटकवला. तो बूथमधून बाहेर पडला, तेव्हा एक्झॅक्ट साडेदहा वाजले होते.

कोर्टरूममध्ये शिरायला त्याला नऊ सेकंद उशीर झाला होता.

तीन

"ऑर्डर...ऑर्डर!" जज्ज श्री. एल. केसरांनी टेबलवर लाकडी हातोडा आपटत कोर्टातल्या लोकांना वॉर्निंग दिली आणि कोर्टात पुन्हा शांतता पसरली.

बॅ. सी. पी. दीक्षितांनी गोऱ्यापान टकलावरचा घाम पुसत आरोपीच्या पिंजऱ्याजवळ बसलेल्या अमरकडे विजयी मुद्रेनं पाहिलं आणि आरोपीच्या पिंजऱ्यात उभ्या असलेल्या लोलाकडे एक तुच्छ कटाक्ष टाकून ते पुन्हा कोर्टाकडे वळले.

"युवर ऑनर," त्यांच्या आवाजातला ओव्हर-कॉन्फिडन्स शब्दाशब्दाला जाणवत होता. "धिस इज द केस इन ब्रीफ. माझ्या प्रास्ताविक भाषणात मी मयत नरेंद्र वर्माच्या खुनाची हकिकत थोडक्यात सांगितली आहे. त्या हकिकतीला बळकटी आणण्याकरता मी काही साक्षीदार कोर्टापुढे सादर करणार आहे. काही पुरावे सादर करणार आहे.

"त्यापूर्वी माझे सहकारी वकील बॅ. अमर विश्वास ह्यांना प्रास्ताविक भाषण करायचं असेल, तर त्यांनी ते करावं, अशीच माझी त्यांना विनंती आहे."

बॅ. दीक्षित कोर्टापुढे अभिवादन करून खाली बसले आणि अमर उभा राहिला. एखाद्या लोकप्रिय नटानं नुसत्या एंट्रीलाच आधीच्या नटाचं काम खाऊन टाकावं, तसं झालं.

क्षणात लोकांच्या मनावरचा दीक्षितांच्या भाषणाचा परिणाम पुसला गेला. अमर काय बोलतो, ते ऐकण्याकरता लोक कोरी मनं करून बसले.

"युवर ऑनर," मधात भिजलेला आवाज अन् हसरी निळी नजर क्षणात सर्वांची मनं जिंकून गेली. "माझे सहकारी मित्र, सरकारी वकील, बॅ. दीक्षित ह्यांनी प्रास्ताविकात नरेंद्र वर्माच्या खुनाची कहाणी इतकी संगतवार मांडली आहे, की क्षणभर मलाही पेच पडला, खरोखरच वर्माचा खून लोलानंच केला असला पाहिजे; परंतु कोर्टात केस स्टँड झाल्यानंतर भावनेच्या भरात वाहत जाऊन निर्णय घेता येत नाहीत. बॅ. दीक्षितांची कहाणी भावनाप्रधान होती. त्या कहाणीला जर पुराव्याची बळकटी आली नाही, तर ती कहाणी म्हणजे केवळ 'अ सलीम-जावेद स्टोरी' ठरणार आहे!

"युवर ऑनर, कोर्टाला माझी विनंती आहे की, कोर्टानं सरकारी वकिलांना साक्षीदार बोलावण्याची परवानगी द्यावी; परंतु केसचं एकंदर गंभीर स्वरूप पाहून माझे उलटतपासणीचे हक्क राखून ठेवावेत. एखादा साक्षीदार पुन्हा बोलावण्याची गरज पडली, तर ते अधिकार मला मिळावेत."

"नो ऑब्जेक्शन," बॅ. दीक्षित हसून म्हणाले.

"प्रोसीड विथ द केस." जज केसरांनी सावरून बसत बॅ. दीक्षितांना सांगितलं अन् बॅ. दीक्षित पोटावरून घसरणारी पँट सावरीत उभे राहिले.

"राम फाटक," त्यांनी नाव पुकारलं. ऑर्डर्लीनं नावाचा पुकारा केला अन् विटनेस रूममधून एक अगदी कोवळा तरुण कोर्टात आला. बरंचसं गुबगुबीतपणाकडे झुकणारं शरीर, गोऱ्यापान चेहऱ्यावर पुढे आलेले केस, इनोसंट फेसिंग.

साक्षीदाराच्या पिंजऱ्यात उभा राहतानाच त्याची धांदल उडाली होती. कोर्टात तो अगदी पहिल्यांदा आला असावा. त्याच्या गोऱ्यापान चेहऱ्यावर घामाचे थेंब जमा झाले होते. खोल गेलेल्या आवाजात त्यानं शपथ घेतली.

"तुझं नाव?"

"राम फाटक."

"कुठे राहतोस?"

"मधुकुंज, ॲव्हेन्यू नं. ९, शिवाजी पार्क."

"नरेंद्र वर्माच्या फ्लॅटच्या बरोबर कुठे?"

"मागच्या रो मधला अगदी समोरचा फ्लॅट. दोन्ही फ्लॅटच्या मागच्या बाजू समोरासमोर येतात."

"वय?"

"अठरा पूर्ण."

"राम, तुला या महिन्याची १६ तारखेची रात्र आठवते?"

"चांगली."

"का?...काय विशेष घडलं त्या रात्री?"

"त्या दिवशी शनिवार होता. आभाळ भरून आलं होतं, म्हणून दर शनिवारप्रमाणे मी टेनिस क्लबला न जाता 'नॉक, नॉक, हू इज देअर?' वाचत पडलो होतो. साधारण नऊच्या सुमाराला मुसळधार पावसानं अन् वादळानं माझं वाचनात लक्ष लागेना. त्यातच दिवे गेले. म्हणून मी खिडकीजवळच्या पलंगावर पडून राहिलो होतो. मध्येच केव्हातरी मला झोप लागली.

"मी जागा झालो, तो कारच्या आवाजानं. खिडकीवरचा पडदा बाजूला करून मी बाहेर पाहिलं. ९ व्या अॅव्हेन्यूच्या तोंडापाशी एक टॅक्सी थांबली होती आणि आतून एक तरुणी बाहेर पडत होती."

"रस्त्यावर दिवे होते?"

"नव्हते."

"मग ती तरुणी आहे, हे तू कसं ओळखलंस?"

"मी तिला जवळून पाहिलंय." शांतपणे राम म्हणाला आणि अमरनं चपापून लोलाकडे पाहिलं.

रामची भीड आता बरीचशी चेपली गेली होती.

"राम, तू पलंगावर पडला होतास. ती तरुणी टॅक्सीतून उतरत होती; मग तू तिला जवळून कसं पाहिलंस?"

"मला थ्रीलिंग आवडतं. एक तरुणी अॅव्हेन्यू नं. ९ च्या तोंडापाशी टॅक्सी उभी करून, अॅव्हेन्यूमध्ये न शिरता मागच्या बोळीत एकटी शिरते अन् तेही अशा भयाण रात्री! माझी उत्सुकता जागी झाली. मी हळूच डॅडींचा

रेनकोट घातला अन् स्टोअर रूमच्या मागच्या दरवाजानं बोळात आलो.''

''बोल, पुढे काय झालं?''

''ती तरुणी वर्माच्या डार्करूमच्या मागच्या दरवाजापाशी रेनकोट आणि हॅट अडकवून आत शिरली आणि मला आणखीनच संशय आला. पावलांचा आवाज न करता, हळूहळू मी वर्माच्या घराच्या मागच्या बाजूला पोचलो आणि त्याच वेळी मला गोळी झाडल्याचा आवाज ऐकू आला. मी भराभर पुढे गेलो आणि डार्करूमच्या दरवाजाला फट करून आत पाहायला लागलो.''

''शाब्बास! आत काय दिसलं तुला?''

''आधी आत अंधार होता; पण नंतर एकदम पेन टॉर्चचा प्रकाश पसरला आणि मी विलक्षण दचकलो. वर्मा मरून पडला होता. त्याच्या छातीतून रक्त वाहत होतं.

त्या तरुणीनं झटकन टॉर्चचा प्रकाश जमिनीवर पाडला अन् रिव्हॉल्व्हर उचलून ती मागे वळली. तसा मी झटकन माझ्या घरात पळालो.''

''तू त्या तरुणीला ओळखू शकशील?''

''जर ती पाठमोरी असेल, तर ओळखू शकेन.'' राम म्हणाला अन् कोर्टात हशा पिकला. रामनं लाजून ऑडियन्सकडे पाहिलं अन् तो खाली मान घालून उभा राहिला.

''तू तिला जवळून पाहिलंस ना?''

''हो. पण ती पाठमोरी होती. तिचा चेहरा मला नीट दिसू शकला नाही. पण...एक मिनिट.'' उत्साहित होत राम म्हणाला, ''ती जेव्हा बाहेर पडली, तेव्हा उंबऱ्याला पाय अडखळून पडली होती. नंतर पळताना ती कोपर चोळत होती. मागच्या बोळात चिकार खडी आणि दगड पडले आहेत. तिच्या कोपराला किमान बरंचसं खरचटलं तरी असावं.'' तो म्हणाला आणि त्यानं झटकन दीक्षितांकडे पाहिलं.

''मिस लोला पंजवाणी,'' लोलाकडे वळून दीक्षित म्हणाले, ''प्लीज, तुमचे कोपर दाखवा.''

लोलानं असाहाय्य नजरेनं अमरकडे पाहिलं. दोन्ही हात वळवून

कोपर पुढे केले.

"दॅट्स इट!...हीच ती तरुणी," राम जोरात म्हणाला.

लोलाच्या उजव्या कोपरावरच्या जखमेवर खपली धरली होती!

"क्रॉस एक्झॅमिन."

अमर शांतपणे रामजवळ जाऊन उभा राहिला. अमर विश्वास हा रामचा अत्यंत आवडता वकील. अमरच्या सगळ्या गाजलेल्या केसेस रामला तोंडपाठ! पण त्याच्यासमोर क्रॉसिंगला यावं लागेलसं त्याला कधी स्वप्नातही वाटल नव्हतं.

अमरची निळी थंड नजर त्याच्यावर रोखली गेली अन् तो जरा गडबडला.

"राम फाटक म्हणजे चार्टर्ड अकाउंटंड सी. ए. फाटकांचा मुलगा ना तू?"

"अं?...हो."

"तुला रहस्यकथा वाचायचा नाद आहे ना?"

"नाही; मला व्यायामाचा नाद आहे," तो झटकन म्हणाला अन् अमरही त्याच्या गुबगुबीत शरीराकडे पाहून हसायला लागला.

"मी...मी दर शनिवारी-रविवारी रहस्यकथा वाचतो." गोंधळून राम पुटपुटला.

"वाचतोस ना? मग आता खरं सांग बरं, ह्यातलं तू प्रत्यक्ष किती पाहिलंस, अंदाज किती बांधलेस, अन् सरकारी वकिलांनी तुला साक्षीकरता किती वेळा रिहर्सल दिली?" अमरनं शांतपणे विचारलं अन् राम अमरची नजर चुकवून दीक्षितांकडे पाहायला लागला.

"युवर ऑनर," दीक्षित झटकन उठून म्हणाले, "साक्षीदाराचं वय लक्षात घेता, तो कोर्टात गांगरून जाऊ नये म्हणून त्याची रिहर्सल घेणं प्राप्त होतं; पण मी त्याला काहीही पढवलेलं नाही."

"राम, तू गीतेची शपथ घेतलीयस." करड्या स्वरात अमर म्हणाला अन् रामाचे पाय लटपटले. "खरं सांग, आरोपीच्या कोपरावर खरचटल्याची खूण असेल, असं तुला सरकारी वकिलांनी सांगितलं नव्हतं?"

“युवर ऑनर, आमचं त्या संदर्भात डिस्कशन झालं होतं; पण मी त्याला तसं सजेक्ट केलं नव्हतं.”

“राम...” टक लावून त्याच्याकडे पाहत अमरनं हाक मारली अन् रामनं पुन्हा एकदा बॅ. दीक्षितांकडे पाहिलं.

“उत्तर दे राम.”

“त्यांनी...ते...ते इतकंच म्हणाले होते की, ती पडली म्हणजे तिला कोपराला लागलं असणार!”

“दॅट्स ऑल अँड थँक यू, युवर ऑनर.” अमर म्हणाला अन् प्रिन्सिपलच्या केबिनमधून व्रात्य मुलाची सुटका व्हावी, तसा राम साक्षीदाराच्या पिंजऱ्यातून पळाला.

“कॉल युवर नेक्स्ट विटनेस.” गंभीर स्वरात जज केसर म्हणाले अन् अमरकडे एक जळजळीत कटाक्ष टाकून बॅ. दीक्षित सावरले.

“अमीर खान.”

नाव पुकारताच एक पन्नाशीचा, शिडशिडीत मनुष्य साक्षीदाराच्या पिंजऱ्यात येऊन उभा राहिला. त्यानं केस आणि दाढी मेंदी लावून लाल केली होती. दाढी कोरली होती.

कुराणाची कसम घेऊन त्यानं सांगितलं की, जेव्हापासून नरेंद्र वर्मा शिवाजी पार्कवरच्या फ्लॅटमध्ये राहायला आला, तेव्हापासून तो सर्व प्रकारची कामं करीत होता. केरवाऱ्यापासून थेट खाना पकविण्यापर्यंतची सगळी कामं तोच करीत असे. घरात वर्मा आणि अमीर खानशिवाय कोणीही नव्हतं.

“अमीर खान, जवळजवळ पाच वर्षं तू वर्माकडे नोकरी करीत होतास. बरोबर आहे?”

अमीरनं होकारार्थी मान डोलावली.

“ह्या पाच वर्षांत वर्माकडे येणारी बहुतेक सर्व माणसं तुला माहीत झाली असतील!”

त्यानं पुन्हा होकारार्थी मान हालवली.

“आरोपीच्या पिंजऱ्यात उभी असलेली तरुणी पहा. तिला तू ओळखतोस?”

“होय.” लोलाकडे पाहून अमीर म्हणाला.

“ही तरुणी तुझ्या साहेबांना भेटायला यायची?”

“यायची!”

“केव्हापासून.”

“साधारण एक वर्षापासून.”

“सकाळी, दुपारी, रात्री... केव्हाही यायची?”

“नाही. साहेब वाट्टेल तेव्हा मोकळे नसायचे. त्यांचा दिवसभरचा कार्यक्रम आखूनच ते झोपायचे. सकाळी ते माझ्याजवळ यादी द्यायचे. त्यात कोण किती वाजता भेटायला येणार, ते लिहिलेलं असायचं. मला त्यांनी सक्त वॉर्निंग दिली होती की, ठरलेल्या वेळेनंतर एक मिनिटाने जरी कोणी भेटायला आलं, तर घरात नाही म्हणून सांग.”

“ओह! हे मिनिस्टरच्या वरताण झालं.” हसून दीक्षित म्हणाले.

“शनिवार, दि. १६ जून १९७३ या दिवशी त्यांना भेटायला कोण येणार होतं, आठवू शकशील?”

“नक्की. कारण त्या दिवशी साहेबांनी दोनच अपॉइंटमेंट्स घेतल्या होत्या. रात्री आठ वाजता कोणीतरी मि. कर्णिक येणार होते अन् साडेआठ वाजता...”

“यस?”

“मिस लोला पंजवाणी.”

“गुड.”

“पैकी कर्णिक आलेच नाहीत. पंजवाणीबाई मात्र बरोबर साडेआठला आल्या.”

“येणारी माणसं कोणत्या संदर्भात येत, तुला माहितीय?”

“नाही, साहेबांनी मला सांगितलं नाही; मी कधी विचारलं नाही.”

“यू सीम टू बी अ गुड सर्व्हन्ट. ऑल राइट. मिस पंजवाणी आल्या. पुढे काय झालं?”

“त्या आल्या, त्या वेळी साहेब डार्करूममध्ये होते. त्यांनी बाईंना तिथे पाठवायला सांगितलं होतं.”

"आरोपी तिथे किती वेळ होती?"

"साधारण... साधारण पंधरा ते वीस मिनिटं."

"दोघांच्यात काय बोलणं झालं, सांगता येईल का?"

"नीट नाही सांगता येणार. कारण, साहेबांकडे कोणी आलं की, मला तिथं थांबण्याची कधीच परवानगी नसे."

"नीट नाही सांगता येणार म्हणजे काय?"

"कुछ कुछ सांगता येईल. कारण पंजवाणीबाई संतापानं मोठ्यांदा बोलत होत्या."

"काय बोलत होत्या?"

"त्या साहेबांना शिव्या देत होत्या. मधेच कसलातरी फोटोचा उल्लेख करीत होत्या. साहेब म्हणत होते की, रक्कम मिळाली नाही तर 'स्पॉटलाइट' मध्ये फोटो छापीन."

"धिस पॉइंट शुड बी नोटेड युवर ऑनर." बॅ. दीक्षित म्हणाले अन् पुन्हा अमीरकडे वळले. "पुढे काय झालं?"

"शेवटी दोघांच्यात असं ठरलं, की पंजवाणीबाईंनी साहेबांना एकरकमी पन्नास हजार रुपये द्यायचे अन् त्यांनी बाईंना ते फोटो अन् निगेटिव्ह्ज घ्यायच्या."

"हे केव्हा ठरलं?"

"साडेआठच्या मीटिंगला."

"अन् पंजवाणीनं पैसे केव्हा द्यायचे होते?"

"शार्प दहाला."

"त्याप्रमाणे मिस पंजवाणी आली?"

"ते मला माहीत नाही. ती दहा वाजता मागच्या दारानं येणार होती; पण ती आली असावी."

"कशावरून? अमीर, दहा वाजता तू जे पाहिलंस, ते कोर्टाला सविस्तर सांग."

"साहेब, खूप पाऊस पडत होता. विजा कडाडत होत्या. स्वत:चं बोलणं स्वत:ला ऐकू येत नव्हतं. मी नेहमीप्रमाणं पॅसेजमध्ये बिछाना टाकून

झोपलो होतो.''

''दहाच्या सुमारास अचानक मला डार्करूममधून कोणाच्या तरी किंकाळीचा आवाज ऐकू आला. म्हणून मी बाहेरची मेणबत्ती घेऊन डार्करूम-कडे गेलो.

''मी 'कोण आहे?' असं विचारून डार्क रूमचं दार उघडलं. वाऱ्यानं माझ्या हातातली मेणबत्ती विझली. त्यामुळं नक्की कोण पळालं, ते मला तेव्हा समजलं नाही; पण पळणारी आकृती स्त्रीची होती आणि दहा वाजता फक्त पंजवाणीबाई येणार होत्या.''

''तू मेणबत्ती का वापरत होतास?''

''एक्झॅक्ट नऊला लाइट गेले होते. ते रात्री साडेबाराच्या पुढे आले. नंतर मी इनस्पेक्टरसाहेबांना फोन केला.''

''क्रॉस एक्झॅमिन.''

''अमीर खान,'' उठून त्याच्याजवळ जाऊन उभा राहत अमर म्हणाला, ''तुला काय वाटतं, कुराणाची शपथ घेऊन खोटं बोलण्याचं हे ठिकाण आहे?''

''अल्ला कसम...मी एक अक्षर खोटं बोललेलो नाही!'' कानाची पाळी पकडून तोबा तोबा करत अमीर म्हणाला.

''ठीक आहे. मी विचारतो, त्या प्रश्नांची उत्तरं जरा विचार करून दे.'' अमर म्हणाला आणि सेकंदभरच डोळे मिटून उभा राहिला; पण त्या सेकंदानंही दीक्षितांना हादरवलं.

अमरजवळ काहीतरी क्लोज्ड कार्ड होतं!

''अमीर खान, तुझं शिक्षण किती झालंय?''

''मराठी दुसरीपर्यंत.''

''वर्मासाहेबांकडे नोकरी करण्यापूर्वी तू कुठे काम करत होतास?''

''मी तेवीस वर्षं मजल उल्लाह उर्दू शाळेत शिपाई होतो.''

''शाळा कितवीपर्यंत होती?''

''चौथीपर्यंत.''

''युवर ऑनर,'' शांतपणे दीक्षितांनी विचारलं, ''आरोपीच्या वकिलांनी हे काय चालवलं आहे? त्यांना अमीर खानचं चरित्र लिहायचं असेल, तर

कोर्ट ॲडजर्न्ड झाल्यानंतर त्यांनी अमीर खानांना भेटावं. नो ऑब्जेक्शन."

"बॅ. विश्वास, तुमचे प्रश्न मलाही असंबद्ध वाटताहेत."

"युवर ऑनर, माझा कनेक्शन पीस पूर्ण होऊद्यात. त्यानंतरही जर सरकारी वकिलांना मोशन आणावीशी वाटली, तर हा संपूर्ण पीस साक्षीतून काढून टाकता येईल."

"नो ऑब्जेक्शन; बट आय प्रिझर्व्ह द राइट्स टू टेक मोशन!"

"सर्टनली." हसून अमर म्हणाला आणि पुन्हा अमीरकडे वळला, "तर अमीर, तेवीस वर्षं तू उर्दू शाळेत शिपाई होतास, नंतर पाच वर्षं तू वर्माकडे होतास. तुझं शिक्षण फक्त मराठी दुसरीपर्यंत झालंय, बरोबर?"

"बरोबर."

"वर्मा दिवसभरात तुझ्याशी किती वेळ बोलायचे?"

"कामाशिवाय कधीच नाहीत."

"आता मला सांग अमीर, डार्करूम, निगेटिव्ह्ज, शार्प दहा, मीटिंग हे शब्द तुला कोणी शिकवले?"

क्षणभर प्रश्नांचा रोख न समजून अमीर अमरच्या चेहऱ्याकडे पाहतच राहिला.

"म्हणजे?"

"म्हणजे असं अमीर, तुला तुझ्या साहेबांची बोलणी चोरून ऐकण्याची सवय होती."

"अं...?"

"अमीऽऽर---"

"होती!" खाली मान घालून अमीर म्हणाला अन् मोशनच्या तयारीनं उभे असलेले बॅ. दीक्षित रपकन पुन्हा खाली बसले.

"यू वॉन्ट टू टेक मोशन?"

"नो!"

"थँक यू." हसत अमर म्हणाला अन् अमीरकडे वळला. "अमीर, शनिवार दि. १६ जून, ७३ ची रात्र तुझ्या चांगली लक्षात आहे. तुझ्याच निवेदनाप्रमाणे स्वत:चं बोलणं स्वत:ला ऐकू आलं नसतं. बरोबर आहे?"

''हो, मी तसंच म्हटलंय.''

''तरी तुला आरोपीचं बोलणं पॅसेजमध्ये ऐकू आलं!''

''त्या जोरात बोलत होत्या.''

''ठीक आहे, तुझं म्हणणं आपण खरं मानू. पंजवाणी घशाच्या नसा ताणून बोलत होती. वर्मासाहेबांनी तिला दहाची अॅपॉइंटमेट दिली, एक रकमी पन्नास हजार दिले नाहीत, तर फोटो 'स्पॉटलाइट' मध्ये छापण्याची धमकी दिली...हे सगळं तुला कसं ऐकू आलं? का, वर्मासाहेबही तुझ्या सोयीसाठी घसा ताणून बोलत होते?''

''गुड पॉइंट!...व्हेरी गुड पॉइंट'' जज केसरांनी कौतुकानं मान डोलावली. अमीर आपला बावचळल्यासारखा दाढी कुरवाळत उभा!

''उत्तर दे अमीर!'' खवळून अमर अचानक ओरडला आणि दीक्षितही जरा दचकले.

''मी...मी...''

''नेहमीप्रमाणे त्या मीटिंगमधलंही अक्षर अन् अक्षर तू ऐकलं होतंस.''

''होय.'' खाली मान घालत अमीर म्हणाला, ''साडेआठच्या मीटिंगचं बोलणं मी...''

''खोटं बोलू नकोस अमीर, दहाच्या मीटिंगच्या वेळीही तू दरवाजाबाहेर उभा होतास.''

''नव्हतो!''

''विचार करून उत्तर दे.''

''नव्हतो.''

''नव्हतास?...ऑल राइट. तुला पॅसेजमध्ये पंजवाणीची किंकाळी ऐकू आली.?

''होय.''

''त्याच्याच काही सेकंद आधी रिव्हॉल्व्हरमधून एक गोळी सुटली, तिचा आवाज मात्र तू ऐकला नाहीस, हे कसं?''

''तेव्हा फार जोरात ढग गडगडला असेल.''

''दॅट्स ऑल!'' अमीरला जायची खूण करीत अमर म्हणाला,

“आय रिक्वेस्ट युवर ऑनर, अमीर खानची जर मला पुन्हा उलटतपासणी करणं भाग पडलं, तर कोर्टानं माझे ते अधिकार सुरक्षित ठेवावेत.”

“परमिशन ग्रॅन्टेड.”

“थँक यू, युवर ऑनर.”

“सरकारी वकिलांनी पुढचा साक्षीदार बोलवावा.”

“मि. हेमंत काळे.” बॅ. दीक्षितांनी कोटाच्या खिशातून एक छोटी पत्र्याची डबी काढून त्यातली एक सॉर्बिट्रेटची गोळी जिभेखाली ठेवत नाव पुकारलं. त्या गोळीनं त्यांच्या छातीत येणाऱ्या कळा ताबडतोब कंट्रोल झाल्या.

एक आडमाप, ढगळ शरीराचा तरुण साक्षीदाराच्या पिंजऱ्यात येऊन उभा राहिला. एखाद्या उत्साही कार्यकर्त्याचा आवेश होता त्यात. काहीच समाजकार्य करता आलं नाही, तर निदान मयतीची तयारी करून देण्याकरता तरी कोणीतरी मरावं, ह्या कॅटेगरीतला वाटत होता तो!

शपथ घेताना बिचारा उत्साहानं हसला आणि त्याचे पिवळट, डबल दात पाहून बॅ. दीक्षितांनाही मळमळून आलं. शपथ घेऊन त्यानं नाव, वय सांगितलं. तोही नरेंद्र वर्माबरोबर ‘स्पॉटलाइट’ मध्ये रिपोर्टरचं काम करीत होता.

“मि. हेमंत काळे, नरेंद्र वर्मा तुमच्याच डिव्हिनजला, तुमच्याच बरोबर काम करीत होता?”

“हो. फॅटी वाटायचा; पण जर का डाव्या हाताचा एक पंच..”

“शटअप! विचारीन तेवढीच माहिती द्या. ऑफिसात नरेंद्र वर्माची वागणूक कशी होती?”

“चांगली होती. ही वॉज माय गुड फ्रेंड.”

“तुमच्याशी त्याची खास मैत्री होती?”

“हो. कारण...”

“हं, बोला.”

“तो बऱ्याचदा मला पैसे मिळवून द्यायचा.”

“एक्सप्लेन इट.”

“त्याला बहुतेक वेळ नसायचा. त्यामुळे ‘स्पॉटलाइट’ व्यतिरिक्त तो

जे स्नॅप्स मारायचा, ते डेव्हलपिंगला तो माझ्याकडं द्यायचा.''

''कशा प्रकारचे स्नॅप्स?

''आईऽग्गं!.... काय एकेक पोझ असायची!''

''काळे, सरळ आणि स्पष्ट शब्दांत उत्तरं द्या.''

''बहुतेक सगळे बेडसीन्स असायचे!''

''आर यू शुअर?''

''घ्या! बहुतेक सगळे सीन्स मीच सर्व प्रोसेसमधून नेले आहेत!''

अगदी सहजपणे तो म्हणाला अन् जज् केसरांसकट सगळे हसले.

''समोरची, आरोपीच्या पिंजऱ्यातली तरुणी बघा.''

''कोर्टात आल्यापासून बघतोय.''

''तशी नाही; नीट बघा.''

''नीट...कोर्टात-''

''मि. काळे, हे 'स्पॉटलाइट' चं ऑफिस नाही. व्हल्गर बोललात, तर सरळ लॉकअपमध्ये जाल !''

''सॉरी!''

''ह्या तरुणीचा एखादा बेडसीन डेव्हलप केल्याचं तुम्हाला आठवतंय?''

क्षणभर काळे बटाटे डोळे करून आवंढे गिळत लोलाकडे पाहत राहिला.

''माझी मेमरी मला धोका देत नसेल, तर-''

''हं?

''हिच्या तीन बेडरूम सीन्सच्या मी एकंदर बारा पोस्टरसाइज प्रती तयार केल्या होत्या.''

''कोणाबरोबरचे होते सीन्स?''

''ऑब्जेकशन युवर ऑनर!'' इतका वेळ शांत बसलेला अमर ताडकन उठून उभा राहत ओरडला आणि सगळे सावरून बसले.

फ्लशमध्ये जशी ट्रिओशिवाय मजा नाही, तशी कोर्टात ऑब्जेक्शन-शिवाय मजा नाही.

आता कसं, वातावरण सळसळणारं, जिवंत वाटतं!

“ऑन व्हॉट ग्राउंड?”

“मि. हेमंत काळे यांनी लोलाचे बेडसीन्स डेव्हलप करण्याचं गचाळ काम केलं होतं, एवढंच केसच्या संदर्भात पुरेसं आहे. संधी मिळाली म्हणून एखाद्याला बदनाम करण्यात काय अर्थ आहे? कदाचित ते सीन्स बॅ. दीक्षितांबरोबर असतील; कदाचित माझ्याबरोबर असतील! त्यानं केसच्या वळणात कोणताही बदल होत नाही. द अॅन्सर इज गोइंग टू स्पॉईल सम वन!”

“ऑब्जेक्शन सस्टेन्ड.” जज् केसर म्हणाले आणि अमर पुन्हा खाली बसला.

“ऑल राइट.” चडफडत बॅ. दीक्षितांनी काळेला विचारलं, “मिस लोला पंजवाणी- जी तुमच्यासमोर आरोपीच्या पिंजऱ्यात उभी आहे, तिच्या बेड सीन्सच्या निगेटिव्ह्ज तुम्ही कोणाकरता डेव्हलप केल्या होत्या?”

“चारशे रुपयांकरता!” चटकन काळे म्हणाला आणि अमरही हसायला लागला.

“ओऽह स्टुपिड! आय वॉन्ट द पर्सन”

“मी - मीच! माझ्याच समाधानाकरता केल्या. बरं वाटतं!”

“तुम्हाला डेव्हलपिंगकरता चारशे रुपये कोणी दिले?” बॅ. दीक्षितांनी किंचाळून विचारलं.

“सिंडिकेट बँकेनं!”

“व्हॉट?”

“हो, चेक होता.”

“तुम्हाला चेक कोणी दिला?”

“हं- असं विचारा ना! मला तो नरेंद्र वर्मानं दिला.”

“थँक यू.” गमावलेला उत्साह परत मिळावा, तसे बॅ. दीक्षित म्हणाले, “युवर ऑनर, रिपोर्टर हेमंत काळेच्या साक्षीवरनं हेच सिद्ध होतं, की, मयत वर्मानं मिस् पंजवाणीचे काही बेडसीन्स स्नॅप केले होते. त्यांच्या आधारे तो पंजवाणीला ब्लॅकमेल करीत होता. त्याच्या कचाट्यातून सुटका करुन घेण्याकरता मिस पंजवाणी ६ जूनच्या रात्री दहा वाजता वर्माकडे गेली

अन् तिनं रिव्हॉल्व्हर झाडून वर्माचा खून केला.''

''क्रॉस एक्झॅमिन.''

''नो क्वेश्चन. थँक यू.'' अमर म्हणाला, तसा नाराजीनंच हेमंत काळे बाहेर पडला. अमरनं क्रॉस केलं असतं, तर उद्याच्या 'स्पॉटलाइट'-मध्ये हाच प्रसंग त्याला आणखी रंगवून लिहिता आला असता. मिस पंजवाणी सारख्या फर्स्ट डिग्री मर्डररला सुप्रसिद्ध वकील बॅ. अमर विश्वास कसे पाठीशी घालतायत वगैरे वगैरे...

''यू वाँट टू कॉल युवर नेक्स्ट विट्नेस?'' कोर्टाच्या घड्याळाकडे पाहून थकलेल्या स्वरात जज् केसरांनी बॅ. दीक्षितांना विचारलं.

''इफ द कोर्ट प्लीज- पुढचा साक्षीदार अत्यंत थोडा वेळ घेणार आहे. जर..''

''कॉल युवर नेक्स्ट विट्नेस.''

''मि. वरुण भिडे.''

वरुण भिडेच्या चालीवरनच लक्षात येत होतं की, हा निदान लहाणपणी-तरी संघात जात असला पाहिजे. 'स्पॉटलाइट' सारख्या कॉस्मॉपॉलिटन वातावरणात तो टिकलाच कसा, हे नवल होतं. आणि नुसता टिकला नव्हता, तर स्वत:च्या अंगच्या गुणांनी चीफ रिपोर्टर झाला होता.

त्याचा शपथविधी पार पडला.

''मि. भिडे, तुम्ही 'स्पॉटलाइट' मध्ये चीफ रिपोर्टर म्हणून काम पाहता?''

''होय''

''कुठे राहता?''

''पोपटलालची चाळ, डी.एल. वैद्य रोड, दादर.''

''वर्मा तुमच्या विंगला होता?''

''हो.''

''स्पॉटलाइट'चा रिपोर्टर शिवाजी पार्कसारख्या ठिकाणी फ्लॅट घेऊन राहतो आणि चीफ रिपोर्टर मात्र पोपटलालच्या चाळीत राहतो. तुम्हाला कधी हे जाणवलं नाही?''

“लक्षात आलं; जाणवलं नाही.”

“का?”

“नरेंद्र वर्मा माझ्या दृष्टीनं विंगचा सर्वांत हॉट जॅकपॉट होता. त्याच्या प्रॉम्प्ट सर्व्हिसमुळे ‘स्पॉटलाइट’ ला वेळोवेळी डेड हॉट टिप्स मिळत होत्या. त्याच्या बातम्यांमुळे दहा वर्षांत ‘स्पॉटलाइट’ चा सेल पाच हजारांवरून नेट अडीच लाखांवर गेला होता. माझ्या दृष्टीनं ही वॉज द बेस्ट स्टाफ. त्याच्या प्रायव्हेट लाइफमध्ये डोकावण्याचं मला कारणच नव्हतं.”

“म्हणजे वर्मानं फ्लॅट कसा घेतला, हे तुम्ही शोधून काढण्याचा प्रयत्न केला नाहीत?”

“केला. काही झालं तरी मी चीफ रिपोर्टर आहे. बातमीदाराचा मुख्य गुण बातम्या मिळवणं; तो माझ्या अंगात पुरेपूर मुरलाय.”

“तुम्हाला काय आढळलं?”

“ही वॉज अ थर्ड रेट ब्लॅकमेलर!”

“तरीही तुम्ही त्याला कामावर ठेवलंत?”

“त्याच्या प्रायव्हेट लाइफचा त्याच्या करिअरवर परिणाम होत नव्हता आणि दुसरं म्हणजे उत्कृष्ट फोटोग्राफर असलेला रिपोर्टर जनरली साइड बिझनेस करतो. त्यात चीफ रिपोर्टरनं लक्ष घालण्याचं कारण नाही!”

“तुम्ही एका ब्लॅकमेलरला पाठीशी घालत होतात?”

“तो ब्लॅकमेकर आहे, हे शोधून काढून सिद्ध करण्याचं काम पोलिसांचं होतं. पोलीस डिपार्टमेंट फेल्ड टू परफॉर्म द ड्यूटीज!”

“पण तुम्ही पोलिसांना रिपोर्ट का केलं नाहीत?”

“वर्मा ब्लॅकमेलिंग करतो, हे मला त्याचा खून झाल्यानंतर कळलं!”

शांतपणे भिडे म्हणाला.

“दॅट्स ऑल. क्रॉस एक्झॅमिन.”

“नो क्वेश्चन.”

“आज कोर्टानं रिसेस अवर्समध्येही कामकाज थांबवलेलं नाही, हे लक्षात घेऊन आज वेळेपूर्वी सात मिनिटं कोर्ट बरखास्त करण्यात येत आहे. द कोर्ट इज अ‍ॅड्जर्न्ड अन्टिल टूमारो मॉर्निंग सेशन.” जज् केसर म्हणाले

आणि उठून चेंबरमध्ये निघून गेले.

स्नॅपचे फ्लॅश लाइट्स चुकवत अमर हसला. कोर्टाच्या दरवाजाकडे निघाला. तो का हसला, ते जर बॅ. दीक्षितांना समजलं असतं, तर त्यांनी... नाऊ इट वॉज ओव्हर.

लक्षात आलं असतं, तरी दीक्षित काही करू शकले नसते.

अमर हॉलमध्ये शिरला अन् क्षणभर थबकून हसला. कोचावर पडून गोल्डी एकटक त्याच्याकडे पाहत होता.

"सॉरी गोल्डी".. हातातली ब्रीफकेस टेबलावर टाकत अमर म्हणाला. "कालची केस संपल्यानंतर रात्री दहापर्यंत मी इतका बिझी होतो, की तुला साधा फोन करूनही मला निरोप टाकणं अशक्य होतं."

"अमर, तुला जर अर्जन्सी नसेल, तर व्हाय डू यू पे डबल चार्जेस, मेकिंग इट व्हेरी अर्जंट? तुला संध्याकाळी माहिती हवी होती म्हणून मी शेठ धरमचंद आणि नरेंद्र वर्माची माहिती काढण्याकरता सहा डिटेक्टिव्ह्ज डबल चार्जेस देऊन हायर केले होते. ती माहिती..."

"तुझ्या फाइल्स तयार आहेत?"

"दोघांच्याही... पणजोबांच्या नावापासून! वंशावळ हवीय?"

"रात्री वाचणारच आहे. त्यापूर्वी तू थोडक्यात सांग. म्हणजे वाचताना कोणत्या माहितीवर भर द्यायचा, ते मला ठरवता येईल."

"ऑल राइट," उठून बसत गोल्डी म्हणाला, "हू क्लेम्स फर्स्ट!"

"शेठ धरमचंद."

"शेठ धरमशेठ पिढीजात श्रीमंत नाही. त्याचे वडील गेले, तेव्हा त्यांनी मरताना धरमचंदकरता रोख पाच हजार रुपये, वीस तोळे सोनं आणि बारा हजार रुपयांचं कर्ज ठेवलं होतं."

"कर्ज?"

"होय. त्या वेळी धरमचंद अवघा सोळा वर्षांचा होता. धरमचंदच्या अंगात पुरेपूर व्यापारी रक्त मुरलेलं होतं. अगदी लहान प्रमाणात मेणबत्त्या बनवण्याचा लघुउद्योग त्यानं सुरू केला.

"त्या उद्योगात त्याला हळूहळू फायदा व्हायला सुरुवात झाली. एका वर्षात कर्जमुक्त होऊन धरमचंद लेव्हलला आला. बरोबर दोन वर्षांनी त्यानं व्यवस्थित एक्सपांड झालेला मेणबत्तीचा कारखाना एका पारश्याला विकला. जागा, गुडविल इ. सकट धरमचंदला पारश्यानं नेट पंचवीस हजार रुपये दिले. ते पंचवीस हजार, प्लस शिल्लक टाकलेले साठ हजार असे एकंदर पंच्याऐंशी हजार रुपये गुंतवून धरमचंदनी फोर्टमध्ये 'धरमचंद ज्वेलर्स' ची स्थापना केली आणि आज त्या दुकानाचं रूपांतर एका लिमिटेड फर्ममध्ये झालं आहे."

"लोला पंजवाणीचा पॉइंट मी मुद्दाम निग्लेक्ट करतो. एकतर तिनं तुला माहिती दिली असेल आणि माझ्या डिटेक्टिव्ह्जनी धरमचंदवर लक्ष कॉन्सन्ट्रेट केल्यामुळं त्यांनी लोलाबद्दल माहिती मिळवलेली नाही."

"विल डू. गो ऑन."

"शनिवार, दि. १६ जून ७३ ला शेठ धरमचंद संध्याकाळी साडेपाचला फर्ममधून बाहेर पडले. त्यांची हिलमन आहे. ते साडेपाचनंतर सुप्रसिद्ध ज्वेलर्स सर चंद्रवदन शहांच्या ज्वेलरीच्या दुकानात गेले होते. तिथे ते सातपर्यंत होते. नंतर मात्र ते कुठे गेले, ते कळू शकलं नाही; पण..."

"यस?"

"शेठ धरमचंदची हिलमन दोघा-तिघांनी शिवाजी पार्कच्या एरियात पाहिली."

"शिवाजी पार्क?" सावरून बसत अमरनं विचारलं.

"होय."

"साधारण वेळ?"

"एकाच्या सांगण्याप्रमाणे पावणेनऊच्या सुमाराला. दुसऱ्याच्या म्हणण्याप्रमाणे सव्वानऊच्या सुमाराला. तिसऱ्यानं पावणेदहाच्या सुमाराला ती बिल्डिंगच्या खालीच पार्क केलेली पाहिली होती."

"हे तिघं एवढ्या पावसात काय करत होते? आणि रस्त्यावर दिवे नसताना त्यांनी धरमचंदची हिलमन कशी ओळखली?"

"ज्यानं पावणेनऊच्या सुमाराला हिलमन पाहिली, तो ॲव्हेन्यू

नं. ७ च्या कॉर्नरला पावसामुळे अडकून पडला होता. हिलमन त्याच्या पुढ्यातच पार्क करून धरमचंद खाली उतरले. कारमधल्या लाइटच्या प्रकाशात त्यानं धरमचंदना व्यवस्थित ओळखलं होतं.

''दुसरा निश्चित सांगू शकत नाही. सिगारेटचं थोटूक खिडकीबाहेर फेकताना त्याला कारमध्ये बसलेले धरमचंद ओझरते दिसले.''

''व्हॉट अबाउट थर्ड वन?''

''तिसऱ्याचा प्रश्नच नाही. आपल्या गुरख्यानंच कार पाहिली होती!''

''ओह! ह्याचा अर्थ साधारण साठेआठपासून शेठ धरमचंद शिवाजी पार्कच्या एरियात होते.'' विचार करीत अमर पुटपुटला, ''इतक्या वादळी पावसात त्यांचं तिथे काय काम असावं?''

''अमर, ते लोलाचा पाठलाग तर करीत नसतील?''

''कान्ट से; पण तसं असतं तर नरेंद्र वर्मापर्यंत ते पोचले असते. मग त्यांना माझ्याकडे येण्याची गरजच भासली नसती.''

''लिंक जोडण्याचं काम तू कर. आता आपण नरेंद्र वर्मा हातावेगळा करू.'' सिगारेट शिलगावत गोल्डी म्हणाला, ''नरेंद्र वर्माचं एकूण करिअर पाहिलं, तर ही वॉज अ लोफर. तो 'स्पॉटलाइट' मध्ये सर्व्हिसला लागण्यापूर्वी बेकारच होता; पण त्याही काळात त्याची राहणी मात्र व्यवस्थित होती. त्याचं वावरणं हाय सर्कलमध्ये होतं.

''केव्हातरी त्यानं फोटोग्राफीचा कोर्स पुरा केला. तो प्रायव्हेटली फोटोग्राफरचा धंदा करु लागला. लग्नसमारंभ, रिसेप्शन्स, पार्ट्या इ. ना हटकून त्याला बोलावणी यायला लागली. त्याच्या फोटोचे रिझल्ट्स कायम चांगले असायचे. कोणत्या वेळी कोणत्या अँगलनं, कसा फोटो घ्यावा, ते त्याला चांगलं अवगत होतं.

''त्याच टेक्निकमुळे त्याला 'स्पॉटलाइट' ने रिपोर्टर म्हणून कामावर घेतलं.''

''पुढचं मला माहितीय.'' अमर म्हणाला, ''सोनाली कुठाय?''

''असेल वर. का?''

''तिच्यावर मी एक काम सोपवलं होतं.''

"रुमालाचं ना? केलंय तिने."

"टॅक्सी ड्रायव्हर मिळाला?"

"हो. ध्यानचंद नाव त्याचं. पॉसिबली, उद्या कोर्टात बॅ. दीक्षित त्याला सरकारी साक्षीदार म्हणून उभं करतील."

"थँक गॉड!" डोळे मिटत अमर म्हणाला, "त्यांनी जर आज ध्यानचंदची साक्ष घेतली असती, तर माझा प्लॅन साफ कोसळला असता. गोल्डी, लोलाला अटक झालेली ध्यानचंदला माहितीय?"

"एव्हाना माहिती झाली असेल. मीच ब्रिजेशलालला आज संध्याकाळी फोन करून ध्यानचंदची माहिती दिली होती. म्हणूनच तर म्हटलं, उद्या दीक्षित त्याला साक्षीदार म्हणून बोलावतील."

"आता एक काम कर."

"यस?"

"ब्रिजेश तुझ्याकडे किंवा माझ्याकडे येण्यापूर्वीच तू त्याला गाठ आणि तो लोलाचा रुमाल ब्रिजेशच्या स्वाधीन कर. तो तुला कुठे मिळाला, तू मिळवलास का आणखी कोणी आणून दिला... काहीही सांगण्याची आवश्यकता नाही. ब्रिजेशला टॅक्सी ड्रायव्हरने रुमालाची हकीकत सांगितली असेल. ब्रिजेश नक्की कॉर्नरमध्ये एल्. असलेला रुमाल कोणी नेला ते शोधत असेल!"

"पण तो दिला तर..."

"तर काही बिघडत नाही. आपण देण्यापूर्वी ब्रिजेशनं तो आपल्याकडे मागितला, तर मात्र मी ट्रॅप होईन."

"कसा?"

"रुमाल माहीत नाही असं सांगावं, तर बॅ. दीक्षित नक्की सोनाली अन् मोहिनीला ओळख परेडला बोलावतील. ध्यानचंदनी कदाचित सोनालीला ओळखलं तर बॅ. दीक्षित नक्की माझ्यावर पुरावा लपवण्याचा आरोप करतील.'

"अन् दिला तर?"

"सेम. काही फरक पडत नाही. ब्रिजेशनी मागितला म्हणून दिला. नाहीतर मी रुमाल दिला असताच कशावरून?"

'अमर, एव्हीतेव्ही रुमाल जर इ. लालला द्यायचाच होता; एवढी खटाटोप करून मिळवलास कशाला? ध्यानचंदनी नसता का दिला?''

''यु विल गेट इट टुमारो.'' हसत अमर म्हणाला, ''उद्या तू आणि सोनाली शार्प साडेदहाला कोर्टात हजर रहा. सोनालीला म्हणावं, कोर्टात येताना एक्झॅक्टली तोच ड्रेस घालून ये.''

''तोच म्हणजे?''

''ध्यानचंदकडे जाताना घातलेला. कदाचित तिला उद्या साक्ष द्यावी लागेल. अर्थात ध्यानचंदची साक्ष झाली तर.''

''व्हॉट'स ऑन युवर माइंड, अमर?''

''नथिंग!''

''वन मोअर इन्फर्मेशन अमर. अमीरबद्दल.''

''यस?''

''धरमचंदच्या मेणबत्तीच्या कारखान्यात अमीर दोन वर्षं पार्टटाइम काम करत होता!''

''द बेस्ट इन्फर्मेशन ऑफ द डे,'' तोंडानं शीळ वाजवत अमर पुटपुटला. बसल्या जागेवरनं लांब हात करून त्यानं क्रेडल पुढे सरकवून घेतला.

''गोल्डी, उद्या केव्हाही शेठ धरमचंद येतील. त्यांच्याकरता मी एक लिफाफा तयार करून ठेवतो. आले की तेवढा त्यांना दे.'' डायल फिरवत अमर म्हणाला.

''हॅलो ऽ.. धरमचंद ज्वेलर्स धिस एंड.''

''हॅलो, शेठ धरमचंद आहेत का?''

''आपण कोण बोलताय?''

''बॅ. अमर विश्वास.''

''होल्ड ऑन प्लीज. मी कनेक्शन देते.'' पलीकडून आवाज आला आणि पाच सेंकदांच्या गॅपनं पुन्हा रिसीव्हरमधून आवाज आला, ''हॅलो... यू मे स्पीक.''

''गुड मॉर्निंग शेठ धरमचंद.''

"गुड मॉर्निंग बॅ. विश्वास. आय रिग्रेट टू टेल यू, तुमच्या सर्व्हिसेसची यापुढे मला गरज नाही.''

"हरकत नाही; पण निदान...''

"गरज नाही. लोलाबद्दलची सर्व माहिती पेपरआउट झालीय.''

"एक सेकंद. उत्सुकता म्हणून एक प्रश्न विचारू का?''

"अवश्य. उत्तर दिलंच पाहिजे असं बंधन नाही ना?''

"नाही. तुमच्या सेफमधली किती रक्कम लोलानं पळवली म्हणालात तुम्ही?''

"एक लाख.''

"काउंट इट अगेन.''

"नॉट नेसेसरी. तुमच्याकडून घरी आल्यावर मी ती काउंट केलीय.''

"थँक यू अँड बाय.''

"गुड बाय.'' अमरनं मान डोलावली अन् फोन क्रेडलवर ठेवला.

"अमर...''

"उद्या धरमचंद येणार नाहीत. वाट पाहू नकोस. स्टार्ट. तो रुमाल ब्रिजेशला देऊन ये.''

"यस सर.'' नाइलाजानं उठत गोल्डीनं विचारलं, "अर्जंट?''

"यस, अर्जंट.''

मोहिनी शिजवत असलेल्या चिकनचा वास घेत गोल्डी बाहेर पडला.

चार

“देवाशपथ सत्य सांगेन आणि फक्त सत्यच सांगेन. सत्याशिवाय काहीही बोलणार नाही.”

“व्हेरी गुड, इन्स्पेक्टर.” हसून बॅ. दीक्षित म्हणाले, “तुम्ही बॅ. अमर विश्वास ह्यांचे मित्र आहात; पण तसेच एक कर्तव्यदक्ष पोलिस अधिकारीही आहात. तुमच्या कर्तव्यपालनात तुमची मैत्री आड येणार नाही अन् आलीच तर कर्तव्याकरता तुम्ही मैत्रीचा बळी द्याल, अशी माझी खात्री आहे.”

काही न बोलता इ. लाल शांतपणे साक्षीदाराच्या पिंजऱ्यात उभा होता. त्याची शांत नजर अमरच्या निळ्या नजरेतून त्याच्या हृदयाचा ठाव घेण्याचा असफल प्रयत्न करीत होती.

“इ. लाल, अमीर खानच्या साक्षीप्रमाणे त्यानं तुम्हाला खून झाल्याची बातमी फोनवरून साधारण साडेबाराच्या सुमाराला दिली.”

“शून्य वाजून पंचेचाळीस मिनिटं– इफ यू वॉंट टु बी एक्झॅक्ट.”

“ठीक १२.४५ ला तुम्हाला नरेंद्र वर्माच्या खुनाची बातमी समजली. तुम्ही लगेच तिथे पोचलात?”

“एक वाजता.”

“काय पाहिलंत?”

“ज्या रूमला ‘डार्करुम’ म्हणून संबोधण्यात येतंय, त्या खोलीत दिवा जळत होता. डार्करूमच्या मागच्या बाजूच्या दरवाजाकडे तोंड करून वर्मा आरामखुर्चीमध्ये बसला होता. त्याच्या छातीतून रक्त वाहत होतं.

“म्हणजे छातीला जखम होती?”

“जखमा होत्या.”

“किती?”

“तीन.”

“कशामुळे झाल्या होत्या?”

“वर्माच्या छातीवर कोणीतरी तीन गोळ्या झाडल्या होत्या.” लाल म्हणाला अन् अमरनं लोलाकडं पाहिलं.

“विश्वास, माझ्या रिव्हॉल्व्हरमधून फक्त-”

“शट-अप. कीप क्वाएट!”

“आणखी काय आढळलं?”

“त्याच्या आरामखुर्चीपासून साधारण चार फुटांवर एक पर्स पडली होती आणि तळपायाजवळच ०.२८ कॅलिबरचं एक रिव्हॉल्व्हर पडलं होतं.”

“पर्समध्ये काय होतं?”

“लिपस्टिक, पाँड्सची छोटी मेकअप पावडर, एक छोटा कंगवा आणि ”

“यऽस? आणि ऽऽ -?”

“एक्कावन हजार नऊशे तीन रुपये, साठ पैसे.”

“आणखी?”

“एक व्हिजिटिंग कार्ड. ‘धरमचंद ज्वेलर्स’चं.”

“आणखी तुम्हाला काही सापडलं? रूममध्ये किंवा रूमबाहेर?”

“मागच्या दरवाजाबाहेरच्या बाजूच्या खिळ्याला एक लेडीज रेनकोट होता.”

“गुड, पर्स आणि रेनकोट कोणाच्या मालकीचा होता, हे तुम्ही शोधून काढलंत?”

“यस. त्या वस्तू लोला पंजवाणीच्या होत्या.”

“तुम्ही तिच्यापर्यंत कसे पोचलात?”

“‘धरमचंद ज्वेलर्स’ च्या शेठ धरमचंदांनी त्या वस्तू ओळखून आम्हाला लोला पंजवाणीचा हिंदू कॉलनीचा पत्ता दिला.”

“लोलाला अटक करण्याकरता तुम्ही हिंदू कॉलनीतल्या तिच्या घरी गेलात, तेव्हा लोला कुठे होती?”

“घरात नव्हती. आम्ही तिथे गेल्यानंतर दहा मिनिटांनी ती आली.”

“कुठे गेली होती?”

“युवर ऑनर, लोला पंजवाणी कुठे गेली होती, याला महत्त्व नाही. जेव्हा इ. लाल तिच्या घरी गेले, तेव्हा ती बाहेर गेली होती, हा तिचा दोष नाही. इ. लाल काही वेळ ठरवून गेले नव्हते. लोला आल्याबरोबर पोलिसांच्या स्वाधीन झालीय. तिनं पळून जाण्याचा प्रयत्न केलेला नाही,” मध्येच अमर म्हणाला.

“केलेला आहे!” ठासून बॅ. दीक्षित म्हणाले, “इ. लाल, लोलाला तुम्ही ताब्यात घेतलंत तेव्हा तिच्याजवळ तुम्हाला काय मिळालं?”

“लेडी सबइन्स्पेक्टर राधा सामंतनी तिची झडती घेतली. झडतीत लोलाजवळ एक एअर बॅग मिळाली.”

“एअर बॅगेत काय होतं?”

“दोन-तीन ड्रेसेस, चारशे रुपये आणि ०.२८ कॅलिबरचं रिव्हॉल्व्हर.”

“धिस पॉइंट शुड बी नोटेड प्लीज. युवर ऑनर, सकाळी सकाळी बाहेर पडताना लोला पंजवाणी दोन-तीन ड्रेस घेऊन कुठे गेली होती, ह्याचं समर्थन आरोपीचे वकील करू शकतील काय?”

“कदाचित ती एखाद्या ‘चुकून’ ब्रह्मचारी राहिलेल्या वकिलाकडेच राहिली असेल रात्रभर.” अमर जज् केसरांना ऐकू जाणार नाही, इतक्या लो टोनमध्ये बोलला; पण ज्यांनी ते वाक्य ऐकलं अन् बॅ. दीक्षित अविवाहित आहेत हे ज्यांना माहीत होतं, ते इतक्या जोरात हसले, की त्या हास्यात दीक्षित पार विरघळूनच गेले. काही बोलण्याचंही त्यांना सुचेना.

“सहकारी वकीलमित्रावर अशी कॉमेंट करणं आपल्या पेशाला शोभत नाही.” गुळगुळीतपणे ते म्हणाले.

“युवर ऑनर,” त्यांच्या परिस्थितीचा गैरफायदा न घेता अमर

त्यांच्या प्रश्नाकडे वळला. "आरोपी सकाळी कुठे गेली होती - सकाळीच का गेली होती- आणि तिनं आपल्याबरोबर कपडे कोणत्या उद्देशानं ठेवले होते... या सगळ्याला प्राप्त परिस्थितीत तरी महत्त्व नाही. कारण इ. लाल आपल्याला अटक करण्यासाठी येणार आहेत, हेच तिला माहीत नव्हतं. ती परत आली, तेव्हा इ. लाल तिच्या घरापाशी हजर होते. त्यांनी तिला सर्व काही समजावून सांगताच, कोणत्याही प्रकारे विरोध न करता, ती त्यांच्या स्वाधीन झाली. तिला पळूनच जायचं असतं, तर ती परत आलीच नसती!"

"इ. लाल!" दीक्षितांनी खवळून चढ्या आवाजात हाक मारली आणि कोर्टात शांतता पसरली. "वर्माच्या रूममध्ये तुम्हाला एकंदर दोन रिव्हॉल्व्हर्स मिळाली."

"नाही. वर्माच्या डार्करूममध्ये एक मिळालं आणि लोलाच्या एअर बॅगमध्ये एक मिळालं.

"व्हॉट डिफरन्स?"

"आय डोन्ट नो! दोन्ही रिव्हॉल्व्हर्स वर्मांच्या केसशी संबधित असतील. कदाचित त्यांतलं एक असेल, कदाचित कोणतंच नसेल."

"ऑल राइट. डार्करूममध्ये जे रिव्हॉल्व्हर मिळालं आणि जे एक्झिबिशन नं. १ म्हणून ठेवण्यात आलेलं आहे, त्या रिव्हॉल्व्हरमधून किती शॉट्स डिस्चार्ज झाले होते?"

"फक्त एक."

"आणि एक्झिबिशन नं. २ म्हणून कोर्टासमोर मांडलेलं रिव्हॉल्व्हर तुम्हाला एअर बॅगमध्ये मिळालं... माझी काही चूक तर होत नाही ना?"

"नाही. एक्झिबिशन नं. दोनचं रिव्हॉल्व्हर मला लोलाच्या एअर बॅगमध्येच मिळालं."

"त्या रिव्हॉल्व्हरमधून काही शॉट्स डिसचार्ज झाले होते?"

"होते."

"किती?"

"तीन."

इ. लालचं उत्तर अमरला इतकं अनपेक्षित होतं, की क्षणभर तोही

गोंधळून गेला. जर लाल खोटं बोलत नसेल, तर पंजवाणीनं त्याला खोटं सांगितलं होतं! त्यानं लोलाकडे पाहण्याच्या मोह कटाक्षानं टाळला. बॅ. दीक्षित नजरेच्या कोपऱ्यातून आपल्याकडे पाहताहेत, हे त्याच्या लक्षात आलं होतं.

"एक्झिबिशन नं. १ व नं. २ ची रिव्हॉल्व्हर्स कोणत्या कंपनीची आहेत?"

"दोन्ही जॅकसनची. ०.२८ कॅलिबरची रिव्हॉल्व्हर्स आहेत."

"युवर ऑनर," बॅ. दीक्षित अमरच्या परिणामकारक ड्रामापद्धतीचा अवलंब करण्याच्या प्रयत्नात चिरकले, तसा कोर्टात हशा पिकला. दीक्षितांचा मेकअप तिथेच कोसळला. त्यांनी उगाचच घसा साफ केला. ऑर्डर्लीकडून एक ग्लास पाणी मागवलं आणि ते पुन्हा बोलायला लागले. "मी आरोपीला एक प्रश्न विचारणार आहे. त्या प्रश्नाचं उत्तर मला आरोपीच्या वकिलांकडून नकोय."

"विचारा."

"मिस पंजवाणी," तिच्या पिंजऱ्याजवळ जाऊन ऐटीत बॅ. दीक्षितांनी विचारलं,"तुमच्याजवळ रिव्हॉल्व्हर मेन्टेन करण्याचं लायसेन्स आहे?"

"नाही." शुष्क ओठांवरून जीभ फिरवत लोला म्हणाली.

"मग तुमच्या एअर बॅगमध्ये रिव्हॉल्व्हर कुठून आलं?"

"आय ऑब्जेक्ट!" ताडकन उठत अमर म्हणाला.

"ऑन व्हॉट ग्राउन्ड?"

"द अन्सर विल इनक्रिमिनेट द डिफेन्डन्ट!" अमर म्हणाला आणि बॅ. दीक्षितांनी नाक फेंदारून अमरकडे पाहिलं. "पण मी ऑब्जेक्शन घेत नाही. मला टेक्निकॅलिटीज टाळून कायद्याला सहकार्य द्यायचं आहे. आरोपीनं या प्रश्नाचं जरूर उत्तर द्यावं!"

जिथे-तिथे हुशारी! नेहमी टेक्निकॅलिटीज वापरतो तर खरं! पण आता आव कसा आणतोय! थांब उत्तर देऊ देत तिनं- मग बघ!

"मी ते रिव्हॉल्व्हर चोरलं होतं." शांतपणे लोला म्हणाली.

"कुठून?"

"शेठ धरमचंदच्या प्रायव्हेट सेफमधून."

"कशाकरता?"

"वेळ आलीच तर नरेंद्र वर्माला शूट करण्याकरता."

"आणि वेळ आली?"

"नाही. ऑलरेडी ही वॉज शॉट!"

"तर मग तुम्ही वर्माच्या प्रेतावर तीन शॉट्स मारलेत?"

"मी एकही शॉट वर्मावर किंवा त्याच्या प्रेतावर मारलेला नाही."

"मला हे उत्तर अपेक्षित होतंच." कुत्सितपणे अमरकडे पाहून हसत बॅ. दीक्षित म्हणाले, "क्रॉस एक्झॅमिन."

अमर बॅ. दीक्षितांकडे पाहून असा हसला की त्यांना वाटलं, आपलं काहीतरी चुकतंय. ते अस्वस्थपणे त्याच्याकडे पाहायला लागले.

"इ. ब्रिजेशलाल," संथपणे अमरनं विचारलं, "दोन्ही रिव्हॉल्व्हर्स एकाच मेकची ०.२८ कॅलिबरची आहेत. कोणतं रिव्हॉल्व्हर कुठलं तुम्ही कसं ओळखलं?"

लाल हसला. "प्रथम मला डार्करूममधलं रिव्हॉल्व्हर मिळालं. त्याच्यावर मी ताबडतोब नं. १ चं लेबल लावलं."

"ह्याचा अर्थ 'दुसरं रिव्हॉल्व्हर' मिळणार, हे तुम्हाला अपेक्षित होतं?"

"नाही. मिळालंच तर घोटाळा होऊ नये म्हणून मी लेबल लावलं."

"व्हेरी गुड अॅन्सर!" कौतुकानं लालकडे पाहत अमर म्हणाला. त्याच्या सहवासात राहूनराहून लालही वकिली डावपेच ओळखून उत्तरं देण्यात तयार झाला होता.

"इ. लाल, नं. १ मधून एक गोळी डिसचार्ज झाली आणि नं २ मधून तीन. बरोबर आहे?"

"होय."

"वर्माच्या प्रेतात, त्याच्या शरीरात किती गोळ्या सापडल्या?"

"तीन."

"एकूण गोळ्या किती झाडण्यात आल्या होत्या?"

"चार."

"व्हेअर इज द फोर्थ?"

"एक्झिबिशन नं. ३ व ३-अ म्हणून रिकामं काडतुस व चौथी गोळी ठेवलेली आहे."

"कुठे मिळाली?"

"वर्माच्या पायाजवळ जमिनीत."

"दोन्ही रिव्हॉल्व्हर्सवर फिंगर प्रिंट्स मिळाल्या?"

"होय. त्या लोलाच्या उजव्या हाताच्या प्रिंट्सशी जुळतायत."

"दोन्ही रिव्हॉल्व्हर्सवरच्या?"

"होय."

"आश्चर्य आहे!" नाटकी पद्धतीनं अमर म्हणाला, "युवर ऑनर, एकंदर सीन डोळ्यांसमोर उभा केला तर फार मजेदार चित्र तयार होतं. मिस लोला पंजवाणी जेव्हा नरेंद्र वर्माला भेटायला गेली, तेव्हा तिच्या पर्समध्ये एक नाही, दोन रिव्हॉल्व्हर्स असायला हवीत. तिनं एक्झिबिशन नं. १ च्या रिव्हॉल्व्हरमधून एक गोळी झाडली. ती नेम चुकून त्याच्या पायाजवळ जमिनीत घुसली. लोलाला वाटलं, ह्या रिव्हॉल्व्हरमध्येच काही दम नाही! म्हणून तिने ते त्याच्या पायाजवळ फेकून दिलं.

"लोला म्हणाली असेल, 'एक मिनिट हं, मि. वर्मा, मला तुमच्या छातीत गोळ्या मारायच्यात!' नंतर तिनं पर्समधून एक्झिबिशन नं. २ चं रिव्हॉल्व्हर हातात घेतलं. त्या रिव्हॉल्व्हरच्या गोळ्या वर्माच्या बरोबर छातीत बसल्या. 'आता मी आनंदाने मरतो!' असं वर्मा म्हणाला असेल! कारण त्याला मरायचं होतं. दोन्ही रिव्हॉल्व्हर्स उपयोगात आणेपर्यंत तो शांत होता.

"मग लोलानं यशस्वी झालेलं रिव्हॉल्व्हर अत्यंत प्रेमानं उचलून घेतलं आणि अपयशी रिव्हॉल्व्हरच्या प्रिंट्स लालना घेता याव्यात, या दयाळू विचारानं ते तिथेच ठेवून ती निघून गेली. हाउ इंटरेस्टिंग!"

"युवर ऑनर," अमरच्या भाषणातला उपरोध असह्य होऊन बॅ. दीक्षित ओरडले, "आरोपीच्या वकिलांना जे काही म्हणायचं असेल, ते त्यांनी स्पष्टपणे सांगावं."

"माझ्या म्हणण्याचा अर्थ उघड आहे. मी तो स्पष्ट करतो. त्यापूर्वी इ. लालना मला एक प्रश्न विचारायचाच आहे, जो सरकारी वकिलांच्या

नजरेतून सुटला आहे.'' अमर दीक्षितांकडे पाहून म्हणाला आणि पुन्हा त्यांच्या काळजाचा एक ठोका चुकला. ''इ. लाल, आरोपीच्या घराची तुम्ही झडती घेतलीत?''

''घेतली.''

''काय मिळालं?''

''एक काऊ बॉय पँट अन् एक शर्ट.''

''कशा अवस्थेत मिळाला हा ड्रेस?''

''अर्धवट वाळलेला; पण त्यावर चिखलाचे डाग होते आणि शर्टवर रक्ताचे डाग होते.''

''फाइन! इ. लाल, यू आर वन ऑफ द एक्सपर्ट हँड्स. वर्माच्या शरीरात शिरलेल्या गोळ्या साधारण किती अंतरावरून मारण्यात आल्या, ते तुम्ही सांगू शकाल?''

''सहा फुटांवरनं.''

''सहा फूट गोळी झाडल्यावर रक्त किती लांब आणि उंच उडतं?''

''तसं ते उडत नाही. स्पॅल्श होतं. उडाला तर कदाचित एखादा थेंब सहा फुटांपर्यंत उडू शकेल.''

''बट नॉट शुअर?''

''नॉट शुअर.''

''युवर ऑनर,'' शांतपणे अमर म्हणाला, ''मला सरकारी वकिलांकडून जरा एक्सप्लेनेशन हवंय. लोलाच्या शर्टावर रक्ताचे डाग कुठून आले, ते सरकारी वकील सांगू शकतील काय?''

''आय ॲम नॉट बाउंड टू ॲन्सर ॲनी डॅम क्वेश्चन.'' तिरसटपणे दीक्षित म्हणाले.

''सर्टनली नॉट. आय रिक्वेस्ट यू टू ॲन्सर.''

''आय कान्ट.''

''आय कॅन !'' ताडकन् अमर म्हणाला आणि प्रेस रिपोर्टर्स सावरून बसले. लोकांच्या नजरा स्पेल बाउंड झाल्यासारख्या अमरवर खिळून राहिल्या. ''मे आय, इफ द कोर्ट प्लीज?-

''ॲन्सर!'' उत्सुकतेनं जज केसर म्हणाले.

''युवर ऑनर,'' अत्यंत आत्मविश्वासानं अमर म्हणाला, ''कोर्टानं जर एकंदर परिस्थितीचा विचार केला, तर मिस लोला पंजवाणी केवळ सर्कमस्टॅन्शिअन एव्हिडन्सची शिकार बनली आहे, हे कोर्टाच्या लक्षात येईल.

''वर्माच्या पायाजवळ, जमिनीत एक गोळी शिरली होती आणि त्याच्या छातीमध्ये हृदयाचा वेध घेऊन तीन गोळ्या शिरल्या होत्या. प्राप्त पुराव्यानुसार ह्या चारपैकी एक गोळी, जी एक्झिबिशन नं. ३ म्हणून कोर्टासमोर ठेवलेली आहे, एक्झिबिशन नं. १ म्हणून ठेवलेल्या रिव्हॉल्व्हरमधून झाडण्यात आली होती आणि त्याच्या छातीवर ज्या सलग तीन गोळ्या झाडण्यात आल्या, त्या एक्झिबिशन नं. २ च्या रिव्हॉल्व्हरमधून डिस्‌चार्ज झालेल्या आहेत.

''क्षणभर आपण असं गृहीत धरू की, पहिल्यांदा वर्मावर 'चुकलेली' गोळी झाडण्यात आली. त्याच्या शरीराला स्पर्शही करून न गेलेल्या गोळीनं वर्मा सावध व्हायला हवा होता. त्यानं प्रतिकार करायला हवा होता. किमान लोलापासून दूर पळण्याचा प्रयत्न करायला हवा होता.

''प्राण वाचवणं हा मानवी स्वभाव आहे. वर्मानं जर प्रतिकार केला असता, तर त्याला आरामखुर्ची सोडून उठावं लागलं असतं. म्हणजेच ज्या गोळ्यांनी त्याचे प्राण घेतले, त्या गोळ्या आरामखुर्चीपासून काही अंतरावर त्याच्या शरीरात शिरल्या असत्या; पण आरामखुर्चीजवळचं रक्ताच थारोळं सोडलं, तर इतर कुठेही रक्तस्राव झालेला दिसत नाही.

''दुसरा पर्याय म्हणजे पळून जाणं. बॅक डोअरच्या साइडला हातात रिव्हॉल्व्हर घेतलेली लोला उभी आहे म्हटल्यावर वर्माला पळून जायचा एकच मार्ग राहतो- डार्करूमचं मेन डोअर, जे पॅसेजमध्ये खुलतं.

''त्यानं जर पळून जायचा प्रयत्न केला असता, तर गोळ्या त्याच्या पाठीत शिरायला हव्या होत्या; छातीत नाही.

''ह्याचाच अर्थ युवर ऑनर, मयत नरेंद्र वर्मावर पहिल्यांदा गोळ्या झाडल्या गेल्या, त्या एक्झिबिशन नं. २ च्या रिव्हॉल्व्हरमधून! नं. १ च्या रिव्हॉल्व्हरमधून नाही.

“अमीर खाननी पोलिसांना जे स्टेटमेंट दिलंय, त्या स्टेटमेंटप्रमाणे लोला दहा वाजता येऊन गेल्यावर तो. इ. ब्रिजेश लाल येईपर्यंत जागा होता. त्या मधल्या वेळात वर्माच्या फ्लॅटमध्ये कोणीही आलं नव्हतं.

“युवर ऑनर, ह्याचाच अर्थ, लोलानं गोळी झाडलीच असेल, तर ती एक्झिबिशन नं. १ च्या रिव्हॉल्व्हरमधून झाडली होती, जे रिव्हॉल्व्हर मयत नरेंद्र वर्माच्या पायाजवळ मिळालं.”

“बॅ. अमर विश्वास,” जज केसर क्षणभराच्या शांततेनंतर म्हणाले, “तुमचं आत्ताचं स्टेटमेंट संपूर्ण तर्कसुसंगत असं आहे; पण जर लोलानं एक्झिबिशन नं. १ मधून शॉट डिसचार्ज केला होता, तर ते रिव्हॉल्व्हर तिनं तिथे का ठेवलं आणि तिच्या एअर बॅगमध्ये एक्झिबिशन नं. २ चं रिव्हॉल्व्हर कसं मिळालं?”

“व्हेरी गुड क्वेश्चन, युवर ऑनर.” हसून मान वाकवत अमर म्हणाला, “तुमच्या प्रश्नाचं उत्तर माझ्याजवळ आहे.

“नरेंद्र वर्मा लोला पंजवाणीला निगेटिव्ह्जच्या साहाय्यानं ब्लॅकमेल करत होता, ही गोष्ट सत्य आहे. शनिवार, दि. १६ जून ७३ च्या रात्री दहा वाजता लोला वर्माकडे गेली होती, हेही बरोबर आहे. गरज पडलीच तर ती त्याचा खून करायलाही मागे-पुढे पाहणार नव्हती; म्हणूनच तिनं शेठ धरमचंदचं रिव्हॉल्व्हर बरोबर आणलं होतं.

“वर्माच्या सूचनेप्रमाणे जेव्हा ती डार्करूमच्या बॅक-डोअरनं आत शिरली, तेव्हा तिच्या हातात रिव्हॉल्व्हर होतं; पण तिनं ते झाडलं नव्हतं. शी वॉज रेडी टू डिसचार्ज इट, एनी मोमेन्ट. तिचं बोट ट्रिगरवर होतं.

“अंधारात चाचपडत ती डार्करूममध्ये शिरली, तेव्हा ती येण्यापूर्वीच कोणीतरी वर्माला शूट केलं होतं. अंधारातून चालत लोला आरामखुर्चीपर्यंत आली आणि अडखळून वर्माच्या प्रेतावरच पडली.

“धक्का बसताच ट्रिगरवरचं बोट दाबलं गेलं आणि रिव्हॉल्व्हर तिच्या हातातून गळून पडलं. तिच्या पडण्याचा परिणाम म्हणून तिच्या शर्टाला वर्माचं रक्त लागलं.

“पेन-टॉर्चच्या प्रकाशात जेव्हा तिनं वर्माचं प्रेत पाहिलं, तेव्हा ती

अतिशय घाबरली. पेन-टॉर्चच्या प्रकाशात दिसलेलं रिव्हॉल्व्हर तिनं उचलून घेतलं आणि ती तिथून पळून गेली.

"युवर ऑनर, उचलताना तिनं चुकून एक्झिबिशन नं. २ चं रिव्हॉल्व्हर स्वत:चं समजून घेतलं होतं.

"ज्यानं कोणी खून केला, त्याला कदाचित लोला तिथे येणार, हे माहीत असावं किंवा तो योगायोगही असू शकेल; पण अत्यंत धूर्तपणे तो स्वत:चं रिव्हॉल्व्हर तिथे फिंगर प्रिंट्स न ठेवता ठेवून गेला आणि गडबडीत तिनं ते रिव्हॉल्व्हर उचलून घेतलं.

"युवर ऑनर, नॅचरली दोन्ही रिव्हॉल्व्हर्सवर लोलाच्या हातांचे ठसे मिळणार."

"तर मग एक्झिबिशन नं. २ च्या रिव्हॉल्व्हरने वर्माचा खून कोणी केला?"

"इट्स डिफिकल्ट टू फाइंड आउट. वर्माला हजारो शत्रू होते. त्यांपैकी कोणीही हे काम करू शकेल; पण ते प्रूव्ह करण्याची जबाबदारी माझी नाही. जर इ. ब्रिजेश लालना ते हवं असेल, तर मी मदत करायला तयार आहे." क्षणभर पाणी पिण्याकरता अमर बोलायचा थांबला; पण तेवढ्यातही लोक त्याचं पाणी पिणं कधी संपतंय, ह्याची वाट बघत होते.

"युवर ऑनर," अमरच्या गॅपचा फायदा घेत बॅ. दीक्षित म्हणाले, "हा एक सुसंगत 'तर्क' आहे, ही गोष्ट मी कोर्टाच्या निदर्शनास आणू इच्छितो. आत्ता बॅ. विश्वासांनी जी जी विधानं केली आहेत, ती खोटी आहेत, हे माझे पुढचे साक्षीदार सिद्ध करणार आहेत.

"रिपोर्टर नरेंद्र वर्माचा खून दहा वाजता झाला. त्या वेळी तिथे मिस लोला पंजवाणी होती आणि तिनंच तो खून केला, हे सर्व मी सिद्ध करणार आहे.

"माझा पुढचा साक्षीदार..."

"जस्ट अ मिनिट," त्यांना रोखत अमर म्हणाला आणि दीक्षितांचा चेहरा पडला. त्यांची ट्रिक वाया गेली होती. "इ. लालची उलटतपासणी पूर्ण केल्याचं मी अजून जाहीर केलेलं नाही."

"यू वॉन्ट टू क्रॉस एक्झॅमिन?" सात्त्विक चेहरा करीत बॅ. दीक्षितांनी विचारलं. जणू त्यांच्या मते लालची उलटतपासणी घेण्यात आता अर्थच उरलेला नव्हता.

"इ. लाल," बॅ. दीक्षितांकडे दुर्लक्ष करून अमरनं इ. लालना विनंती केली. "तुमचा ग्रुप जेव्हा डार्करूममध्ये पोचला, तेव्हा डार्करूमची अवस्था कशी होती, ते तुम्ही मला सांगू शकाल?"

"शुअर. अमीर खाननं डोकं चालवून कुठेही, कशालाही हात लावला नव्हता. त्यामुळे खुनाच्या वेळी रूमची जी पोझिशन होती, तीच आम्हाला मिळाली,"

"म्हणजे कशी?"

"डार्करूमला फक्त दोन दरवाजे आहेत. त्यांतला जो फ्लॅटच्या पॅसेजमध्ये उघडतो, त्या दरवाजानं आम्ही आत गेलो. दुसरा दरवाजा डार्करूमच्या मागच्या बोळात उघडतो. आम्ही गेलो तेव्हा दरवाजा नुसता लोटलेला होता."

"खिडकी नाही?"

"एकच. बोळाच्या साइडलाच चार फूट रुंद आणि तीन फूट उंच अशी आडवी खिडकी होती. खिडकीवरची काच फुटलेली होती. पडदा बाजूला सारण्यात आला होता. खिडकीतून बराचसा पाऊस रूममध्ये आला होता. सगळी रूम ओलीचिंब झाली होती. डार्करूममधलं सामान इतस्तत: पसरलं होतं. त्यात बरेचसे फोटो आणि निगेटिव्ह्ज होत्या; पण त्या वाऱ्यानंदेखील उडू शकतील."

"त्यातलं काय गेलं असावं, ते तुम्हाला सांगता येणार नाही?"

"ठामपणे सांगता येणार नाही. कारण डार्करूममध्ये काय होतं, ते फक्त एकट्या वर्मालाच माहिती; पण एक मात्र निश्चित, रिपोर्टर हेमंत काळेंनी वर्णन केलेले, आरोपी मिस पंजवाणीचे बेडसीन्सचे फोटो किंवा निगेटिव्ह्ज मात्र त्यांत नाहीत!"

"नाइस." विचार करत अमरनं विचारलं, "इ. लाल, तुमच्या वर्णनाप्रमाणे डार्करूमचं बॅक-डोअर लोटलेलं होतं आणि खिडकीची काच

फुटलेली होती?''

''यस.''

''युवर ऑनर, अमीर खाननं साक्ष दिली आणि जे स्टेटमेंट पोलिसांना लिहून दिलं, त्यावरून लोला आणि वर्माच्या साडेआठच्या मीटिंगमधला शब्द न् शब्द त्यानं ऐकला होता, हे सिद्ध झालेलं आहे. त्याच्या साक्षीप्रमाणे लोलानं बॅक डोअरनं यावं, अशी सूचना तिला खुद्द नरेंद्र वर्मानं दिली होती. त्याप्रमाणं त्यानं मागचं दार उघडं ठेवलंही होतं.

''असं असताना खिडकीची काच का फुटावी?''

प्रश्न सरळ अन् साधा होता; पण त्यातला अर्थ जेव्हा कोर्टातल्या माहीतगारांच्या लक्षात आला, तेव्हा थ्री-डी चा चष्मा लावून पिक्चर पाहताना जशी समोरची, पडद्यावरची कार आपल्या अंगावर येतीयसं वाटतं, तशी ती काच आपल्या तोंडावरच फुटतीयसं ऑडियन्सला वाटलं!

बॅ. दीक्षित सुन्न! हा एक प्रश्न आपण दुर्लक्षित करायला नको होता. आता हा निळ्या डोळ्यांचा हलकट बॅरिस्टर या एका प्रश्नावर सगळी केस फिरवणार!

गेली!...हातातून केस गेली! पुल ऑन युवर सेल्फ...पुल ऑन!

''युवर ऑनर,'' बॅ. दीक्षित ताडकन उभे राहत म्हणाले, ''खून कोणी केला याला महत्त्व आहे, कुठनं झाला याला नाही! शक्यता आहे, आरोपीनं वर्माच्या लक्षात येऊ नये म्हणून खिडकीची काच फोडून त्याच्यावर आधी गोळ्या झाडून मग दरवाजातून प्रवेश केला असेल!''

अमर खो...खो करून इतक्या जोरात हसला की, जज केसरांसकट सगळे त्याच्याकडे टकमका पाहायला लागले.

''काय झालं?...हसायला काय झालं?'' चिरकत बॅ. दीक्षितांनी विचारलं.

एक हसतोय या कल्पनेनंच दुसऱ्याला हसायला होतं; त्यातून बॅ. दीक्षितांचा चिरका आवाज!

''ऑर्डर...ऑर्डर!'' हातोडा आपटत जज केसर ओरडले; पण कोर्टात शांतता पसरायला तब्बल दोन मिनिटं लागली.

"युवर ऑनर, आरोपीच्या वकिलांनी हा काय पोरकटपणा चालवला आहे?" पोकळ दमात बॅ. दीक्षितांनी सवाल टाकला.

"युवर ऑनर," हसू आवरून गंभीर होण्याचा प्रयत्न करीत अमर म्हणाला, "माझ्यामुळे कोर्टाची दोन मिनिटं वाया गेली, त्याबद्दल मी कोर्टाची क्षमा मागतो; पण बॅ. दीक्षितांचं विधानच असं होतं, की मला हसू आवरेना. मला एका शास्त्रज्ञाची गोष्ट आठवली. त्यानं भिंतीला दोन भोकं पाडली होती. एक मोठं - मोठ्या मांजरीकरता आणि एक छोटं- तिच्या पिल्लांकरता!"

कोर्टात पुन्हा सौम्य हशा पिकला.

"हे... आरोपीच्या वकिलांचं हे विधान बेसलेस आहे." तडकून बॅ. दीक्षित म्हणाले.

"युवर ऑनर, पहिली गोष्ट म्हणजे दरवाजा उघडा असताना, काच फोडून, पडदा बाजूला सारून वर्माचं लक्ष वेधून खुनी गोळ्या झाडेलच का? समजा, वर्माचं लक्ष जाऊ नये म्हणून चोरटी हालचाल करून खुन्याला त्याला मारायचं असतं, तर खुन्यानं फक्त हळूच दरवाजाला फट करून त्याच्यावर रिव्हॉल्व्हर झाडलं असतं.

"क्षणभर आपण गृहीत धरू, त्या वेळी दरवाजा उघडा आहे, हे खुनी माणसाच्या लक्षात राहिलं नाही, म्हणून काच फोडून, पडदा बाजूला सारून त्यानं वर्मावर गोळ्या झाडल्या. दरवाजा उघडा आहे, हे लक्षात नाही म्हटल्यावर, नेसेसरिली त्यानं खिडकीतूनच आत प्रवेश केलेला असला पाहिजे.

"आणि खुनी व्यक्तीने खिडकीतून प्रवेश केला होता हे जर सरकारी वकिलांना मान्य असेल, तर ही विल हॅव टू रिटायर वुइथ द केस!"

"व्हाय?...व्हाय?"

अंधारात कानाभोवती एखादा डास भुणभुणत असावा आणि टाळ्या वाजवून हात लाल झाले तरी तो सापडू नये अशा वेळी जी वेड्यासारखी अवस्था होते, तशीच बॅ. दीक्षितांची अवस्था झाली होती.

"कारण लोलाचा रेनकोट दरवाजाबाहेरच्या खिळ्याला मिळाला आणि ती दरवाजातून आत गेली होती!

“आणि सर्वांत महत्त्वाची गोष्ट म्हणजे, सरकारी वकिलांनी जे विद्वता प्रदर्शित करणारं विधान केलं... विल यू प्लीज रीपिट द स्टेटमेंट?” कोर्टाच्या रीडरकडे पाहत अमरने विचारलं.

“युवर ऑनर, खून कोणी केला याला महत्त्व आहे, कुठनं झाला याला नाही! शक्यताय, आरोपीनं वर्माच्या लक्षात येऊ नये म्हणून खिडकीची काच फोडून त्याच्यावर आधी गोळ्या झाडून मग दरवाजातून प्रवेश केला असेल!” गंभीर आवाजात रीडरनं बॅ. दीक्षितांचं स्टेटमेंट वाचलं आणि पाच वर्षांपूर्वी आपणच ‘स्टायलिश’ म्हणून काढलेला ‘बावळट’ फोटो पाहून लाजावं, तसे बॅ. दीक्षित लाजले.

“थँक यू.” अमर म्हणाला. त्याचा आवाज अत्यंत संथ आणि लो टोनला होता; पण लास्ट रोपर्यंत तो पोचत होता. “युवर ऑनर, सरकारी वकिलांचं हे स्टेटमेंट, त्यांच्याच पहिल्या साक्षीदाराच्या, कुमार राम फाटकाच्या साक्षीला क्रॉस होतंय. एकतर राम फाटकाची साक्ष खोटी असली पाहिजे किंवा बॅ. दीक्षितांचं स्टेटमेंट तरी चुकीचं असलं पाहिजे.

“राम फाटकाची साक्ष खोटी मानली, तर आरोपी मिस लोला पंजवाणीला डार्करूममध्ये शिरताना पाहणारा आयविटनेसच उरत नाही; पण आपण ती साक्ष ग्राह्य मानलीय. सरकारी वकिलांना स्वत:च्याच साक्षीदाराची ग्राह्य झालेली साक्ष रद्द करता येणार नाही.

“सो, आय ऑब्जेक्ट द स्टेटमेंट!”

“ऑब्जेक्शन सस्टेन्ड.”

“तर मग युवर ऑनर, ह्या संपूर्ण स्पीचवरच मी मोशन आणून तो रीडरनं खटल्याच्या नोटसूमधनं रद्द करावा, अशीच मी कोर्टाला विनंती करतो.”

“परमिशन ग्रँटेड.”

“नाउ, अगेन वुई आर ऑन द स्टार्टिंग पॉइंट! खिडकीची काच का फुटावी?” शांत स्वरात अमरने विचारलं.

“जर दोन्ही वकिलांची हरकत नसेल, तर कोर्ट पंधरा मिनिटांच्या छोट्या इंटरव्हलनंतर पुन्हा सुरू करण्यात येईल,” जज केसर म्हणाले.

“नो ऑब्जेक्शन.” पंधरा मिनिटं तरी सुटका झाली, अशा आविर्भावात

बॅ. दीक्षित झटकन म्हणाले.

अमरनं हसून मान डोलावली, तसे जज केसर आसनावरून उठून चेंबरमध्ये निघून गेले.

बॅ. दीक्षित, बॅ. अमर, आरोपी, साक्षीदार आणि जज ह्यांच्याव्यतिरिक्त कोर्टातला एक माणूसही हलला नव्हता.

एकदा जागा गेली की परत मिळत नाही! नकोच!

"सायलेन्स प्लीज", दोन्ही हात उंचावून ऑडियन्सकडे पाहत बॅ. दीक्षित म्हणाले आणि आपापसातल्या चर्चा भराभर बंद झाल्या. पंधरा मिनिटांचा कंटाळवाणा वेळ संपला होता.

"युवर ऑनर," अत्यंत भारदस्तपणे अभिवादन करीत बॅ. दीक्षित म्हणाले, "मी आता कोर्टासमोर या केसमधला एक अत्यंत महत्त्वाचा साक्षीदार पेश करणार आहे. माझ्या सहकारी वकीलमित्रांना माझी नम्र विनंती आहे, की खटल्याचं एकंदर गंभीर स्वरूप लक्षात घेऊन त्यांनी साक्षीदाराला नेहमीच्या ट्रिक्स वापरून गोंधळवून टाकू नये. त्यामुळे मूळ मुद्दा बाजूला पडतो व न्यायदानाच्या कार्यात अडथळे मात्र निर्माण होतात."

"कॉल युवर विटनेस."

"मि. ध्यानचंद," बॅ. दीक्षित अमरकडे एकटक पाहत म्हणाले आणि त्यांचं आव्हान लक्षात येऊन अमर हसला. त्याची नजर भिरभिरत मॉबवरून फिरली आणि गोल्डीजवळ बसलेल्या सोनालीवर स्थिरावली. तिनं मंदपणे हसून त्याच्या नजरेला प्रत्युत्तर दिलं आणि अमरचा चेहरा क्षणात निर्विकार बनला.

नाव पुकारलं जाताच अकाली टक्कल पडलेला एक तिशीच्या आसपासचा तरुण स्टँडमध्ये येऊन उभा राहिला. त्यानं स्वत:चं नाव, टॅक्सीचं लायसन्स, लायसन्स नंबर इ. सर्व तपशील शपथ घेऊन सांगितला.

"ध्यानचंद", समजावणीच्या स्वरात बॅ. दीक्षित म्हणाले, "तू इथे कोणाचीही बाजू खरी किंवा खोटी ठरवायला आलेला नाहीस. तू फक्त सत्यच सांगणार आहेस. सत्य सांगताना त्यात कोणाचा फायदा आहे किंवा

कोणाचा तोटा आहे, हे तू ठरवण्याची गरज नाही. तुला विचारलेल्या प्रश्नाची खरी उत्तरं तू बेधडकपणे दे. शनिवार, दि. १६ जून ७३ ची रात्र तुला आठवते?''

''आठवते!'' नजरेसमोर ते दृश्य... ती रात्र जणू साकार होतीय, अशा टाइपचा चेहरा करून ध्यानचंद म्हणाला.

''त्या रात्री असं विशेष काय घडलं, की ती रात्र तुझ्या स्मरणात राहावी?''

''युवर ऑनर,'' बॅ. दीक्षितांना उद्देशून ध्यानचंद म्हणाला आणि दीक्षितांसकट सगळे का हसले, ते त्या बिचाऱ्याला समजलंच नाही.

''गो ऑन... सांग.''

''साधारण पावणेदहाचा सुमार होता. खूप पाऊस पडत होता. वादळ सुरू झालं होतं. रस्त्यावर चिटपाखरूदेखील नव्हतं. अशा वेळी एखादं गिऱ्हाईक येण्याची आशा नव्हती आणि आलं असतं तरी कुणी घेतलं नसतं.

''मी दादर स्टेशनच्या टॅक्सी स्टँडला माझी टॅक्सी उभी करून आतमध्ये झोपलो होतो. एवढ्यात माझ्या टॅक्सीवर कोणीतरी जोरजोरात बुक्क्या मारल्या अन् मी जागा झालो. पाहतो तर एक बाई बाहेर उभी. मी खिडकीची काच खाली करून तिला 'टॅक्सी खाली नाही' म्हणून सांगितलं; पण ती म्हणाली, 'महत्त्वाचं काम आहे. टॅक्सीची गरज आहे.' तिनं पर्समधून माझ्या अंगावर शंभरची नोट फेकली अन् मग मलाही ते गिऱ्हाईक सोडवेना.

''दहा-पाच मिनिटांचा प्रश्न होता. तिला शिवाजी पार्कच्या ९ व्या गल्लीपर्यंत जायचं होतं. ९ व्या गल्लीच्या टोकालाच वर्मासाहेब राहतात, हे मला माहीत होतं. म्हणून मी तिला विचारलं, 'वर्मासाहेबांकडे का?' तर तिनं मला 'गप बस!' असं काहीसं खरमरीत उत्तर दिलं.

''नवव्या गल्लीच्या टोकाला तिनं खूण करताच मी टॅक्सी थांबवून विचारलं, 'जाऊ का थांबू?' ती म्हणाली, 'थांब.' मी टॅक्सीचं इंजन बंद करून बसून राहिलो.

''ती नवव्या गल्लीत न शिरता, लेनच्या मागच्या बोळात शिरली. साधारणपणे सात-आठ मिनिटं ती मला दिसलीच नाही. दिसली तेव्हा ती

त्याच बोळातून पळत पळत येत होती. जाताना तिच्या अंगावर रेनकोट होता, हातात पर्स होती; पण येताना ती पावसात भिजत येत होती आणि तिच्या हातामध्ये पर्सही नव्हती. पर्सऐवजी तिच्या हातात काहीतरी असावं; पण अंधारात मला ते दिसलं नाही.

"भूत मागे लागावं, तशी ती टॅक्सीत शिरली आणि म्हणाली, "ड्रायव्हर, हिंदू कॉलनी चलो."

"तिची सर्वच वागणूक मला संशयास्पद वाटत होती म्हणून मी मिररमध्ये तिचा चेहरा पाहण्याचा प्रयत्न करीत होतो; पण ती साइडला सरकून बसली होती आणि मला तिच्यादेखत आरशाचा अँगल बदलता येत नव्हता. मिररमध्ये मला फक्त तिचं कोपर दिसत होतं आणि कोपरातून रक्त वाहत होतं.

"मी म्हणालो, 'मॅडम...खून!' ती खूप दचकली. का ते तेव्हा मला समजलं नाही. काहीतरी बडबड करत तिनं रुमालानं कोपराचं रक्त टिपलं.

"मी तिला हिंदू कॉलनीपाशी सोडलं आणि स्टँडला परत आलो."

"शाब्बास ध्यानचंद!" त्याला प्रोत्साहन देऊन विश्वासात घेण्याच्या स्वरात बॅ. दीक्षित म्हणाले, "तू तुझी माहिती फार सुंदर सांगितलीस. आता मला सांग, "ती तरुणी तू पुन्हा ओळखू शकशील?"

"होय." अगदी आत्मविश्वासानं ठासून ध्यानचंद म्हणाला आणि अमर गालातल्या गालात हसला.

"तुला कधी तिचा चेहरा पाहायची संधी मिळाली होती?"

"अगदी थोडा वेळ. ती टॅक्सीत बसत असताना मला तिचा चेहरा एका बाजूनं दिसला होता."

"तेवढ्या आठवणीवर तू परत तिला ओळखू शकशील?"

"नक्की. साहेब, एकदा माणूस पाहिला की, मी त्याला साधारण वर्षभर तरी लक्षात ठेवू शकतो."

"ती तरुणी आता कोर्टात आहे?"

"आहे."

"दाखव."

“ती!” आरोपीच्या पिंजऱ्यातल्या लोला पंजवाणीकडे बोट दाखवत ध्यानचंद म्हणाला.

“क्रॉस एक्झॅमिन.”

अमर ह्या साक्षीदाराच्या उलटतपासणीकरता उत्सुकच होता; पण चेहऱ्यावर मनातली उत्सुकता न दाखवता तो शांतपणे स्टँडजवळ आला.

“ध्यानचंद, माझा घोटाळा होऊ नये म्हणून मी तुला विनंती करणार आहे.” अभ्यासपूर्वक त्याचा चेहरा न्याहाळत अमर म्हणाला, “तुझ्या टॅक्सीमधली म्हणून तू जी तरुणी बोटानं दाखवलीस, तिच्याजवळ जा.”

कोड्यात पडल्यासारखा चेहरा करीत ध्यानचंद आरोपीच्या पिंजऱ्याजवळ जाऊन उभा राहिला.

“हीच?”

“हीच.” पुन्हा स्टँडमध्ये उभा राहत ध्यानचंद मख्खपणे म्हणाला.

“ध्यानचंद, तुझा धंदा काय?”

“मी टॅक्सी चालवतो साहेब.”

“दिवसातले किती तास?”

“स्टेट बँकेच्या कृपेने टॅक्सी माझी स्वतःची आहे साहेब. मला ड्यूटी नाही. मन मानेल तितका वेळ चालवतो.”

“साधारण बारा तास?...सोळा तास?...किती?”

“हां...कमीत कमी बारा तास तरी चालवतो.”

“दादर स्टँड!”

“दादर स्टँड.”

“साधारण रोजचं किती गिऱ्हाईक पटतं?”

“विचार काय आहे साहेब? पुढे मागे वकिली चालली नाही, तर..”

कोर्टात एकदम हशा पिकला. दीक्षित सर्वांत मोठ्यानं हसले.

“हळू...!” अमर त्यांच्याकडे पाहत पुटपुटला, “हसायची सवय नसेल, तर गाल फाटतात हं!”

दीक्षित तोंडात मारल्यासारखे गंभीर झाले. अमर ध्यानचंदला उद्देशून मोठ्याने म्हणाला,

"काळजी करू नकोस. कोणत्याही परिस्थितीत मी तुझ्या पोटावर पाय देणार नाही, असं तुला जाहीर वचन देतो. सांग आता.''

"तरी चाळीस...हो...पन्नासच्या आसपास.''

"नाइस! चांगलाच फायद्यात धंदा आहे.'' हसून अमरनं विचारलं, "पन्नास गिऱ्हाइकं पन्नास प्रकारची असतील, नाही?''

"काय सांगू साहेब, पन्नासजण शंभर प्रकारचे असतात.''

"दिवसाला पन्नास म्हटलं तर महिन्याला पंधराशे!...वर्षाला...एवढ्या सगळ्या चेहऱ्यांतून अंधाऱ्या, वादळी पावसाच्या रात्री क्षणभर...अर्धा पाहिलेला चेहरा तुझ्या कसा काय लक्षात राहिला?''

ध्यानचंदनी एकदा डोळ्यांच्या कोपऱ्यातून बॅ. दीक्षितांकडे पाहिलं; पण त्या पाहण्यात घाबरण्याचं चिन्हं नव्हतं, जणू ध्यानचंदला हा प्रश्न अपेक्षितच होता.

"त्याचं काय आहे साहेब,'' ध्यानचंद पढवल्यासारखं उत्तर द्यायला लागला, "तुमच्या अभ्यासात तुम्ही शेकडो प्रकारच्या कायद्याची हजारो कलमं वाचता. ती लक्षात ठेवता. त्यांतलं योग्य वेळी तुम्हाला योग्य तेच कलम आठवतं. खुनाची केस म्हटल्यावर तुमच्या डोक्यात त्यासबंधीचेच कायदे घोळायला लागतात. अशा वेळी तुमच्या डोक्यात माहिती असलेला उत्पन्नकराबाबतचा कायदा येत नाही.''

"व्हेरी नाइस चेकमेट.'' बॅ. दीक्षितांकडे पाहत अमर पुटपुटला.

"मी जेव्हा हजारो गिऱ्हाइकं टॅक्सीतून नेतो, तेव्हा ती मला विसरायचीच असतात; पण ह्या गिऱ्हाइकाच्या बाबतीत जरा निराळी केस होती. गिऱ्हाईक अगदी संशयास्पद होतं. आपोआपच चेहरा माझ्या लक्षात राहिला.''

त्याचं उत्तर ऐकून ऑडियन्स मनापासून हसला. बॅ. दीक्षितांनीही कौतुकाने त्याच्याकडे पाहिलं.

"ध्यानचंद,'' अमरनं गंभीर स्वरात हाक मारली अन् दीक्षितांसकट सर्वांनी कान टवकारले. "तुझी खात्री आहे, आरोपीला ओळखण्यात काही चूक होत नाही?''

"अगदी खात्री आहे साहेब.''

"ठीक आहे. मिस लोला पंजवाणीला खुनाच्या आरोपाखाली अटक झाली; हे तुला केव्हा समजलं?"

"ते मी दुसऱ्या दिवशी पेपरमध्ये वाचलं."

"म्हणजे लगेच समजलं तुला?"

"होय."

"काही घोटाळा नाही?"

"नाही."

"ध्यानचंद, आरोपी तुझ्या टॅक्सीत रुमाल विसरली होती, आठवतंय तुला?"

"ऑब्जेक्शन युवर ऑनर!" गडबडीने उठत बॅ. दीक्षित ओरडले, "धिस इज नॉट प्रॉपर क्रॉस एक्झॅमिनेशन. महत्त्वाच्या साक्षीदाराला गडबडून टाकण्याकरता आरोपीच्या वकिलांनी रचलेलं हे कुभांड आहे."

"युवर ऑनर," शांतपणे अमर म्हणाला, "मी सिद्ध करणार आहे की, साक्षीदार ध्यानचंद ह्यानं आरोपीचा चेहरा पाहिलाच नव्हता!"

"व्हॉट डिफरन्स?" तडकून दीक्षितांनी विचारलं.

"एव्हरीथिंग!... युवर ऑनर, आरोपीला वर्माच्या घरापाशी जाताना आणि घाबरलेल्या मन:स्थितीत परतताना कोणीतरी पाहिलं होतं, हे सिद्ध करण्याकरताच सरकारी वकिलांनी ध्यानचंदची साक्ष घेतली आहे. जर त्यांना आरोपीला ओळखण्या न ओळखण्यानं केसमध्ये फरक पडणार नसेल, तर ध्यानचंदच्या साक्षीची गरजच नव्हती."

"ऑब्जेक्शन ओव्हररूल्ड. यू मे प्रोसीड." उत्सुकतेने सावरून बसत जज केसर म्हणाले आणि दुर्मुखलेल्या चेहऱ्यानं बॅ. दीक्षित खाली बसले.

"बोल ध्यानचंद, आरोपी तुझ्या टॅक्सीत रुमाल विसरली होती का?"

"तो रुमाल तिचाच होता असं..."

"ध्यानचंद, खोटी साक्ष देणं हा कायद्यानं गुन्हा आहे. तू शपथ घेतलीयस. शपथ घेऊन तू खोटी साक्ष दिलीस, तर तुला गजांआड जावं लागेल."

"गजांआड!...तुरुंगात!"

"तुरुंगात!" एकाच शब्दानं ध्यानचंदवर चांगलाच परिणाम केला होता.

“साहेब, ती रुमाल विसरली होती.”

“गुड! तू त्या रुमालाचं काय केलंस?”

“मी... मी तो जपून ठेवला होता.”

“होता? ...का?”

“ती... ती मागायला परत येईल म्हणून.”

“ध्यानचंद, तुला जर लोला पंजवाणीला अटक झाल्याचं समजलं होतं, तर तू तिचा रुमाल पोलिसांच्या स्वाधीन का केला नाहीस?”

“साहेब...”

“तुझ्याजवळ आता रुमाल आहे?”

“नाही.”

“कुठे गेला?”

“मी... मी तो परत दिला.

“कोणाला?”

“....”

“कोणाला?”

“......”

“युवर ऑनर, ध्यानचंदच्या प्रश्नाचं उत्तर मीच देतो,” अमर म्हणाला आणि बॅ. दीक्षितांनी अमरकडे खाऊ का गिळू अशा नजरेनं पाहून टकलावर टिचक्या मारायला सुरुवात केली. “ध्यानचंदनी तो रुमाल ‘लोला पंजवाणी’ ला परत केला! होय ना ध्यानचंद?”

“व्हॉट नॉनसेन्स?” नाक फेंदारून बॅ. दीक्षित ओरडले. “लोला पंजवाणी इ. लालच्या ताब्यात असताना ध्यानचंद तिला रुमाल देईलच कसा?”

“एक्झॅक्टली. दॅट्स माय नेक्स्ट क्वेश्चन!” अमर म्हणाला आणि सगळेच बुचकळ्यात पडले.

“कौन्सिल फॉर द डिफेन्स, आर यू ऑल राइट?” संशयानं अमरकडे पाहत जज केसरांनी विचारलं.

“परफेक्टली ऑल... राइट युवर ऑनर,” गूढपणे हसत अमर म्हणाला.

"तर मग हे काय चाललं आहे?"

"या प्रश्नाचं उत्तर मी ध्यानचंदलाच द्यायला लावणार आहे," मान लववत अमर म्हणाला आणि ध्यानचंदकडे वळला, "ध्यानचंद, लोला पंजवाणीला खुनाच्या आरोपावरून अटक झाली, हे तुला केव्हा कळलं?"

"ते... ते मी पेपरामध्ये वाचलं!" खाली मान घालत ध्यानचंद पुटपुटला.

"ध्यानचंद," धारदार आवाजात अमर म्हणाला, "तुला जर ते दुसऱ्या दिवशीच्या पेपरातच समजलं होतं, तर काल रात्री तू 'लोला पंजवाणी'ला रुमाल कसा परत केलास? लक्षात ठेव ध्यानचंद, पुरावा लपवून ठेवणं हा कायद्यानं भयंकर गुन्हा आहे. खुनी माणसाला तू मदत करतोयस, असं त्यावरून सिद्ध होऊ शकेल."

"मला ते... ते इ. लालनी सांगितलं."

"केव्हा?"

"काल!"

"शाबास. काल तू ज्या तरुणीला रुमाल परत केलास ती 'लोला पंजवाणी' आहे, असं समजून परत केलास. होय ना?"

"होय."

"मिस सोनाली, प्लीज स्टँड अप." अमर म्हणाला आणि सोनाली उठून उभी राहिली. सर्वांच्या नजरा तिच्याकडे वळल्या.

"हे... हे काय चाललंय?" कळवळून बॅ. दीक्षितांनी विचारलं. अमरने त्यांच्या केसचा पार विचका करून टाकला होता. "युवर ऑनर, साक्षीदाराला गोंधळून टाकण्याकरता आरोपीचे वकील ट्रिक्सचा वापर करताहेत!"

सोनाली पुढे येऊन थेट लोलाच्या पिंजऱ्याजवळ उभी राहिली होती. सर्व नजरा दोघींच्या फॉर्ममधलं अफलातून साम्य टिपण्यात गर्क होत्या.

"ध्यानचंद, काल रात्री तू आरोपीला रुमाल परत केलास, का ह्या तरुणीला?"

गडबडून ध्यानचंद दोघींकडे टकमका पाहत राहिला.

"युवर ऑनर, लोलाला अटक झाली, हे ध्यानचंदला माहीतही नव्हतं. त्यामुळे काल रात्री मिस सोनाली जेव्हा लोला पंजवाणी बनून ध्यानचंदला भेटली, तेव्हा तिलाच लोला समजून त्यानं रुमाल परत केला होता."

"जस्ट अ मिनिट...जस्ट अ मिनिट," करंट बसावा तसे सावध होत बॅ. दीक्षित उभे राहिले, "मला मिस सोनालींना काही प्रश्न विचारायचेत. मिस सोनाली, विल यू प्लीज टेक द स्टँड?"

"शुअर! ...इफ नॉट ऑब्जेक्टेड?" अमरकडे पाहत सोनाली म्हणाली.

"नो ऑब्जेक्शन."

बॅ. दीक्षितांनी खूण करताच ध्यानचंद स्टँडमधून बाहेर येऊन उभा राहिला. त्याची जागा सोनालीनं घेतली.

"मिस सोनाली, आपण कुठं सर्व्हिस करता?" गंभीरपणे बॅ. दीक्षितांनी विचारलं.

" 'मी गोल्ड डिटेक्टिव्ह एजन्सी' मध्ये काम करते."

"व्हेरी गुड. मिस लोला पंजवाणीच्या केसमध्ये 'गोल्डन डिटेक्टिव्ह एजन्सी' काम करतीय?"

"यस."

"कोणातर्फे?"

"कान्ट अन्सर. इट'स अ ट्रेड सिक्रेट."

"शूट." अमर म्हणाला.

"वेल... बॅ. अमर विश्वास ह्यांच्यातर्फे."

"काल बॅ. विश्वासांनी तुमच्यावर काही काम सोपवलं होतं?"

"यू मीन... रुमाल?"

"एनिथिंग, रिलेटिंग टू द केस."

"यस. त्यांनी ध्यानचंदचा पत्ता देऊन त्याच्याकडून टॅक्सीत विसरलेला रुमाल आणायला सांगितला होता.

"आणलात?"

"आणला."

"कोणाजवळ दिलात?"

"मि. गोल्डीजवळ."

"विश्वासांना देण्याकरता?"

"ऑफकोर्स."

"थँक यू," तिला जाण्याची खूण करीत बॅ. दीक्षित गंभीरपणे म्हणाले, "युवर ऑनर, केसमधला एक महत्त्वाचा पुरावा नष्ट करण्याकरता आरोपीच्या वकिलांनी..."

"नो चान्स!" हसून अमर म्हणाला, "मी तो रुमाल इ. लालजवळ दिला आहे."

"ओऽह...नो!"

"यस."

"तर मग तुम्ही तो पळवलात कशाला?"

"युवर ऑनर," अमर एकेका शब्दावर जोर देत म्हणाला, "मी तो रुमाल इ. लालच्या स्वाधीन केला आहे. मला पुरावा नष्ट करायचा नव्हता. मी केवळ ध्यानचंदच्या स्मरणशक्तीची परीक्षा पाहत होतो.

"युवर ऑनर, काल रात्री सगळीकडे दिवे असताना, ध्यानचंदनी लोला समजून सोनालीला रुमाल दिला, ह्यावरून तेच सिद्ध होतं, की ध्यानचंद लोलाला नीट ओळखू शकला नव्हता. मग अशा परिस्थितीत शिवाजी पार्कवर दिवे नसताना, मुसळधार पावसात, वादळ्या रात्री ध्यानचंदनी लोलालाच शिवाजी पार्कवर सोडलं होतं, हे कशावरून?"

"तो रुमाल लोलाचा होता, हे तरी तुम्हाला मान्य आहे?" शेवटी चिडून बॅ. दीक्षितांनी विचारलं, "ते जर मान्य असेल, तर तो रुमाल ध्यानचंदच्या टॅक्सीत कसा आला? तो रुमाल कॉर्नरला L काढलेला आहे."

"असेल. कदाचित तो मिसेस एल. केसरांचाही असू शकेल!" अमरच्या स्वरातली थट्टा जाणवताच केसरही मंदपणे हसले.

"पण..." संतापून दीक्षित काहीतरी बोलणार होते; पण अचानक फुग्यातली हवा जावी, तसे ते गप्प झाले.

"आय ॲडमिट युवर ऑनर, तो रुमाल लोलाचा आहे; पण टॅक्सीत रुमाल मिळणं, हा वर्माच्या खुनाचा पुरावा नाही," अमर म्हणाला. तसा

दीक्षितांनी सुस्कारा टाकला.

"एनी मोअर क्वेश्चन ऑन डिफेन्स साइड?"

"नो. थँक यू, युवर ऑनर." अमर घड्याळात पाहत म्हणाला.

"मि. विश्वास, मी तुम्हाला ह्याबद्दल चांगला धडा शिकवीन!" बॅ. दीक्षित ब्रीफकेसचे कागद कोंबत पुटपुटले.

"द कोर्ट इज ॲड्जर्न्ड अन्टिल टूमारो मॉर्निंग सेशन." खुर्चीतून उठत जज केसर म्हणाले.

अमर हसत हसत ब्रीफकेसमध्ये कागद कोंबत होता. त्याच्याकडे रागारागानं पाहत बॅ. दीक्षित सॉर्बिट्रेटची एक गोळी तोंडात टाकत होते.

◆◆◆

पाच

''अमर, ध्यानचंदची साक्ष कशाकरता घेतली गेली अन्‌ क्रॉस करून तू काय मिळवलंस, तेच मला समजत नाही.'' पर्समधल्या छोट्याशा आरशात पाहून तोंडावरनं पफ फिरवत मोहिनी म्हणाली.

रहदारीवर लक्ष ठेवत अमर हसला. कित्येक जणांना मोहिनीप्रमाणेच ते समजलेलं नसणार, ह्याची त्याला खात्री होती.

''मोहिनी,'' डॅमलरला एक टर्न देत अमर म्हणाला, ''राम फाटकाची साक्ष खुद्द बॅ. दीक्षितांनीच क्रॉस स्टेटमेंट करून खिळखिळी केली होती. संपूर्ण केसमधला तो एकमेव आय विटनेस होता. त्यानं लोलाला वर्माच्या डार्करूममध्ये पाहिलं होतं; पण त्याची साक्ष खिळखिळी झाल्यामुळे लिंकमधला एक महत्त्वाचा दुवाच निसटत होता. त्याच्या साक्षीला पुन्हा बळकटी आणण्याच्या दृष्टीनं आणखी एक आय-विटनेस उभा करणं दीक्षितांना आवश्यक होतं आणि ध्यानचंदची साक्ष हा त्यावर महत्त्वाचा तोडगा.''

''म्हणजे ध्यानचंदनी लोलाला त्या रात्रीची प्रवासी म्हणून ओळखलं की, लोला वर्माच्या फ्लॅटपर्यंत गेली, हे तरी सिद्ध होणार होतं.''

''सर्टनली. पोलीस डिपार्टमेंटच्या साक्षी बिनविरोध सिद्ध

होण्याकरता हे बॅकग्राउंड तयार करणं महत्त्वाचं होतं. ध्यानचंदची साक्ष जर ट्रू झाली असती, तर काँक्रिट बॅकग्राऊंड तयार झालं असतं; पण लोला समजून ध्यानचंदनं सोनालीला रुमाल दिला अन् त्याच्या साक्षीतला दम गेला.

"बॅ. दीक्षित वॉन्टेड टू मेक अ ग्रँड स्टँड ऑफ द इन्सिडन्ट; पण मी तो रुमाल इ. लालनं मागण्यापूर्वीच त्याच्याजवळ पोचवल्यामुळे त्यांना त्याचंही भांडवल करता येईना.

"ध्यानचंदची साक्ष क्रॉसला उलटी करून मी पुन्हा बॅ. दीक्षितांनी तयार केलेलं बॅकग्राउंड ठिसूळ करून ठेवलं. आता लोला रात्री दहा वाजता वर्माकडे गेली होती, हे छातीठोकपणे सांगायला वर्माच स्वर्गातून उतरला पाहिजे."

"अमर, तुला काय वाटतं, लोला वर्माकडे गेलीच नव्हती?"

"आय डोन्ट से दॅट. इव्हन, दहा वाजता लोला वर्माकडे गेली होती, हेही मला माहितीय; पण बॅ. दीक्षितांना ते सिद्ध करता येणार नाही. हा वकिली डावपेच आहे, मोहिनी. लोलानं खून केला नाही, हे मला माहीत आहे. तिला वाचवण्याकरता मी वाटेल ते डावपेच खेळीन."

"अमर," कपाळाला सूक्ष्म आठी घालत मोहिनी म्हणाली, "तुझ्या मनात कदाचित लोलाबद्दल सॉफ्ट कॉर्नर असेल; पण शी इज अ डॅम लायर."

"मे बी. ह्या केसपुरती तरी ती खरं बोलतीय."

"कशावरून तिनं खून केला नसेल?"

"मला खुनी माहितीय!" शांतपणे कोर्टाच्या आवारात डॅमलर उभी करत अमर म्हणाला आणि मोहिनी आ वासून त्याच्याकडे पाहत राहिली.

"अमर..."

"डोन्ट टेक इट सो सीरिअसली," अमर म्हणाला, "माझे काही अंदाज आहेत. ते जर ट्रू झाले, तर एक-दोन राउंड्समध्येच मी कोर्टातच खुनी माणसाकडे बोट दाखवीन."

"हं." विचार करीत मोहिनी हुंकारली.

"बाय द वे, तू डॅमलर घेऊन जा. गोल्डीला निरोप सांग. म्हणावं,

कोणत्याही परिस्थितीत अमीर खानला नजरेआड करू नकोस.'' अमर म्हणाला आणि कोर्टाच्या दिशेनं चालू लागला.

''नाईन सेकंद्स लेट!'' त्याला पाहताच बॅ. दीक्षित कुरकुरले.

''यू काऊंट द सेकंद्स अँड निग्लेक्ट द टाइम एलिमेंट!'' हसत अमर म्हणाला. ह्या वाक्यावर ते सवयीप्रमाणे पाच मिनिटं तरी विचार करण्यात घालवणार, हे अमरला माहीत होतं अन् विचार करायला वेळ मिळाला नाही, तर दिवसभर अस्वस्थ राहणार, हेही तो जाणून होता.

त्याला हेच हवं होतं.

''कोर्टाच्या कामात माझ्यामुळे नऊ सेकंद व्यत्यय आला, याबद्दल मी कोर्टाची क्षमा मागतो आणि अधिक वेळ न घालवता कोर्टाने कामाला सुरुवात करावी, अशी विनंती करतो.'' विचारात गढून टकलावर टकटक करत बसलेल्या दीक्षितांकडे एक तिरका कटाक्ष टाकून हसत अमर म्हणाला.

''सरकारी वकिलांनी त्यांचा साक्षीदार कोर्टापुढे हजर करावा.'' चष्मा पुसून डोळ्यांवर लावत जज्ज केसर म्हणाले आणि बेचैन नजरेनं अमरकडे पाहत बॅ. दीक्षित उठून उभे राहिले. त्यांनी कोर्टापुढे अभिवादन केलं.

''द मोस्ट प्रॉमिनन्ट विट्नेस... सेठ धरमचंद.'' एक भुवई उडवून अमरकडे पाहत बॅ. दीक्षित शेठ धरमचंदला समन्स पाठवून कोर्टात साक्षीकरता आणू शकतील, ह्यावर त्याचा विश्वासच बसत नव्हता; पण विश्वास ठेवायलाच हवा होता.

साक्षीदाराच्या पिंजऱ्यात सेठ धरमचंद उभे होते. त्यांनी अगदी निर्विकार मुद्रेनं अमरकडे पाहिलं. जणू ते पूर्वी कधी त्याला भेटलेच नव्हते.

बॅ. दीक्षितांनी सांगताच धरमचंदांनी शपथ घेतली व स्वतःबद्दलची माहिती थोडक्यात सांगितली.

''शेठ धरमचंद, तुमचा अमूल्य -वेळ खर्च करून मी तुम्हाला आज मुद्दाम कोर्टात येण्याची विनंती केली होती. मला तुम्हाला काही प्रश्न विचारायचे आहेत.''

''लोला पंजवाणीबद्दल?''

''होय. प्रश्न विचारताना शक्यतो तुमच्या चारित्र्यावर शिंतोडे उडणार

नाहीत अशा...''

सेठ धरमचंद हसले अन् त्यांच्या हसण्यानं गांगरून बॅ. दीक्षित मध्येच थांबले.

''मि. बॅरिस्टर, गावातून विवस्त्रावस्थेत धिंड काढलेल्या स्त्रीनं दुसऱ्या दिवशी दोन-दोन साड्या लपेटल्या, तरी त्याला काही अर्थ आहे का?'' शेठ धरमचंदांच्या शब्दाशब्दांत तीव्रता होती.

''आय...आय डोन्ट गेट यू.''

''माझ्या आणि लोलाच्या संबंधांची सर्व माहिती इतकी डिटेल्ड पेपरआउट झाली असताना तुम्ही मला कोर्टात का बोलवावं, हेच मला कळत नाही.''

''आय ॲम सॉरी; पण पुराव्याच्या दृष्टीनं काही गोष्टी मला इथे कोर्टासमोर सिद्ध कराव्या लागतील. अदरवाइज, दॅट विल बी द हिअर से इव्हिडन्स.''

''ऑल राइट,'' तटस्थपणे सेठ धरमचंद म्हणाले, ''विचारा.''

''तुमचे आणि...''

''जस्ट अ मिनिट, पेपरआउट झालेली माहिती मी थोडक्यात सांगतो. कारण ती खरी आहे. ती सांगितल्यानंतर जर तुम्हाला काही विचारण्याकरता उरत असेल, तर विचारा.''

''ॲज यू प्लीज,'' सुटका झाल्याच्या आनंदात बॅ. दीक्षित म्हणाले. एवढ्या मोठ्या कोट्यधीशाला 'तसले' प्रश्न विचारणं नाहीतरी त्यांच्या जिवावरच येत होतं.

''साधारण सात वर्षांपूर्वी लोला माझ्याकडे पर्सनल सेक्रेटरी कम स्टेनो म्हणून नोकरीला लागली. सुरुवातीला दोन वर्षं आमचे संबंध केवळ मालक आणि नोकर ह्यापुरते मर्यादित होते; पण तिच्या अप टू डेट कारभारामुळे मी तिच्याकडे आकर्षित झालो.

''माझी पत्नी पॅरालिसीसनं गेली कित्येक वर्षं अंथरुणाला खिळून आहे. त्यामुळे लोलाचं लवलवतं तारुण्य माझ्या डोळ्यांत भरायला लागलं. त्या दिशेनं माझी पावलं पडायला लागली. लोलानंही कधी विरोध दर्शवला

नाही अन् हळूहळू आमच्यातलं मालक-नोकर हे नातं नष्ट व्हायला लागलं.

"त्यानंतरच्या तीन वर्षांत आम्ही इतके एकत्र आलो, की मी माझी सगळी पर्सनल अकाउंट्स ऑपरेट करण्याची जबाबदारी लोलावरच टाकली.

"माझी पत्नी अत्यंत सुशील आणि गरीब आहे. ह्या गोष्टी तिच्या कानावर गेल्या नसतील, असं नाही; पण तिनं अत्यंत समजूतदारपणा दाखवून तिकडे दुर्लक्ष केलं आणि केवळ त्यामुळेच मनात असूनही मी लोलाला माझ्या घरी राहायला नेऊ शकलो नाही. आमचं सगळं डेटिंग हॉटेल्सच्या रूममध्ये चालायचं. मला कबूल केलंच पाहिजे, शी वॉज लॉयल टू मी."

"शेठ धरमचंद," गाऊन सावरत बॅ. दीक्षित म्हणाले, "ह्या व्यतिरिक्त मला तुमच्याकडून काही माहिती हवी आहे. सांगू शकाल?"

"देण्यासारखी असेल तर जरूर देईन!"

"रिपोर्टर नरेंद्र वर्मा एक वर्षभर लोलाला ब्लॅकमेल करीत होता, हे तुम्हाला माहितीय?"

"पेपर वाचणाऱ्या प्रत्येकाला ते माहीत आहे."

"म्हणजे पूर्वी तुम्हाला ते माहीत नव्हतं?"

"असतं तर मी गोष्टी इतक्या थराला जाऊच दिल्या नसत्या."

"वर्षभर लोला वर्माला पैसे पुरवत होती."

"तेही मी वाचलंय."

"इतकी मोठी रक्कम ती कुठून आणत होती?"

"माझ्या घरातून." हसून शेठ धरमचंद म्हणाले.

"तुम्ही कोणत्या सबबीखाली तिला पैसे देत होता?"

"कोणत्याच नाही!"

"म्हणजे?"

"मी, 'मी तिला पैसे देत होतो', असं म्हणालो नाही. लोला ही रक्कम माझ्या घरातून आणत होती, असं मी म्हणालो."

"ओह... आय सी! थोडक्यात म्हणजे अफरातफर?"

"यस."

“तुमच्या घरात एवढी मोठी रक्कम कशी मिळत असे? कॅन यू फोकस इट आऊट?”

“डेफिनेटली. माझ्या बंगल्याच्या हॉलमध्ये एक नादुरुस्त वाटणारा टी. व्ही आहे. ॲक्च्युअली, तो टी. व्ही. नसून ती तिजोरी आहे. लोलाजवळ संपूर्ण बंगल्याच्या चाव्यांच्या डुप्लिकेट्स आहेत. मीच दिल्या होत्या तिला. घरखर्चासाठी व पर्सनल एक्स्पेन्सेससाठी म्हणून मी दरमहा फर्ममधून पंचवीस हजार रुपये काढत असे. त्यातले उरलेले मी त्या सेफमध्ये ठेवत असे.

“तो टी. व्ही. नसून ते सेफ आहे, हे फक्त मला आणि लोलालाच माहीत होतं. सेफच्या चाव्या फक्त दोघांकडेच होत्या.

“एकदा मी लोलाला सेफमधून पैसे नेताना पाहिलं आणि माझ्या मनात संशय निर्माण झाला. मी तिला हवे तितके पैसे, हवे तेव्हा देऊ शकत होतो- देत होतो. माझी अकाउंट्स तिच्या ताब्यात होती. असं असताना तिनं थोडेसे का होईना, सेफमधले पैसे मला नकळत का घ्यावेत?

“त्या वेळी मी दुर्लक्ष केलं आणि लोला सेफमधून पैसे घेतच राहिली.”

“सेफमधून आजपर्यंत किती पैसे लोलानं एम्बेझल केले?”

“ॲप्रॉक्झिमेटली, एक लाख!”

“कन्सिडरेबल फिगर!” बॅ. दीक्षित म्हणाले अन् त्याचवेळी प्लेन ड्रेसमधला एक इन्स्पेक्टर घाईघाईनं आत आला. दीक्षितांना काहीतरी सांगून निघून गेला.

क्षणभर दीक्षितांनी आश्चर्यानं शेठ धरमचंदकडे पाहिलं अन् खांदे उडवले.

“शेठ धरमचंद, प्लेन ड्रेसमधला इन्स्पेक्टर माझ्या कानात काय सांगून गेला माहितीय?”

“काय?”

“त्याला एक्झिबिशन नं. १ व २ च्या रिव्हॉल्व्हर्सच्या मालकाचं नाव समजलं म्हणे!”

“डोन्ट प्ले द डर्टी ट्रिक्स विद् मी” शांतपणे शेठ धरमचंद म्हणाले, “जॅकसन अँड जॅक्सन कं ची 0.2 कॅलिबरची - R 038592 आणि R

031202 ही दोन रिव्हॉल्व्हर्स माझ्या मालकीची आहेत!''

क्षणभर कोर्टात सन्नाटा. नंतर कुजबूज.

''दॅट्स करेक्ट. हेच सांगितलं त्यानं मला.'' बॅ. दीक्षित म्हणाले,

''तुम्ही दोन रिव्हॉल्व्हर्स जवळ बाळगता?''

''जवळ कधीच बाळगत नाही; पण वेळ आलीच तर संरक्षणाकरता म्हणून मी ती विकत घेतलीयत. माझ्याजवळ लायसेन्स आहे.''

''व्हेरी गुड. तुमची रिव्हॉल्वर्स चोरीला गेल्याची तक्रार तुम्ही वरळी पोलीस चौकीत केली होती?''

''मला तशी गरज भासली नाही.''

''का?''

''कारण माझी रिव्हॉल्व्हर्स कधी चोरीला गेलीच नव्हती.''

''म्हणजे?''

''गेली दोन वर्षं एक्झिबिशन नं २ चे रिव्हॉल्व्हर नं R-031202 लोलाकडे होतं आणि नं. १ चं रिव्हॉल्व्हर नं R-038592 तिनं चारच दिवसांपूर्वी माझ्याकडून मागून घेतलं होतं.''

''एक रिव्हॉल्व्हर असताना?''

''तिच्या म्हणण्याप्रमाणे ते नादुरुस्त होतं. आय डिडन्ट चेक.''

लोलाने खाडकन मान वर करून शेठ धरमचंदकडे पाहिलं, हे अमरच्या नजरेतून सुटलं नव्हतं. तो तिला फक्त गप्प राहण्याची खूण करीत हसला.

''थोडक्यात म्हणजे, दोन्ही रिव्हॉल्व्हर्स लोलाकडेच होती.''

''टू द बेस्ट ऑफ माय नॉलेज.''

''थँक यू सर,'' उत्साहानं मान झुकवत बॅ. दीक्षित म्हणाले, ''नाऊ क्रॉस एक्झॅमिन.''

अमरची धारदार निळी नजर शेठ धरमचंदच्या नजरेवर स्थिरावली अन् शेठ धरमचंद मंदपणे हसले. त्या हसण्यात एक प्रकारचं चॅलेंज होतं आणि अमरने ते स्वीकारलं होतं. वेडेपणाच होता तो; पण नाइलाज होता. त्यांनी लोलाच्या बेस्ट इंटरेस्टकरता अमरला वाटेल ते करायला सांगितलं

होतं. अमर त्याचं कर्तव्य करीत होता. त्यात यश आलं, तर काय निष्पन्न होईल, ते तो सप्रमाण सांगू शकत नव्हता; पण अपयश आलं, तर मात्र नक्की तो डिबार होणार होता. ह्या वेळी गाठ अशा माणसाशी होती, ज्याच्या नुसत्या एका इशाऱ्यावर मुंबईतलं निम्मतरी तन, मन, धन अमरच्या विरुद्ध उठणार होतं.

"युवर ऑनर," त्यांच्यावरची नजर काढून जज केसरांकडे पाहत अमर गंभीरपणे म्हणाला, "एनी वे, आय ॲम गोइंग टू क्रॉस एक्झॅमिन द विटनेस! विटनेस एकदा स्टँडमध्ये विटनेस म्हणून उभा राहिल्यानंतर तो कोण आहे, समाजात त्याचं स्थान काय आहे, ह्याचा विचार करण्याचं मला कारण नाही."

"कम टू द पॉइंट." जज केसर शांतपणे म्हणाले.

"यस, युवर ऑनर. क्रॉस एक्झॅमिनेशन सुरू करण्यापूर्वी माझी कोर्टाला आणि सरकारी वकिलांना नम्र विनंती आहे, माझे प्रश्न जरी सुरुवातीला बेसलेस, इंप्रॉपर किंवा इम्मटेरिअल वाटले, तरी ते दूरान्वयाने केसशी संबंधित आहेत. म्हणूनच मध्येच ऑब्जेक्शन घेतलं जाऊ नये आणि मी विचारलेल्या सर्व प्रश्नांची उत्तरं मला 'साक्षीदारा'कडूनच मिळावीत."

"आणि जर प्रश्नांची उत्तरं मला इनक्रिमिनेट करणारी असतील तर?"

"ह्याचा अर्थ आम्ही इनक्रिमिनेट होणार, हे तुम्हाला माहीत आहे?"

"मी तसं म्हणालो नाही; पण जर तुम्ही केसला कलाटणी देऊन तशी वेळ आणलीच तर?"

"युवर ऑनर," संधी साधून उठत बॅ. दीक्षित म्हणाले, "लॉ ऑफ इम्युनिटी वापरण्याची गरज पडली, तर मी तो जरूर वापरणार!"

"यू विल फाइंड युवरसेल्फ इन द पोझिशन, व्हेअर यू विल नॉट इव्हन ट्राय टू ॲप्लाय द लॉ ऑफ इम्युनिटी!" कडवटपणे हसत अमर म्हणाला.

"आर यू चॅलेंजिंग मी?"

"यस, आय ॲम चॅलेंजिग यू!"

"ऑर्डर...ऑर्डर!" हातातला हातोडा टेबलावर आपटत जज केसर

म्हणाले, ''दोन्ही वकिलाना समज देण्यात येत आहे, की त्यांनी आपलं जे काही म्हणणं असेल, ते कोर्टासमोर, कोर्टाला उद्देशून मांडावं. आपापसात वाद घालण्याचं किंवा एकमेकांना चॅलेंज करण्याचं त्यांना कारण नाही. रिफ्रेन फ्रॉम द पर्सनॅलिटीज्. डू यू फॉलो?''

''यस, युवर ऑनर,'' दोघंही खाली मान घालून बरोबरच पुटपुटले.

''आता आरोपीच्या वकिलांनी उलटतपासणीला सुरुवात करावी.''

''शेठ धरमचंद,'' शांतपणे धरमचंदजवळ जाऊन उभा राहत अमर म्हणाला, ''तुमचे आणि लोला पंजवाणीचे गुप्त संबंध तुम्ही कोर्टापुढे कबूल केलेच आहेत. त्याबद्दल मला काही विचारायचं नाही. शनिवार, दि. १६ जूनबद्दल मी तुम्हाला काही विचारणार आहे. विचार करून उत्तर द्या.''

''विचार करण्याची मला आवश्यकता नाही.''

''ऑल राइट. त्या दिवशी संध्याकाळी साडेपाचला फर्ममधून बाहेर पडल्यानंतर तुम्ही साडेपाच ते पावणेदहापर्यंत काय करीत होता, ते सांगू शकाल काय?''

''शुअर. साडेपाचला बाहेर पडल्यानंतर मी माझी हिलमन काढली आणि चंद्रवदन ह्यांच्या ज्वेलरीच्या दुकानात गेलो.''

''तिथे तुम्ही सातपर्यंत होतात. पुढे?''

''सात वाजता चंद्रवदनच्या पेढीवरून बाहेर पडल्यानंतर मी... वेल... मला नक्की आठवत नाही; पण लगेच बहुतेक मी आमच्या 'सी वेव्ह फ्रेंड्स क्लब' मध्ये गेलो होतो.'

''तिथे तुम्ही कितीपर्यंत होता?''

''नऊपर्यंत. नऊला लाइट्स गेले अन् मी बाहेर पडलो.''

''नऊ ते पावणेदहा?''

''आठवत नाही.''

''आठवत नाही, का आठववत नाही?''

''मि. बॅरिस्टर, यू आर क्रॉसिंग मी. शब्दांचे खेळ करू नका. जर त्या दिवशी वर्माचा खून होणार आहे, हे मला माहीत असतं, तर तुमच्या क्रॉस एक्झॅमिनेशनकरता मी दिवसातल्या प्रत्येक क्षणाचा हिशेब ठेवला

असता!'' आवाज चढवून धरमचंद म्हणाले.

''ठीक आहे. पावणेदहा वाजता तुम्ही कुठे होता, आठवतंय?''

''सांगू?''

''आठवत असेल तर सांगा.''

''तुमच्या घरी.''

''कशाकरता आला होतात?''

''लोला माझ्या नकळत सेफमधले पैसे का चोरून नेते, ते शोधून काढण्याचं काम तुम्ही करावं ते सांगायला.''

''नंतर घरी गेलात?''

''होय.''

''म्हणजे फर्ममधून बाहेर पडल्यानंतर तुम्ही घरी एकदम रात्रीच गेलात?''

''होय.''

''लोलानं तुमच्या सेफमधून किती रुपये चोरले? ग्रँड टोटल?''

''एक लाख रुपये.''

''एक लाख का दीड लाख?''

''एक लाख.''

''तुम्ही केव्हा मोजले होते?''

''तुमच्याकडे येण्याआधीच तीन-चार दिवस.''

''वेल. लोलानं सेफमधून चोरलेली अमाउंट वर्माला देण्याकरता वापरली, असं तुमचं म्हणणं आहे?''

''इट्स अ फॅक्ट. लोलासुद्धा तुम्हाला सांगेल की, वर्माला तिनं दिलेली पै न् पै माझ्या सेफमधली आहे.''

''इनक्ल्यूडिंग लास्ट पेमेंट?''

''इनक्ल्यूडिंग इच अँड एव्हरी पेमेंट.''

''शेठ धरमचंद,'' अत्यंत गंभीर आवाजात अमर म्हणाला आणि थांबला. कुठे ड्रामा पद्धतीचा वापर करायचा, कोर्टाची उत्सुकता कशी शिगेला पोचवायची, सरकारी वकिलांच्या अन् साक्षीदाराच्या मेंदूला कसा ताण द्यायचा, ते टेक्निक अमरइतकं कोणालाच जमलं नसतं.

कोर्टात पिनड्रॉप सायलेन्स. बॅ. दीक्षित एस. टी. प्रवासात अत्यंत 'घाई' ची लागल्यासारखे अस्वस्थ. धरमचंदचा श्वासोच्छ्‌वास जलद.

अमर शांत.

"स्पीक आऊट." घोगऱ्या स्वरात शेठ धरमचंद म्हणाले.

"यस. अ...तुमच्या साक्षीप्रमाणे १६ जूनच्या रात्री तुम्ही केव्हा घरी गेला होतात?"

"रात्री अकराच्या सुमाराला."

"यू मीन... त्यापूर्वी तुम्ही घरी गेलाच नव्हतात?"

"अर्थात नाही."

"हाऊ फनी!" खांदे उडवत अमर म्हणाला, "शेठ धरमचंद, तुम्ही फर्ममधून निघालात; ते घरी जाताना माझ्याकडे आलात. मला तुम्ही कॅश एम्बझेलमेंटची माहिती दिलीत. कॅशचा आकडा एक लाख सांगितलात.

"साधारण नऊ-सव्वानऊच्या सुमाराला लोलानं तुमच्या सेफमधून पळवलेले पन्नास हजारही तुम्ही सांगितलेल्या लाखात इनक्ल्यूड होते! कॅन यू टेल मी, तुम्ही घरी न जाता, तिनं कॅश पळवली, हे तुम्हाला कसं समजलं?"

शेठ धरमचंद पायाजवळच बॉम्ब फुटल्यासारखे सुन्न.

"शेठ धरमचंद, कॅन यू टेल मी?"

"नो...आय कान्ट."

"द अॅन्सर विल इनक्रिमिनेट यू?"

"आय वॉंट टू से नथिंग!"

"ऑल राइट. आपण पुढचा प्रश्न घेऊ. साधारण सात ते पावणे-दहापर्यंत तुम्ही 'सी वेव्ह' मध्ये पत्ते खेळत बसला होतात?"

"नऊपर्यंत."

"ऑल राइट, नऊपर्यंत. शेठ धरमचंद, त्या वेळी तुम्ही हिलमन कुठे ठेवली होती?"

" 'सी वेव्ह' च्या पार्किंग लॉटला."

"साडेआठ ते नऊच्या दरम्यान तुम्ही कुठेही बाहेर पडला नव्हता?"

"नव्हतो."

''तर मग... तो दुसरा कोणीतरी असेल!'' धरमचंदकडे लक्ष नाहीसं दाखवत अमर पुटपुटला.

''कोण? कुठे?'' मनातली खळबळ लपवून शक्यतो निर्विकार चेहरा ठेवत धरमचंदनी विचारलं.

''नाही, पावणेनऊच्या सुमाराला तुमची हिलमन शिवाजी पार्कच्या ॲव्हेन्यू नं. सातच्या तोंडापाशी उभी होती आणि हिलमधून 'तुम्ही' उतरलात, असं एका माणसानं मला सांगितलं.''

''इट्स प्युअर लाय.''

''हो ना. म्हणूनच मी म्हटलं, तो दुसरा कोणीतरी असेल!'' नजर रोखत अमर म्हणाला आणि धरमचंदनं अमरची नजर चुकवली!

''युवर ऑनर,'' धरमचंदच्या मदतीला धावण्याच्या उद्देशाने बॅ. दीक्षित उभे राहिले.

''डॉ. जालची अजून साक्ष व्हायची आहे; पण कोर्टाचा वेळ वाया जाऊ नये म्हणून मी नम्रपणे सांगू इच्छितो, रिपोर्टर नरेंद्र वर्माचा खून रात्री दहा वाजता झालाय! 'नऊ' वाजता कोण कुठे होतं, ते पाहण्यात वेळ घालवण्यात काहीच अर्थ नाही.''

''दहा वाजता मी बॅ. अमर विश्वासांकडे होतो,'' धरमचंद पटकन म्हणाले.

''द मोस्ट ब्रिलियन्ट ॲलिबी इन द वर्ल्ड!'' मान डोलावत अमर पुटपुटला.

''तुम्हाला आणखीन काही विचारायचंय?'' गुदमरलेला श्वास पुन्हा व्यवस्थित सुरू झाल्यानंतर रिलीफ वाटावा, तशा स्वरात धरमचंदनी विचारलं.

''यस. माझ्यावर तुम्ही जी कामगिरी सोपवली होती, ती माझ्यावर सोपवण्याचं तुम्ही आधीच ठरवलं होतं?''

''फर्मली ठरवलं नव्हतं; पण ते विचार माझ्या मनात घोळत होते.''

''फर्मली केव्हा ठरवलंत?''

''१६ जूनला ऑफिसातून बाहेर पडताना.''

''आय वन्डर! फर्मच्या ऑफिसातून निघताना तुम्ही माझ्याकडे येण्याचं

ठरवलंत. त्याप्रमाणे तुम्ही खिशात कॅशही घेतली होती. तुमच्या दृष्टीनं काम महत्त्वाचं होतं. असं असताना तुम्ही चंद्रवदनकडे आणि 'सी वेव्ह' ला वेळ घालवलाच कसा? व्हाय डिडन्ट यू कम अर्ली? अं?''

''नो रीझन.''

''विदाऊट एनी रीझन, तुम्ही इतक्या वादळी रात्री, पावसात, रस्त्यावर दिवे नसताना माझ्याकडे ९-४५ ला आलात?''

''यस.''

''सकाळी का नाही आलात?''

''त्या भागात...'' धरमचंद पटकन गप्प झाले.

''यस, त्या भागात?''

''...फारसं येणं होत नाही म्हणून...''

''का 'आला होतात' म्हणून?'' तीव्र स्वरात अमर गरजला, ''शेठ धरमचंद, एक साक्षीदार चुकेल; दोघंही चुकणार नाहीत. पावणे नऊ ते सव्वानऊच्या दरम्यान तुम्हाला शिवाजी पार्क एरियात फिरताना पाहणारे दोनजण आहेत...स्टिल् यू डिनाय?''

''फर्मली! मी 'सी व्हेव' चे म्हणाल तेवढे मेंबर्स आणून सिद्ध करू शकतो.''

''शेठ धरमचंद नऊ वाजेपर्यंत तुम्ही क्लबमध्ये होतात का नव्हतात, हा प्रश्न तुम्ही 'प्रेस्टिज पॉइंट' केलेला दिसतोय.'' हसत अमर म्हणाला, ''आपण जरा टॉपिक बदलून तुमच्या भूतकाळात जाऊ या. सर्टनली, यू विल गेट रिलीफ.''

''जस्ट अ मिनिट,'' पटकन उठत बॅ. दीक्षित म्हणाले, ''मी अजूनही आरोपीच्या वकिलांना विनंती करू इच्छितो, की 'नऊ वाजता शेठ धरमचंद कुठे होते', ते शोधून काढण्यात त्यांनी व्यर्थ वेळ घालवला आहे. आता ते शेठ धरमचंदच्या भूतकाळात वेळ घालवू पाहत आहेत. अशा पद्धतीनं वेळ मारून नेण्याचा काहीच उपयोग नाही. कोर्टाचा वेळ मात्र निष्कारण वाया जातोय.''

''सल्ल्याबद्दल थँक्स.'' दीक्षितांकडे दुर्लक्ष करीत अमर पुन्हा शेठ

धरमचंदकडे वळला. ''शेठ धरमचंद, फोर्टमध्ये तुमची फर्म आहे, 'धरमचंद ज्वेलर्स' नावाची. बरोबर आहे?''

''बरोबर आहे.''

''फर्म सुरू करून किती वर्षं झाली?''

''चोवीस वर्षं.''

''चोवीस का एकवीस?''

''कदाचित एकवीस असतील.''

''असतील नाही, आहेत.''

''त्याचा इथे काय संबंध?''

''त्याचा नाही; त्यापूर्वीचा कदाचित आहे.''

''मी समजलो नाही.''

''शेठ धरमचंद, वयाच्या सोळाव्या वर्षी तुमचे वडील गेल्यानंतर तुम्ही डायरेक्ट ही फर्म सुरू केलीत?''

''नाही.'' खालच्या स्वरात धरमचंद म्हणाले.

''मग फर्म सुरू करण्याच्या आधी तुम्ही काय करीत होता?''

''माझा मेणबत्त्या बनवण्याचा कारखाना होता.''

''गुड. तुमच्या माहितीत तुम्ही सांगितलं नाहीत कुठे!''

''व्हॉट नॉन्सेन्स?'' खोट्या आवेशानं धरमचंदनी विचारलं, ''तुम्ही काय माझी जन्मापासूनची माहिती गोळा करणार आहात? आवश्यक तेवढी माहिती मी कोर्टासमोर सांगितलीय.''

''शेठ धरमचंद, काय आवश्यक आणि काय अनावश्यक ते कोर्टानं ठरवायचं असतं; साक्षीदारानं नाही!''

''हे तुम्ही मला शिकवण्याची गरज नाही!'' संतापून शेठ धरमचंद म्हणाले, ''आणि यापुढे तुमच्या कोणत्याही प्रश्नाला उत्तर देण्याची मला आवश्यकता वाटत नाही.''

''तुम्हाला वाटत नसेल; न्यायदानाच्या दृष्टीनं मला वाटते.'' शांतपणे अमर म्हणाला.

''सबूर...सबूर!'' नाटकी पद्धतीनं हातांनी अमरला थांबवण्याची खूण

करत बॅ. दीक्षित पुढे म्हणाले. ''युवर ऑनर, आरोपीचे वकील साक्षीदारावर सक्ती करू शकणार नाहीत. एकतर ही प्रॉपर क्रॉस एक्झॅमिनेशन नाही. मी विचारलेल्या प्रश्नांच्या अनुरोधानं त्यांची उलटतपासणी चाललेली नाही. केसशी संबंधित नसलेले कोणतेही अवांतर प्रश्न साक्षीदाराला विचारून त्यांची उत्तरं साक्षीदारानं दिलीच पाहिजेत, असं त्यांना निदान माझ्यादेखत तरी म्हणता येणार नाही.''

''युवर ऑनर,'' अमर शांतपणे म्हणाला, ''नरेंद्र वर्माच्या खुनाचा आणि मी शेठ धरमचंदांना विचारत असलेल्या प्रश्नांचा फार जवळचा संबंध आहे. उलट, ह्या प्रश्नांच्या उत्तरांतूनच केस उलगडणार आहे.''

''आरोपीचे वकील तसं सिद्ध करू शकणार आहेत काय?'' विचारात पडून जज केसरांनी विचारलं.

''यस युवर ऑनर.''

''तर मग शेठ धरमचंद, तुम्हाला प्रश्नांची उत्तरं द्यावी लागतील.''

''थँक यू, युवर ऑनर.'' अमर हसून म्हणाला आणि शेठ धरमचंदनी जळजळीत नजरेनं न्यायाधीशांकडे पाहिलं.

''शेठ धरमचंद, तुमच्या मेणबत्तीच्या कारखान्यात एक पार्टटाइम नोकर होता. आठवतंय का?''

''कितीतरी होते. त्यांतला तुम्ही कुठला 'एक' म्हणताय, ते मला कसं समजणार?''

''राइट यू आर. मी नाव सांगतो ना! मग तर आठवेल?''

''आय विल ट्राय. वीस वर्षांपूर्वी माझ्या कारखान्यात असलेल्या नोकराचं नाव मला आठवेलच, असं मी कसं सांगू?''

''अमीर खान.'' अमर म्हणाला आणि धरमचंदच्या कपाळावर आठी चमकून गेली. ''दिवसा तो उर्दू शाळेत प्यून म्हणून काम करायचा अन् संध्याकाळी तुमच्याकडे पार्टटाइम करायचा.''

''अमीर खान?...आय डोन्ट रिमेंबर.''

''आठवत नसेल तर मी आठवून देतो.'' ऑडियन्सकडे वळून सोनालीला खूण करीत अमर म्हणाला. सोनाली झटकन पुढे झाली.

तिनं एक अगदी जुनं, पिवळट रंगाचं रजिस्टर अमरच्या हातात दिलं.

“युवर ऑनर, हे शेठ धरमचंदच्या मेणबत्तीच्या कारखान्याचं हजेरी-पत्रक आहे.” रजिस्टर थ्रू प्रॉपर चॅनेल जजच्या टेबलापर्यंत पाठवत अमर म्हणाला, “पार्ट-टाइम सर्व्हिस करणाऱ्यांच्या नावांची लिस्ट त्यात आहे. त्यातलं सात नंबरचं नाव पाहण्यात यावं.”

जज केसर रजिस्टर चाळेपर्यंत ऑडियन्स टकमका अमरकडे पाहत होता.

“यस, सात नंबरला अमीर खानच्या नावाची नोंद आहे.” मान डोलवत जज केसर म्हणाले आणि त्यांनी रजिस्टर एक्झिबिशनकरता सरकवलं.

“दॅट्स ऑल अँड थँक यू युवर ऑनर.” शांतपणे अमर म्हणाला, “केसमधलं शेठ धरमचंदचं महत्त्वाचं स्थान लक्षात घेता, गरज पडल्यास त्यांना उलटतपासणीकरता हजर राहण्याची कोर्टानं विनंती करावी.”

“परमिशन ग्रॅन्टेड.” जज केसर म्हणाले आणि घड्याळाकडे पाहून आसनावरून उठले.

ते गेले केव्हा, तेच लोकांना समजलं नव्हतं. सगळ्यांच्या नजरा स्टँडमध्ये उभ्या असलेल्या शेठ धरमचंदवर खिळल्या होत्या. रिपोर्टर्सचे फ्लॅशबल्ब्ज चमकत होते.

केसला लागत असलेलं अनिश्चित वळण पाहून बॅ. दीक्षित हतबल झाल्यासारखे उभे होते.

काय होणार होतं, ते अमरलाच माहीत!

◆◆◆

सहा

दाटीतून वाट काढत अमर कसाबसा कोर्टरूममध्ये शिरला, तेव्हा त्याचे कपडे बरेचसे चुरगाळलेले होते. केसही विस्कटलेले होते. त्याच्या डोळ्यांसमोर नुसते लाइट्स चमकत होते. त्याला इतर काही दिसतच नव्हते.

पाच मिनिटांनी त्याचे डोळे सरावले अन् टायची नॉट व्यवस्थित करीत त्यानं आवारावरून नजर फिरवली.

ओह नो! भारतातली सगळी लोकसंख्या केंद्रित झाली काय, या ठिकाणी? एखाद्या पोस्टरमध्ये गर्दी दाखवताना जशी फक्त डोकी दाखवतात, तशी लोकांची मुंडकीच दिसत होती. थोडी हालचाल केली, तरी शेजारच्या माणसाला धक्का लागेल, अशी तुडुंब गर्दी होती.

ही गर्दी सर्वांनाच अपेक्षित होती. कालच्याच वर्तमानपत्रात वर्मा खून-खटल्याची सविस्तर हकिकत आली होती. केसला मिळालेल्या विचित्र वळणाचा उल्लेख करून बहुतेक सर्व वर्तमानपत्रांनी त्याचं श्रेय आवर्जून बॅ. अमर विश्वासच्या अफाट बुद्धिमत्तेला दिलं होतं.

आणि हीच दीक्षितांची पोटदुखी होती. केस कोण जिंकतो अन् कोण हरतो, याला महत्त्व नाही. सरकारी वकील कधी आपल्या बुद्धीची चुणूक दाखवत नाही का? तेव्हा त्याचं नाही

कोणी तोंडभरून कौतुक करीत? एकजात बदमाश साले! म्हणे अफाट बुद्धिमत्ता! हं!

जज केसर प्रसन्न मुद्रेनं आसनावर येऊन बसले आणि सर्वांनी त्यांना अभिवादन केलं.

''प्रोसीड विथ द केस.'' केसची टाचणं चाळत जज केसर म्हणाले अन् बॅ. दीक्षित शक्य तेवढा हसरा चेहरा करून उभे राहिले.

''सरकारी साक्षीदार डॉ. जाल.'' हसून ते म्हणाले आणि डॉ. जाल साक्षीदाराच्या पिंजऱ्यात येऊन उभा राहिला. त्यानं शपथ घेतली. स्वत:चं नाव, हुद्दा वगैरेंबद्दल तीन-चार वाक्यांत माहिती दिली.

''डॉ. जाल, इ. लालबरोबर नरेंद्र वर्माच्या फ्लॅटवर तुम्ही गेला होता?''

''यस सर.''

''काय आढळलं?''

''नरेंद्र वर्मा मेला होता. त्याच्या छातीत तीन गोळ्या शिरल्या होत्या. जखमांतून खूप रक्तस्राव झाला होता.''

''गुड! नंतर तुम्ही वर्माचं पोस्टमार्टेम केलं?''

''ऑफकोर्स.''

''पी. एम. रिपोर्ट काय?''

''छातील शिरलेल्या गोळ्यांमुळे नरेंद्र वर्मा तत्काळ मरण पावला होता.''

''व्हेरी गुड! डॉ. जाल, नरेंद्र वर्मा साधारण किती वाजता मेला, हे तुम्ही सांगू शकाल काय?''

''शुअर. पी. एम. रिपोर्टप्रमाणे तो नऊ ते अकराच्या दरम्यान मेला असावा; पण तो शार्प दहाला मेला.''

''थँक यू. क्रॉस एक्झॅमिन.''

क्षणभर विचार करत अमर उठला. एक महत्त्वाचा पॉइंट समोर आला असताना तो बॅ. दीक्षितांनी मुद्दाम निग्लेक्ट केला होता. क्रॉसिंगला तो पॉइंट कव्हर करायलाच हवा होता.

''डॉ. जाल,'' गंभीर स्वरात अमरने विचारलं, ''आपल्या मेडिकल सायन्सप्रमाणे माणसाचं एक्झॅट डेथ टाइम सांगता येतं?''

"नाही. परफेक्ट रेंज मात्र देता येते."

"कशी?"

"रिगॉर मॉर्टिस आणि डेड बॉडीच्या टेंपरेचरचा उपयोग करून आम्ही रेंज देऊ शकतो. वर्माची रेंज नऊ ते अकरा होती."

"कॅन यू एक्सप्लेन, तुम्ही वर्माच्या मृत्यूची वेळ 'शार्प' दहा कशी ठरवलीत?"

"देअर यू आर," हसत डॉ. जाल म्हणाला, "मला तुमच्याकडून ह्या प्रश्नाची अपेक्षा होती. ह्या वेळी खुनाची वेळ ठरवताना आम्हाला विझलेल्या मेणबत्तीनं फार मदत केली."

"मला समजलं नाही."

"सांगतो." डॉ. जाल म्हणाला अन् बॅ. दीक्षितांसकट सर्वजण त्याचं बोलणं कान देऊन ऐकायला लागले. "१६ जूनच्या रात्री, वादळी पावसामुळे बरोबर नऊला दोन मिनिटं कमी असताना शिवाजी पार्क विभागाचे लाइट्स गेले होते. आम्ही अमीर खानला विचारलं की, त्यानं डार्क रूममध्ये मेणबत्ती केव्हा लावली? त्याच्या जबाबानुसार लाइट्स गेल्यानंतर त्यानं ताबडतोब किचनमध्ये जाऊन मेणबत्ती आणली होती आणि डार्करूममधल्या खिडकीसमोरच्या टेबलावर ठेवली होती. हे करायला त्याला दाट अंधारामुळे दोन मिनिटं लागली होती.

"म्हणजेच नऊला किंवा अर्ध्या मिनिटाच्या फरकानं त्यानं मेणबत्ती लावली होती.

"आम्ही वर्माच्या फ्लॅटवर गेलो, तेव्हा मेणबत्ती विझली होती. आम्ही ती मेणबत्ती निघताना बरोबर घेतली. तिच्याच बरोबर अमीर खानकडून 'मून लाइट' कंपनीच्या दोन संपूर्ण मेणबत्त्या घेतल्या.

"नंतर हेडक्वार्टरला आल्यावर मी आणि ब्रिजेशलालनी एक सोपा प्रयोग केला.

"तीनही मेणबत्त्या 'मून लाइट' कंपनीच्या होत्या. एकाच आकाराच्या, एकाच बंचमधल्या होत्या."

"जस्ट अ मिनिट," अमर म्हणाला आणि नजरा गरकन त्याच्या

दिशेनं वळल्या. ''एकाच कंपनीच्या, एकाच आकाराच्या, एकाच बंचमधल्या मेणबत्त्या सारखाच वेळ जळतात?''

''निदान 'मून लाइट' च्या तरी. वुई हॅव प्रूव्हड् इट दोन्ही संपूर्ण मेणबत्त्या आम्ही एकाच वेळी लावल्या. रिझल्ट असा मिळाला की, त्या दोन्ही मेणबत्त्या सहा सेकंदाच्या फरकानं दोन तास जळाल्या.''

''म्हणजे त्या मेणबत्त्या दोन तास जळाल्या होत्या?''

''इफ नॉट डिस्टर्बड् बाय द विंड...यस. त्यानंतर आम्ही अर्धवट जळालेली मेणबत्ती पेटवली. ती बरोबर एक तास जळली.

''दोन तास जळणारी मेणबत्ती, तिचा उरलेला भाग एक तास जळाला. ह्याचा अर्थ जळालेला भाग एक तास जळत होता.

''मेणबत्ती नऊला एक मिनिट कमी असताना पेटवली होती. नक्कीच ती दहापर्यंत जळाली. दहा वाजता खुन्यानं खिडकी फोडली किंवा बॅक एन्ट्रन्स जोरात उघडला म्हणा; वाऱ्यानं मेणबत्ती विझली.

''एक्झॅटली त्याच वेळी वर्मावर गोळा झाडण्यात आल्या असल्या पाहिजेत; नाहीतर खुन्याला पाहून तो आरामखुर्चीतून उठला असता.

''जखमा लक्षात घेता, वर्मावर गोळ्या झाडण्यात आल्यानंतर तो ओरडायलादेखील सेकंदभर जिवंत राहिलेला नाही. सो वुई केम टू द कन्क्ल्यूजन दॅट मि. वर्मा वॉज डेड बाय टेन पी. एम. शार्प!''

''एनी मोअर क्वेश्चन?'' डॉ. जालकडे कौतुकाने बघत बॅ. दीक्षितांनी विचारलं.

''दॅट्स ऑल. थँक यू,'' शांतपणे अमर म्हणाला आणि जागेवर जाऊन बसला.

बॅ. दीक्षित एखाद्या विजयी वीरासारखे उठले.

''मॉय नेक्स्ट विटनेस इज... फिंगर प्रिंट एक्सपर्ट मि. दत्ता जोगळेकर.''

दत्ता जोगळेकर अमरकडे पाहून हसत साक्षीदाराच्या पिंजऱ्यात जाऊन उभा राहिला. कोर्टात रोज शपथा घ्यायची सवय असल्यामुळे त्यानं मिनिटात प्रोसीजर पार पाडली.

''मि. जोगळेकर, तुम्ही फिंगर प्रिंट एक्सपर्ट म्हणून इ. लालबरोबर

गेला होतात?''

"होय.''

"डार्करूमकडे तुम्हाला काही ठसे मिळाले?''

"केसच्या संदर्भात बोलायचं झालं, तर तुमच्या अपेक्षेप्रमाणे आरोपी पंजवाणीच्या सॅन्डल्सचे आणि हातांचे ठसे चिकार ठिकाणी मिळाले.''

"कुठे कुठे?''

"सॅन्डल्सचे ठसे दोन्ही दारांकडून खोलीकडे आलेले आणि गेलेले मिळाले. हातांचे ठसे बॅक एन्ट्रन्सजवळच्या भिंतीवर मिळाले, बेसिनवर मिळाले.''

"आणि रिव्हॉल्व्हरच्या बाबतीत काय?''

"काय? त्यातून गोळ्या झाडल्या होत्या!''

"नाही; प्रिंट्सबद्दल विचारतोय मी.''

"दोन्ही रिव्हॉल्व्हर्सवर लोलाच्या उजव्या हाताचे ठसे मिळाले.''

"म्हणजे ज्या रिव्हॉल्व्हरमधली गोळी जमिनीत शिरली होती त्याही, अन् ज्या रिव्हॉल्व्हरमधल्या तीन गोळ्या वर्माच्या छातीत शिरल्या होत्या त्याही?''

"ते मला माहीत नाही. प्रिंट्स घेण्याकरता माझ्याजवळ जी दोन रिव्हॉल्व्हर्स देण्यात आली होती, त्यावर लोलाचे ठसे होते.''

"आणखी कोणाचे ठसे मिळाले रिव्हॉल्व्हरवर?''

"कोणाचे नाही. फक्त लोलाचे.''

"म्हणजे दोन्ही रिव्हॉल्व्हर्स फक्त लोलानेच हाताळलीयत?''

"नॉट नेसेसरी. हातमोजे घालून आधी रिव्हॉल्व्हर चालवलं अन् तिच्या हातात रिव्हॉल्व्हर दिलं, तर फक्त तिचेच ठसे मिळतील किंवा स्वच्छ पुसून दिलं, तरी तिच्याच हाताचे ठसे उमटतील.''

"क्रॉस एक्झॅमिन.'' अमरकडे पाहून बॅ. दीक्षित म्हणाले आणि जोगळेकर सावध होऊन उभा राहिला.

"मि. जोगळेकर, तुम्ही जेव्हा डार्करूममध्ये गेलात, तेव्हा डार्करूममध्ये सगळीकडे पाणी असेल, नाही?''

"नाही. आमच्या सुदैवानं पाणी बरंचसं वाहून गेलं होतं.''

"पण जमिनीवरच्या टाइल्सवर पाणी होतं?''

"होय.''

"मग तुम्हाला सॅन्डल्सचे ठसे कसे मिळाले?''

"बाहेरच्या बोळात भरपूर चिखल होता. लोला येताना सॅन्डल्स दरवाजाबाहेर काढून आली असती, तर प्रिंट्स मिळणं अवघड होतं. अर्थात मी 'अवघड' होतं असं म्हणतोय; अशक्य नव्हतं. पण ती सॅन्डल्स घालून आत आली. चिखल प्रेस केला गेला. पाणी वाहून गेलं. तरी प्रिंट्स अशा वेळी राहतात.''

"ज्या रॅक्समध्ये, टेबलावर, टेबलाच्या खणात वर्माने फोटो व निगेटिव्ह्ज ठेवल्या होत्या, तिथल्या प्रिंट्स तुम्ही घेतल्यात?''

"घेतल्या.''

"तेथे लोलाचे ठसे आढळले?''

"नाही; त्या भागात कुठेच तिच्या सॅन्डल्सचे किंवा हातांचे ठसे वगैरे नव्हते.''

"आय वन्डर युवर ऑनर,'' गर्रकन जज केसरांकडे वळत अमर म्हणाला, "जे बेडसीन्स मिळवण्याकरता लोलानं वर्षभरात बावन्न हजार रुपये दिले, ते सीन्स आणि त्याच्या निगेटिव्ह्ज मिळवण्याकरता लोलानं प्रयत्नदेखील करू नये?''

"तिनं ते वर्माकडून आधी घेतले...''

"बेअक्कल विधान बंद करा!'' अचानक बॅ. दीक्षितांकडे पाहत अमर गरजला आणि क्षणभर सगळ्यांची हृदयं धडधडली. "ह्याच केसच्या संदर्भातली आपली विधानं सरकारी वकिलांना आठवत नसतील, तर त्यांनी पुण्याच्या रजिस्ट्रार ऑफिसमध्ये जावं. तिथं निदान रजिस्टर्ड मॅरेजची कामं तरी मिळतील!''

"आय बेग युवर पार्डन सर. एकतर फोटो आणि निगेटिव्ह्ज मिळाल्यानंतर लोलाला खून करण्याचं कारणच उरत नाही आणि तिनं आधी वर्माकडून ते मिळवून त्याच्यावर गोळ्या झाडल्या असं म्हटलं, तर सरकारी

वकिलांनी डेव्हलप केलेल्या केसचा बेसच ढासळतो.

"हे विधान मान्य केलं, तर तिनं खिडकी फोडून त्याच्यावर गोळ्या झाडल्या किंवा त्याला सावध होऊ न देता दाराच्या फटीतून गोळ्या झाडल्या, हे आरोपच बेसलेस होतात!

"पुन्हा प्रश्न उरतो- 'खिडकीची काच कोणी फोडली?' सरकारी वकिलांजवळ आहे उत्तर?"

बॅ. दीक्षित घाबरलेल्या उंदरासारखे संतापलेल्या अमरकडे पाहत होते. स्वत:ला बेअक्कल म्हटल्याबद्दल ऑब्जेक्शन घेणंही त्यांच्या लक्षात राहिलं नव्हतं.

"युवर ऑनर," आवाज पुन्हा नॉर्मलवर आणत अमर म्हणाला, "फिंगर प्रिंट एक्सपर्ट मि. दत्ता जोगळेकर ह्यांच्या साक्षीवरून हे तर सिद्ध झालं आहे, की जिथे फोटो आणि निगेटिव्ह्ज असण्याची शक्यता होती, तिथे ती गेलीच नव्हती आणि तरीही डार्करूममध्ये त्या महत्त्वाच्या निगेटिव्ह्ज किंवा ते फोटो मिळालेले नाहीत!

"आयदर, देअर वेअर नो बेडसीन्स् स्नॅप्ड् ॲट एनी टाइम ऑर समबडी हॅड स्टोलन द पॅकेज बिफोर मिस लोला पंजवाणी हॅड रीच्ड् द स्पॉट! युवर ऑनर, रिपोर्टर हेमंत काळेची साक्ष जर ग्राह्य मानली, तर बेड-सीन्सचे स्नॅप घेण्यात आले होते, हे मान्य करावंच लागेल. आणि ते मान्य केलं, तर लोलाच्या आधी जो कोणी 'मि. एक्स' तिथे आला होता, त्यानं तो लिफाफा पळवला आणि त्याच वेळी वर्माचा खून करून..."

'ऑब्जेक्शन युवर ऑनर! ऑब्जेक्शन...ऑब्जेक्शन!' पिसाळल्या-सारखे ओरडत बॅ. दीक्षित उभे राहिले.

'ऑर्डर...ऑर्डर!' टेबलावर जोरजोरात हातोडा आपटत जज् केसर म्हणाले, "सरकारी वकिलांनी कोर्टाचा मासळीबाजार करू नये. जे काही सांगायचं आहे, ते त्यांनी व्यवस्थित सांगावं."

जजसाहेबांचं विधान ऐकून बॅ. दीक्षित खरं म्हणजे जाम खवळले होते. मघाशी तो निळ्या ओरडला तेव्हा?...तेव्हा चाललं का?

"आय ॲम सॉरी..." गुरगुरल्यासारखा आवाज काढत बॅ. दीक्षित

म्हणाले, ''युवर ऑनर, कोणी 'मि. एक्स' ही थर्ड पार्टी आतापर्यंतच्या सीनमध्ये नाही. आरोपीचे वकील उगाचच गुंतागुंत वाढवून कोर्टाचा गोंधळ उडवून देण्याचा प्रयत्न करीत आहेत.''

''बॅ. दीक्षित,'' आवाज चढवून त्रासिक स्वरात जज केसर म्हणाले, ''कोर्टाचा गोंधळ होत नाहीये. बॅ. विश्वासाचे वाक्य न् वाक्य लॉजिकली योग्य आहे. तुम्ही कोणती दुसरी थिअरी प्रोड्यूस करणार आहात का?''

''इफ द कोर्ट प्लीज,'' उत्साहानं बॅ. दीक्षित म्हणाले, ''युवर ऑनर, आरोपी मिस लोला पंजवाणी आधी पावणेदहाच्या सुमारास आली. तिनं वर्माकडून ते पॅकेट घेतलं. नंतर तिनं गेल्यासारखं दाखवलं आणि ती लपून बसली. दहा वाजता पुन्हा आली आणि...''

अमरने खदखदा हसत टाळ्या वाजवल्या आणि बॅ. दीक्षित लगेच ढेपाळले.

कार्टं टर उडवतंय्, त्या अर्थी काहीतरी खडूसपणा करणार!

''डोन्ट लाफ... डोन्ट लाफ.'' अत्यंत नर्व्हस होत बॅ. दीक्षित पुटपुटले.

''युवर ऑनर, एखादा लहान पोरगाही जादूची गोष्ट सांगताना इतके कच्चे दुवे ठेवणार नाही.'' अमर म्हणाला, ''बॅ. दीक्षितांच्या म्हणण्याप्रमाणे जर समजा, आरोपीनं जिवंत वर्माकडून ते पॅकेट घेतलं असतं, तर ते तिनं सरळ पर्समध्ये टाकलं असतं, त्याला पैसे दिले असते आणि ती बाहेर पडली असती. मला वाटतं, नरेंद्र वर्मासारखा पैशांचा लोभी मनुष्य पन्नास हजार रुपये आल्यानंतर इतका ढिम्म बसून राहणार नाही.

''ह्या थिअरीप्रमाणे काही गोष्टी घडायला पाहिजे होत्या, त्या घडलेल्या नाहीत आणि काही घडायला नको होत्या, त्या घडल्यायत.''

''स्पष्ट करून सांगा.''

''यस, युवर ऑनर. ह्या थिअरीप्रमाणे लोलानं बाहेर पडताना तिची पर्स बरोबर न्यायला हवी होती. नंतर दहा वाजता ती जेव्हा परत आली, तेव्हा तिला आत जायचं कारणच नव्हतं. बेड सीन्सचे फोटो व निगेटिव्ह्ज तिच्या पर्समध्ये होत्या. करायचंच असेल, तर तिला एकच कार्य करायचं होतं- वर्माला शूट करणं.

"तिनं पर्समधून रिव्हॉल्व्हर काढलं असतं, सरळ त्याच्यावर तीन गोळ्या झाडल्या असत्या, रिव्हॉल्व्हर पर्समध्ये टाकून ती निघून गेली असती.

"मग रिव्हॉल्व्हर आतमध्ये कसं आलं? तिनं पर्स कशाला आत टाकली? पोलिसांना क्ल्यू ठेवण्याकरता?

"युवर ऑनर, द लास्ट अँड द मोस्ट इंपोर्टेंट पॉइंट... टॅक्सी ड्रायव्हर ध्यानचंदची साक्ष. पावणेदहाच्या सुमारास लोला दादर स्टेशनजवळ होती. ध्यानचंद हा सरकारी साक्षीदार आहे. त्याची साक्ष आपण ग्राह्य मानली आहे."

"ऑब्जेक्शन ओव्हररूल्ड," जज केसर म्हणाले आणि बॅ. दीक्षित हवा गेल्यासारखे मलूल झाले.

"दॅट्स ऑल अँड थँक यू," दीक्षितांकडे पाहून हसत अमर म्हणाला

"कॉल युवर नेक्स्ट विटनेस."

"बॅलिस्टिक्स एक्सपर्ट मि. सदानंद चांदेकर." फ्ल्यू झालेल्या माणसाप्रमाणे बॅ. दीक्षित म्हणाले.

एक तिशीचा तरुण पोटावरचा पट्टा आवळत, हसत हसत पुढे आला. जणू काही कुठल्यातरी ऑर्केस्ट्रात मिमिक्री करण्याकरताच त्याचं नाव पुकारलं होतं. तसं पाहायला गेलं तर तो सुंदर नव्हता. थुलथुलीत पोट, शेपलेस शरीर, बोजड नाक आणि जूलीफेम विक्रमसारखा बथ्थड चेहरा; पण तरीही त्याचं फर्स्ट इंप्रेशन मात्र चांगलं होतं. एनी वे, ही वॉज स्मार्ट.

त्याने शपथ घेऊन स्वत:चा हुद्दा वगैरे सांगितला.

"मि. चांदेकर."

"अं?"

"वर्मा मर्डरकेसशी संबंधित अशी तुम्हाला एकंदर चार काडतुसं आणि दोन रिव्हॉल्व्हर्स तपासणीकरता दिली होती."

"यस सर."

"बॅलिस्टिक्स एक्सपर्ट म्हणून तुमचा रिपोर्ट काय?"

"बुलेट नं. १, जी एक्झिबिशन नं ४ म्हणून ठेवण्यात आली आहे, ती एक्झिबिशन नं १ च्या रिव्हॉल्व्हरमधून झाडण्यात आली होती आणि

बुलेट नं. २ , ३ , ४ ज्या एक्झिबिशन नं ५ म्हणून ठेवण्यात आल्या आहेत, त्या एक्झिबिशन नं. २ च्या रिव्हॉल्व्हरमधून झाडण्यात आलेल्या आहेत.''

"चूक होण्याचा संभव नाही?''

"नाही. आम्ही काडतुसं अगदी स्वतंत्र ठेवली होती.''

"क्रॉस एक्झॅमिन.''

"नो क्वेश्चन. थँक्स.''

"युवर ऑनर,'' गेलेला सर्व आवेश गोळा करून पणाला लावत बॅ. दीक्षित म्हणाले, "माझे सर्व साक्षीदार मी पुराव्याकरता म्हणून कोर्टासमोर आणले. त्यांची साक्ष सुसंगतपणे मांडली, तर खुनाची एक हकिकत तयार होईल.

"मिस लोला पंजवाणी, सेठ धरमचंदची कीप होती. ती त्यांच्याबरोबर अनेक रात्री, अनेक लॉजवर घालवत असे. शेठ धरमचंदना वाटत होतं, की लोला आपल्याशी प्रामाणिक आहे; पण लोला आणि मयत नरेंद्र वर्मा ह्यांची मैत्री आहे, हे त्यांना माहीत नव्हतं.

"लोला आणि वर्मा दोघांनी मिळून शेठ धरमचंदकडून पैसा मिळवण्याकरता एक प्लॅन आखला. त्या प्लॅनप्रमाणे लोलानं वर्माला एका लॉजचा पत्ता दिला आणि वर्माने त्यांचे बेडसीन्स अचूक टिपले.

"इथपर्यंत सगळं ठीक होतं. पुढचं मात्र लोलाच्या अपेक्षेप्रमाणे झालं नाही. वर्मा दूरदर्शी होता. शेठ धरमचंद इतके सहजासहजी हाताशी लागणार नाहीत; उलट, आपल्याला मात्र ते नेस्तनाबूत करतील, हा विचार वर्माला स्ट्राइक झाला आणि त्याने आपलं भक्ष्य बदललं!

"त्यानं लोलालाच ब्लॅकमेल करायला सुरुवात केली. जर लोलानं शेठ धरमचंदना त्याच्याबद्दल माहिती दिली, तर तो त्यांना सरळ सांगणार होता की, लोलाही त्यांना ब्लॅकमेल करण्याच्या कटात सामील होती.

"तसं झालं असतं, तर लोलाच्या पुढचं सोन्याचं ताट पळवून नेल्यासारखं झालं असतं. म्हणून लोला निमूटपणे धरमचंदना समजू न देता वर्माला वर्षभर रक्कम देत राहिली; पण तिच्याकडून सहज रक्कम मिळतीय पाहून वर्माला हाव सुटली. तो तिच्यामागे फारच तगादा लावू लागला आणि शेवटी लोलानं निर्णय घेतला, 'नरेंद्र वर्माला ठार करायचं!'

"१६ जूनच्या संध्याकाळी साडेआठ वाजता वर्मानं बोलावल्याप्रमाणे लोला त्याला भेटायला गेली, तेव्हा तिच्याजवळ रिव्हॉल्व्हर नव्हतं. म्हणून तिनं पन्नास हजार रुपये देण्याचं मान्य करून त्याची दहाची वेळ घेतली.

"मनात ठरवल्याप्रमाणे तिनं दरवाजा उघडून गोळ्याही झाडल्या. तिच्या नशिबानं तिला साथ दिली. वादळी पावसाच्या भयाण आवाजात गोळ्या झाडण्याचा आवाज कोणाला ऐकू आलाच नाही.

"ठरवल्याप्रमाणे ती वर्माच्या प्रेताजवळ गेली अन् तिनं पेन टॉर्चच्या प्रकाशात वर्माच्या हातातला तो लिफाफा काढून घेतला आणि त्याच वेळी तिच्या टॉर्चचा प्रकाश वर्माच्या भेसूर, निष्प्राण चेहऱ्यावर पडला.

"मग मात्र लोलाचा धीर सुटला. तिच्या हातातली पर्स खाली पडली. पर्समधल्या रिव्हॉल्व्हरच्या ट्रिगरला, पर्स सावरताना तिचा धक्का बसला. कारण त्या वेळी रिव्हॉल्व्हर पर्समधून बाहेर आलं होतं. त्यातून एक गोळी सुटली आणि लोला जोरात पळत सुटली.

"पळताना तिच्या हातात एक्झिबिशन नं. २ चं रिव्हॉल्व्हर आणि तो लिफाफा होता. इतर वस्तू तिथेच राहिल्या.

"युवर ऑनर, एकंदरीत परिस्थितीचा विचार करता, मयत रिपोर्टर नरेंद्र वर्मा मारण्याला योग्यच होता; पण लोलानं कायदा हातात घेऊन निर्दयपणे त्याचा खून करायला नको होता. हा भारत देश आहे. मेक्सिकन परगणा नाही. म्हणून युवर ऑनर, कोर्टाने तिच्या वयाचा किंवा तिच्या भोळ्या चेहऱ्याचा विचार न करता तिला योग्य ती शिक्षा द्यावी आणि अशा फर्स्ट डिग्री मर्डरला योग्य शिक्षा एकच आहे... 'फाशी!...फाशी!...मरेपर्यंत फाशी!!' ऑडियन्सवर कितपत परिणाम झाला आहे ते बघत बॅ. दीक्षित ओरडले अन् अमरच्या मख्ख चेहऱ्याकडे लक्ष जाताच पटकन खाली बसले.

"युवर ऑनर, उलटतपासणीकरता अमीर खान ह्याला साक्षीदाराच्या पिंजऱ्यात बोलावण्यात यावं." शांतपणे अमर म्हणाला आणि बॅ. दीक्षित हबकले.

"म्हणजे...? माझ्या फायनल स्पीचनंतरही तुम्ही..."

"मी तुम्हाला स्पीच द्यायला सांगितलं नव्हतं. अमीर खान आणि शेठ धरमचंदच्या उलटतपासणीचे हक्क मी राखून ठेवले होते. तुम्ही मला

काही न विचारता, मला री-क्रॉसिंग करायचं नाही, असं गृहीत धरून स्पीच दिलात, त्याला मी काय करणार?''

"हॅं, काहीतरीच! माझ्या स्पीचला काय अर्थ राहिला?'' हळू आवाजात बॅ. दीक्षित म्हणाले आणि खाली बसले. त्यांचा जवळजवळ पस्तीस मिनिटांचा स्पीच वाया गेला होता! पुन्हा बोलावं म्हटलं, तर आता त्यांना शक्य नव्हतं. पार नर्व्हस होऊन गेले होते ते!

"बॅ. विश्वास, तुम्हाला अमीर खानच्या दुसऱ्या उलटतपासणीची खरोखरच आवश्यकता वाटते काय?'' बराच वेळ विचार करून शेवटी जज केसरांनी विचारलं.

"युवर ऑनर, आता बॅ. दीक्षितांनी केलेलं भाषण कितीही प्रभावी असलं, तरी त्यात त्यांनी बहुतेक सर्व चुकांची पुनरावृत्ती केली आहे. त्यांचे तेच तेच मुद्दे खोडण्यापेक्षा मी अमीर खानच्या उलटतपासणीत दहा मिनिटांत त्यांचे सर्व मुद्देच मुळापासून उखडणार आहे.'' शांत स्वरात अमर म्हणाला आणि जज केसर त्याच्याकडे पाहून हसले. ह्या तडफदार, तरुण वकिलाबद्दल त्यांच्या मनात एक सॉफ्ट कॉर्नर होता.

"बॅ. विश्वास, यू थिंक सो?''

"येस, युवर ऑनर.'' ठामपणे अमर म्हणाला आणि बॅ. दीक्षित सर्वस्व लुटल्या गेलेल्या सिंध्यासारखा चेहरा करून खाली बसले.

"साक्षीदार अमीर खानला पुन्हा उलटतपासणीकरता बोलावण्यात यावं.'' गंभीरपणे जज केसर म्हणाले आणि अमीर खानच्या नावाचा पुकारा होताच थिजलेल्या नजरेनं अमरकडे पाहत अमीर खान साक्षीदाराच्या पिंजऱ्यात येऊन उभा राहिला.

"अमीर खान, तू शपथ घेतलेली आहेसच. जर तुला खोटंच बोलायचं असेल, तर तू दोनदा शपथ घेऊनही खोटं बोलशील; पण ह्या वेळी तू एक अक्षरदेखील खोटं बोलणार नाहीस, ह्याची मी खबरदारी घेईन.'' आपली जळजळीत नजर अमीर खानवर रोखत अमर म्हणाला आणि अमीरखान घामानं निथळला.

"साहेब... मी खोटं बोलणार नाही!'' ओढलेल्या स्वरात अमीर

खान म्हणाला,

"बोललास तर सरळ लॉकअपमध्येच जाशील!'' करड्या स्वरात अमर म्हणाला. "लक्षात ठेव, खून करणारी व्यक्ती कोणीही असो, कायद्याच्या दृष्टीनं ती खुनीच असते. खुन्याला मदत करणारा मनुष्यही खुनी माणसाइतकाच खुनाला जबाबदार धरला जातो.''

काही न बोलता अमीर खान नुसता लटलट कापत उभा राहिला.

"युवर ऑनर, अमीर खानची उलटतपासणी घेण्यापूर्वी मी कोर्टाला एक छोटासा- पण तितकाच इन्टरेस्टिंग प्रयोग करून दाखवणार आहे. कोर्टाची परवानगी आहे?''

जज केसरांनी कुतूहलानं होकारार्थी मान डोलावली.

आताशी कुठे बॅ. अमर विश्वासचा रोल सुरू होत होता. ह्याचाच अर्थ केस निकालात निघणार होती.

अमरने ब्रीफ केसमधून एक मेणबत्तीचं पॅकेट काढलं. एक धारदार सुरी काढली.

"बॅ. दीक्षित, मी प्रयोग सगळ्यांना दाखवणार आहे; पण तुम्ही सतत माझ्याजवळ रहा. ह्या प्रयोगात तुम्ही सर्वांत महत्त्वाचे साक्षीदार आहात.'' अमर म्हणाला आणि बॅ. दीक्षितही उत्सुकतेनं अमरजवळ येऊन उभे राहिले.

"मी अजून पॅक फोडलेलं नाही. पॅकवर कोणत्या कंपनीचं नाव आहे?''

"मून लाइट कॅन्डल्स् मॅन्युफॅक्चरिंग कं. लि. बॉम्बे.''

"ह्या पॅकमध्ये 'मून लाइट' च्या मेणबत्त्या आहेत.'' जादूचे खेळ करताना रस्त्यावरचा जादूगार जशी सर्वांना एखादी वस्तू दाखवतो, तसं पॅकेट लोकांना दाखवत अमर म्हणाला, "अमीर खान, वर्मासाहेबांच्या घरी हेच नं. ३१ चं पॅकेट होतं ना?''

"होय.''

"युवर ऑनर, ह्या पॅकेटमधील प्रत्येक मेणबत्ती दोन तास जळते, हे डॉ. जाल व इ. ब्रिजेशलाल ह्या सरकारी साक्षीदारांनी प्रयोगान्ती सिद्ध करून दाखवलं आहे. ते सिद्ध करण्यात वेळ न घालवता मी त्यांची माहिती बरोबर आहे, असं गृहीत धरतो. एनी ऑब्जेक्शन, बॅ. दीक्षित?''

"नॉट ॲट ऑल."

"थँक यू. आता मी प्रयोगाला सुरुवात करणार आहे," गंभीर स्वरात अमर म्हणाला आणि जणू प्रयोगामुळे आपलीच मान फासात अडकवणार आहे, अशा थाटात प्रत्येकजण डोक्यावर जबरदस्त टेन्शन बाळगून अमरच्या हालचालींकडे पाहायला लागला.

अमरनं शांतपणे ऑर्डर्लीजवळचं स्टूल ओढून ते मध्यभागी घेतलं. पॅकमधून एक मेणबत्ती काढली. खिशातून एक शिसपेन्सिल काढली.

मेणबत्ती... सुरी... शिसपेन्सिल

जज केसरही वाकून त्या विचित्र प्रयोगाकडे पाहायला लागले.

"युवर ऑनर, ही मेणबत्ती दोन तास जळणार आहे. हिचे जर सारखे चार भाग केले, तर प्रत्येक भाग साधारणत: अर्धातास जळणार असेल. बॅ. दीक्षितांनी अंदाजे चार भाग कल्पून खालच्या चौथ्या भागाच्या सुरुवातीला पेन्सिलनं खूण करावी." बॅ. दीक्षितांच्या हातात शिसपेन्सिल देत अमर म्हणाला,

बॅ. दीक्षितांनी मेणबत्तीवर खूण केली.

"थँक यू." अमर म्हणाला आणि खिशातून लाइटर काढून त्यानं मेणबत्ती पेटवली. स्टुलावर मेण पाडून मेणबत्ती चिकटवली.

"नाउ इट स्टार्ट्स," तो मेणबत्तीवर सुरी धरत पुटपुटला. दीक्षित सुरीपेक्षा अमरच्या चेहऱ्याकडे टक लावून पाहत राहिले.

दोनच मिनिटांत सुरीचं पातं चांगलं गरम झालं.

"एव्हरी बडी... अटेन्शन प्लीज." अमर म्हणाला आणि त्यानं डाव्या हाताच्या दोन बोटांत मेणबत्ती धरून उजव्या हातातली सुरी बॅ. दीक्षितांनी खूण केलेल्या भागावरून फिरवली.

क्षणात वरचा भाग अमरच्या हातात आला. अमरनं खालचा भाग मेणासकट काढून घेतला.

"बॅ. दीक्षित, प्लीज, मेणबत्ती काढल्याचं समजतंय का पहा." शांतपणे त्यांच्यासमोर पेटलेली मेणबत्ती धरत अमर म्हणाला.

दीक्षितांनी टक लावून मोठ्या तुकड्याचा तळ पाहिला आणि नकारार्थी मान डोलावली.

अमरने पुन्हा स्टुलावर मेण पाडलं. मेणबत्ती स्टुलावर ठेवली.

ओह गॉड!... त्यानं काय केलं, ते ज्यांच्या लक्षात आलं, ते विस्फारित नेत्रांनी अमरकडे पाहत राहिले. इतर ते समजावून घेण्याकरता अमरकडे पाहत होते.

"तुम्ही... तुम्ही ते..." घशातल्या घशात विचित्र आवाज काढत अमीर खान इतकंच बोलला आणि गप्प झाला.

"युवर ऑनर," अमर म्हणाला आणि कपाळावरचा घाम टिपत बॅ. दीक्षित त्याचं बोलणं ऐकायला लागले. "मेणबत्तीच्या कारखान्यात एका आकाराच्या, एका लांबीच्या मेणबत्त्या तयार करण्याकरता ॲटोमॅटिक सुरीचा उपयोग केला जातो. मेणाची वात घातलेली लंबुळकी कांडी पुढे पुढे सरकत असते आणि गरम सुरी कांडीचे एकसारख्या आकाराचे तुकडे करत असते.

"अगदी साधं तत्त्वं आहे. गरम धारदार सुरीनं जर मेणबत्ती कापली, तर ती कापली आहे, हे समजूनही येत नाही.

"इन धिस केस, मेणबत्तीचा १/४ भाग आपण काढून घेतला. तो कट करण्यात आला आहे, हे जर समजलं नाही, तर तो भाग जळून गेला आहे, असं आपण गृहीत धरणार. म्हणजेच मेणबत्ती न जळताही, ती अर्धा तास जळत होती, असं सिद्ध होणार.

"युवर ऑनर, वर्माच्या बंगल्यातल्या डार्करूममध्ये साधारण नऊच्या सुमारास मेणबत्ती लावली. क्षणभर आपण गृहीत धरू, ती अर्धा तास म्हणजे साडेनऊपर्यंत जळत होती. नंतर हा प्रयोग करून तिचा १/४ भाग काढून घेतला.

"तो भाग काढल्यानंतर मेणबत्ती बरोबर अर्धी उरली. ज्यांना हा प्रयोग माहीत नाही, ते असा निष्कर्ष काढणार की, मेणबत्तीचा १/२ भाग जळाला. एक भाग अर्धा तास जळतो. म्हणजेच मेणबत्ती एक तास जळत होती. इट मीन्स नऊ ते दहा मेणबत्ती जळत होती.

"दहा वाजता खुनी मनुष्य आत आला आणि वाऱ्याने मेणबत्ती विझली! डॉ. जाल आणि इ. लालनी बरोबर ह्याच पद्धतीनं खुनाची वेळ दहा ठरवली होती; पण युवर ऑनर, खून दहाला नाही, साडेनऊला झाला!"

"ऑब्जेक्शन, युवर ऑनर!" सॉर्बिट्रेटची गोळी तोंडात टाकून

दोन्ही हातांनी छाती दाबून धरत बॅ. दीक्षित बेंबीच्या देठापासून किंचाळले.

"ऑन व्हॉट ग्राउंड?"

"युवर ऑनर, बॅ. विश्वासांनी 'दिवे गेले होते' अन् 'मेणबत्ती विझली होती' या दोन गोष्टींचा फायदा घेऊन हा जादूचा प्रयोग केला आहे अन् कोर्टाची दिशाभूल केली आहे. असं घडलं याला त्यांच्याजवळ काय पुरावा आहे?"

"आहे! योग्य वेळी मी तो सादर करणार आहे." दीक्षितांना उद्देशून अमर म्हणाला आणि जज केसरांकडे वळला. "युवर ऑनर, आता तो पुरावा सादर करण्यापूर्वी मला साक्षीदार अमीर खानची उलटतपासणी घ्यायची आहे."

"सो ग्रँटेड."

"अमीर खान," अमर म्हणाला अन् अमीर खानची पाचांवर धारण बसली. "आताचा प्रयोग तू पाहिलास?"

"अं?...हो...होय साहेब."

"काही चुकलं?"

"नाही साहेब."

"म्हणजे तुला हा प्रयोग माहितीय?"

"अं?" अमीर खान त्या प्रश्नानं विलक्षण दचकला; पण तीर सुटला होता.

"हा प्रयोग तुला माहितीय का?"

"म... मी... मला कशाला?"

"चाचरू नकोस अमीर. शाळेत प्यून म्हणून काम करीत असताना तू शेठ धरमचंदच्या मेणबत्तीच्या कारखान्यात काम करत होतास ना?"

"हं... होय."

"मग गरम सुरीनं मेणबत्तीला बेमालूमपणे कापता येते, हे तुला कसं माहीत नाही? अ?...असायलाच हवं."

अमीर खान खाली मान घालून उभा राहिला.

"अमीर, उत्तर दे," करड्या स्वरात अमर म्हणाला आणि दुबळा प्रतिकार करत बॅ. दीक्षित उभे राहिले.

"ऑब्जेक्शन!... आरोपींच्या वकिलांना असं बळजबरीनं उत्तर मिळवता येणार नाही. त्यांनी सांगितलेला प्रकार कदाचित अमीर खानला माहीत असेल; त्यानं त्याचा वापर केला हे कशावरून?"

"जस्ट अ मिनिट, अमीरला उत्तर देण्याचं नाकारू द्या; आय विल प्रूव्ह इट."

"म... मला... मला काही माहीत नाही."

"नक्की?"

"नक्की. अल्ला कसम!"

क्षणभर गाउनच्या आतल्या कोटाच्या खिशात हात घालून अमर शांतपणे भेदरलेल्या अमीरकडे पाहत उभा राहिला.

"बघ... काय आहे?" झटकन कोटाच्या खिशातून हात बाहेर काढत अमर म्हणाला आणि अमीर खाननं चवताळून एक किंकाळी फोडली. झपाटल्यासारखा तो अमरच्या हातातली वस्तू हिसकावण्याकरता धडपडला. क्षणात दोन पोलिसांनी त्याला घट्ट धरून ठेवलं.

"काही नाही, मेणबत्तीचा कापलेला तुकडा आहे." हातातला तुकडा जजसाहेबांच्या दिशेनं पास करीत अमर म्हणाला.

"कुठे मिळाला?" बॅ. दीक्षित शेवटपर्यंत झुंज देण्याच्या पावित्र्यात होते.

"वर्माच्या बंगल्यात, अमीर खानच्या सामानात!"

"प्लीज, नोट इट, युवर ऑनर! आरोपीच्या वकिलांना अशी झडती घेण्याचा काही अधिकार नाही."

"फॉर युवर इनफर्मेशन, झडती मी नाही; इ. लालनी घेतली. मी फक्त त्यांच्याबरोबर होतो. त्यांनी मला मदत करण्याची विनंती केली होती."

"अमीर खान, आता लपवालपवी करण्यात काही अर्थ नाही. खरं सांग, तुला माफीचा साक्षीदार बनवण्यात येईल."

"साहेब," पडलेल्या आवाजात अमीर खान म्हणाला, "घडलं त्यात माझा दोष नाही. मी फक्त मेणबत्ती कापून लपवून ठेवली."

"ऑल राइट... ऑल राइट; पण वर्माचा खून साडेनऊलाच झाला की नाही?"

“होय साहेब. बरोबर साडेनऊला.”

“खुनी माहितीय?...असायलाच हवा!”

दचकून अमीरनं अमरकडे पाहिलं.

“माहितीय.”

“कोण?”

“शेठ धरमचंद!!” अमीर खान म्हणाला आणि कोर्टात क्षणभरात गोंगाट सुरू झाला.

“नमक हराऽऽम...!” ऑडियन्समधून आवाज आला आणि कानात गोष्ट सांगितल्याप्रमाणे गोंगाट शांत झाला. समज देण्याकरता जज केसरांनी उचललेला हातोडा वरच राहिला. ओरणाऱ्या व्यक्तीकडे सर्वजण डोळे फाडून पाहू लागले.

शेठ धरमचंद!

क्षणात शेठ धरमचंदचा हात कोटाच्या खिशातून बाहेर आला. हातात रिव्हॉल्व्हर आलंय, हे समजण्यापूर्वीच रिव्हॉल्व्हरमधून दोन गोळ्या पार झाल्या. अमीर खानच्या डाव्या कानाच्या वर घुसल्या!

एक जिवाच्या आकांतानं मारलेली किंकाळी. रक्ताच्या थारोळ्यात पडलेला अमीर खान.

हलकल्लोळ!

खून...खूऽऽन!!

कोर्टात खून!!

फ्लॅश बल्बूजनी कोर्टाच्या भिंतीदेखील चमकल्या.

इ. ब्रिजेश लाल क्षणभर गांगरला; पण पोलिसी खात्यात तयार झालेल्या नि गुन्हेगारी जगात वावरण्याची सवय असलेल्या त्याच्या मनानं क्षणार्धात तो प्रकार पचवला. हात झटकन होल्स्टरकडे गेला. हातात रिव्हॉल्व्हर आलं. ते शेठ धरमचंदच्या रोखानं ताणलं गेलं आणि तो जिवाच्या आकांतानं ओरडला,

“शेठ धरमचंद, स्टॉप व्हेअर यू आर!”

◆◆◆

सात

"व्हेरी सिंपल, नाऊ!" इ. ब्रिजेश लाल आणि गोल्डीकडे पाहत अमर म्हणाला आणि लोला पंजवाणी सावरून बसली. मोहिनीला त्यात विशेष इंटरेस्ट नव्हता. रात्री अमरच्या तोंडून तिनं सगळी हकिगत ऐकल्यानंतरच त्याला स्वस्थ झोपू दिलं होतं.

"रिपोर्टर नरेंद्र वर्मा वर्षभर डबल गेम खेळत होता."

"माय गॉड!" तोंडावर हाताचा पंजा ठेवून लोला अमरकडे विस्फारित नेत्रांनी पाहत म्हणाली, "म्हणजे धरमला त्या फोटों-बद्दल माहीत होतं?"

"ऑफकोर्स. तुझे आणि धरमचंदचे बेड सीन्स टिपल्यानंतर वर्माला एक आयडिया स्ट्राइक झाली. धरमचंद स्वत:हून त्या फोटोंबद्दल कोणाहीजवळ बोलणार नव्हता.

"अशा पद्धतीनं लोला आणि धरमचंद, दोघांनाही ब्लॅकमेल करणं त्याला शक्य होतं. वर्षभर तो ही पद्धत अमलात आणत राहिला. फक्त ती वापरण्याच्या तंत्रात त्यानं फरक ठेवला होता.

"लोलाला तो जसा वारंवार त्याच्या फ्लॅटवर बोलवायचा, तसा धरमचंदला बोलवायचा नाही. दर महिन्याच्या एक तारखेला धरमचंद न चुकता वर्माला पाच हजार रुपये मिळावेत, अशी व्यवस्था करायचा. त्यामुळे वर्माचा फायदाच झाला. लोला आणि

धरमचंदची गाठ पडण्याची शक्यता नष्ट झाली.

"लोला धरमचंदच्या सेफमधून पैसे चोरून न्यायची आणि वर्माला द्यायची. सेफमधले पैसे जातायत, हे जेव्हा धरमचंदच्या लक्षात आलं, तेव्हा सुरुवातीला त्यानं दुर्लक्ष केलं. पैसे लोलानंच काही कारणांनी घेतले असतील, ह्या समजुतीनं तो गप्प राहिला; पण पैसे जाण्याची फ्रीक्वेन्सी वाढली, तसा मात्र तो बैचेन झाला. लोलाबद्दल त्याच्या मनात संशय निर्माण व्हायला लागला. अर्थात त्याच्या संशयात 'वर्मा' कुठेच आला नव्हता. त्याला वाटत होतं की, लोलानं एखादा यंग बॉयफ्रेंड निवडलाय अन् त्याच्यावर ती पैसा उधळतीय.

"एकदा मनात संशय निर्माण झाल्यावर तो लोलाला रेड हँड कॅच करण्याची संधी शोधू लागला आणि १६ जूनच्या संध्याकाळी ती संधी त्याला मिळाली. चंद्रवदनच्या ज्वेलरीच्या दुकानातून सातच्या सुमाराला धरमचंद बाहेर पडला, तेव्हा कॉर्नरवर लोला टॅक्सीतून उतरत होती. आधी त्याला वाटलं, काही अर्जंट काम असल्यामुळे, तो चंद्रवदनच्या दुकानात गेलाय ही माहिती मिळवून, ती त्यालाच भेटायला आली; पण तिनं दुसरी टॅक्सी पकडली आणि त्याच्या मनातला संशय जागा झाला.

"आपला पाठलाग होतोय, ही कल्पना लोलाच्या ध्यानीमनीही नव्हती. त्यामुळे ती शिवाजी पार्कच्या कॉर्नरला टॅक्सी सोडून निर्धास्त मनानं चालत राहिली. तिच्या मागे बरंच अंतर राखून धरमचंदची हिलमन येत होती.

"ती शिवाजी पार्क विभागात शिरली, तेव्हाच धरमचंदच्या मनात पहिल्यांदा वर्माचा विचार आला. लोला वर्माकडे तर जात नसेल? तसं असेल तर ब्लॅकमेलमध्ये ती त्याला सामील असलीच पाहिजे, ह्या विचाराने त्याच्या मनावरचा ताबा गेला. जर खिशात रिव्हॉल्व्हर असतं, तर कदाचित तिथेच त्यानं लोलाला शूट केलं असतं.

"लोला ॲव्हेन्यू नं. ९ च्या कॉर्नरला वळली आणि सातच्या तोंडाशी हिलमन उभी करून धरमचंद पायीच वर्माच्या फ्लॅटपर्यंत आला. तेव्हा अमीर खान लोलाला वर्मा डार्करूममध्ये असल्याचं सांगत होता. लोला फ्लॅटमध्ये शिरली होती.

"धरमचंदने फ्लॅटला वळसा घातला अन् तो डार्करूमच्या मागच्या दरवाजाजवळ आला.

"दोघांचं संभाषण तो कान देऊन ऐकत होता आणि तेव्हा त्याच्या लक्षात आलं की, वर्मा डबल गेम खेळतोय! क्षणात त्यानं निर्णय घेतला अन् तो झपाझप मागे वळून चालायला लागला.

"त्याचं दैव जोरावर होतं. त्याला मागल्या बाजूला जाताना अमीर खाननं पाहिलं होतं. कोण आहे हे पाहण्याकरता तो त्याच्याच दिशेने येत होता. धरमचंद अमीर खानला ओळखणं शक्यच नव्हतं; पण अमीर खानने आपल्या जुन्या मालकाला ताबडतोब ओळखले. त्याला ओळख करून दिली.

"धरमचंदने त्यालाच विश्वासात घेऊन लोलाबद्दल माहिती विचारली आणि शंभर रुपयांत अमीर खानने ती माहिती दहा मिनिटांत धरमचंदाला विकली. धरमचंद सेकंदात अमीर खानला ओळखून गेला. पैशांकरता काहीही करणाऱ्यांच्या रांगेतला होता तो!

"धरमचंदनी पंचवीस हजारांच्या बदल्यात त्याला बिनधास्तपणे कटात सामील करून घेतले. तो हिलमन घेऊन तिथून निघाला, तेव्हा त्याच्या मनात खुनाचा प्लॅन तयार नव्हता; पण खून करायचा, हे त्यानं नक्की ठरवलं होतं. खून करायला त्या रात्रीसारखी सुंदर रात्र शोधून सापडली नसती! सगळं कसं जमून आलं होतं. खून लोलावर सहज ढकलता येणार होता."

"एक मिनिट..." मध्येच त्याला अडवून गोल्डीनं विचारलं, "लोलावर का? ती तर..."

"तुझं म्हणणं बरोबर आहे, गोल्डी. लोला वर्माला सामील नाही, ती ह्या प्रकरणात निर्दोष आहे, हे धरमचंदलाही समजलं होतं; पण हे सारं कुठेतरी थांबायला हवं होतं आणि प्राप्त परिस्थितीत लोलाचा बळी देणं, हाच एकमेव मार्ग होता."

"ओह, आय सी!... पुढे-"

"धरमचंद बंगल्यावर आला. त्यानं स्वतःचं रिव्हॉल्व्हर घेतलं आणि तो उलटपावली मागं वळला. कोणत्याही क्षणी पन्नासहजार रुपये नेण्याकरता

लोला तिथे जाणार होती.

"तो जेव्हा शिवाजीपार्कला पोचला होता, तेव्हा नऊ वाजून दहा मिनिटं झाली होती. पावसाचं थैमान चालू होतं. वादळ सुरू झालं होतं. ढगांच्या गडगडात रिव्हॉल्व्हरचा आवाज शेजारच्या माणसालासुद्धा ऐकू येणार नव्हता. त्यातून सगळीकडेच दिवे गेले होते.

"धरमचंदने दारावर टकटक करताच अमीर खानने हातात मेणबत्ती घेऊन दार उघडलं. त्याच्या हातातील मेणबत्ती पाहून धरमचंदला अचानक मेणबत्ती तयार करण्याची लास्ट प्रोसेस आठवली आणि क्षणात त्याचा प्लॅन फिक्स झाला.

"अमीर खानने फक्त दोन कामे करायची होती. मेणबत्ती कट करणं आणि एनी हाऊ, लोलाच्या गांगरलेल्या मन:स्थितीचा फायदा घेऊन धरमचंदचं रिव्हॉल्व्हर लोलाच्या हातात देणं. ह्या कामाकरता त्याला पंचवीस हजार रुपये मिळणार होते.

"पण त्या वेळी अमीर खानचं लकही पॉवरफुल होतं. खरं म्हणजे लोला आली, तेव्हा तिच्या हातात रिव्हॉल्व्हर होतं. रिव्हॉल्व्हरमधून एक गोळी डिसचार्ज झाल्याचा आवाजही अमीरनं ऐकला होता. त्यामुळे ज्या रिव्हॉल्व्हरनं खून झाला, ते लोलाच्या हातात कसं द्यावं, हा मोठा प्रश्न होता; पण...

"लोलानेच तो प्रश्न सोडवला. तिच्या हातून दुसरं रिव्हॉल्व्हर खाली पडलं; पण उचलताना तिनं पहिलं उचललं. हा बदल लक्षात येण्यापूर्वी तिला तिथून पळवून लावणं अमीर खानच्या दृष्टीनं महत्त्वाचं होतं. त्यानं मेणबत्ती घेतली आणि 'कोण?' असं विचारून डार्करूमचा दरवाजा उघडला.

"त्याच्या अपेक्षेप्रमाणे लोला पळून गेली.

"शेठ धरमचंदची भूमिका सर्वांत महत्त्वाची होती. अमीर खानला त्यानं 'ब्लॅकमेल' च्या निगेटिव्हजची अन् फोटोंची- अशा दोन फाइल्स कुठे असतात, ते विचारून ठेवलं आणि हॅन्डग्लोव्ह्ज चढवून त्यानं डार्करूममध्ये प्रवेश केला. अंधारात पाठमोऱ्या वर्माला वाटलं, अमीर खानच आहे, म्हणून त्यानं लक्ष दिलं नाही.

“धरमचंद एकदम मागून पुढे आला आणि त्यानं खिडकीकडे जाऊन खिडकीची काच फोडली. वर्मा सावध झाला; पण त्यापूर्वीच धरमचंदने त्याच्या छातीचा वेध घेतला होता. लागोपाठ तीन गोळ्या त्याच्या छातीत शिरल्या अन् जागच्या जागीच तो खलास झाला.

“धरमचंदने सरळ दोन्ही फाइल्स उचलल्या, रिव्हॉल्व्हर वर्माच्या पायांजवळ टाकलं अन् तो मागचं दार उघडून बाहेर पडला. फ्लॅटमध्ये शिरताना त्याच्या बुटाला चिखल नव्हता. त्यामुळे प्रिंट्सचा प्रश्न विशेष महत्त्वाचा नव्हता.

“बाहेर पडल्यानंतर धरमचंदचं डोकं वेगात काम करायला लागलं. खुनाची वेळ नक्की पुढे ढकलली जाणार होती. त्यामुळे आपण दुसरीकडे कुठेतरी होतो, हे सिद्ध करून त्याला बेस्ट ॲलिबी निर्माण करायची होती आणि बॅ. अमर विश्वाससारख्याची साक्ष नक्कीच बिनतोड ठरणार होती.

“म्हणून धरमचंद माझ्याकडे आला. वर येताना त्यानं हॅन्डग्लोव्ह्ज, फाइल्स हिलमनमध्येच ठेवल्या आणि घड्याळ मागं केलं. ते मागे करण्यामागे त्याचा एकच उद्देश होता. की, टाइम फॅक्टरची मला जाणीव करून देणं. त्याचा तो उद्देश सफलही झाला होता. त्याने नऊ पंचवीस झालेत म्हटल्यावर घड्याळ पाहून मी त्याला पावणेदहा वाजल्याची जाणीव दिली होती.”

“जस्ट अ मिनिट,” त्याला अडवत गोल्डी म्हणाला, “तुला धरमचंदचा संशय का आला?”

“इनव्हेस्टिगेशन करताना माझ्या लक्षात आलं, की धरमचंदचा संपूर्ण दिवस घड्याळाच्या सेकंदकाट्याप्रमाणे चालतो. अशा माणसाचं घड्याळ नादुरुस्त झालं, तर त्याला चैनच पडणार नाही आणि माझ्या माहितीप्रमाणे त्याच्या अपॉइंटमेंट्समध्ये कुठेही विस्कळीतपणा नव्हता आणि त्यानं कोणाकडून ते रिस्टवॉच दुरुस्तही केलं नव्हतं.

“ह्याचाच अर्थ, त्याचं रिस्टवॉच व्यवस्थित होतं; पण त्यानं घड्याळ मागे करून वेळेकडे लक्ष वेधण्याचा प्रयत्न का करावा? या प्रश्नाचं उत्तर एकच. पावणेदहा ते साडेअकरापर्यंत तो माझ्याकडे होता, हे त्याला सिद्ध करायचं होतं.

"का? ह्या प्रश्नाचं उत्तर शोधून काढतानाच केस डेड ओपन झाली.''

"यू मीन, धरमचंदनं जर त्याचं रिस्टवॉच दुरुस्तीला टाकलं असतं, तर... वर्माच्या खुनाकरता मी फाशी गेले असते.'' थरथरत्या आवाजात लोलानं विचारलं.

"शुअर थिंग!'' अमर हसून म्हणाला, "नाऊ, लीव्ह इट. तू निर्दोष सुटली आहेस. धरमचंदवर खुनाची केस करण्यात आली आहे. होय ना ब्रिजेश?''

"यस. त्याच्यावर दोन खुनांचा आरोप आहे. रिपोर्टर नरेंद्र वर्मा आणि अमीर खान.''

"आणि ती केस अमरनं लढवावी, अशी धरमचंदची इच्छा आहे!'' हसून मोहिनी म्हणाली.

"ऑब्जेक्शन युवर ऑनर!'' ताडकन उठत अमर म्हणाला, "आज, आता, ह्या वेळी आपण लोला पंजवाणीची पार्टी एन्जॉय करण्याकरता जाणार आहोत. इथे धरमचंदच्या केसचा काहीही संबंध नाही. धिस स्टेटमेंट इज इम्प्रॉपर, इम्मटेरियल, इर्रिलेव्हंट अँड सो...ऑब्जेक्टेड!''

"वेल टेकन! ऑब्जेक्शन सस्टेन्ड!'' टेबलावर हात मारत मोहिनी म्हणाली. सगळे हसायला लागले.

"ऑर्डर...ऑर्डर!'' जज केसरांप्रमाणे नाकावर चष्म्याऐवजी गोल्डीचा गो-गो ठेवत सोनाली म्हणाली आणि हास्याचे मजल्यावर मजले चढले.

त्या मजल्यांच्या टॉपवर बसून लोला पंजवाणी खुल्या हवेत सुटकेचा दीर्घ श्वास घेत होती.

वंडर ट्वेल्व्ह

एक

एखाद्या सलज्ज, सुंदर तरुणीसारखी आजची संध्याकाळ आकर्षक वाटत होती. सूर्याची सोनेरी किरणं विशाल सागराच्या सळसळत्या पृष्ठभागावरून परावर्तित होत होती.

आणि सागरकिनाऱ्यापासून अगदी जवळच असलेला 'प्रेषित' बंगलाही या सोनेरी उधळणीनं प्रसन्न बनला होता. हसऱ्या खेळकर वातावरणाची प्रसन्नतेत भर पडली होती.

सूर्यकांत प्रेषितनं एकदा आपल्या टुमदार बंगल्यावरून अभिमानानं नजर फिरवली. मग लॉनवर गार्डन चेअर्स टाकून बसलेल्या निमंत्रितांवरनं त्याची नजर फिरली. प्रत्येकाच्या डोळ्यांत दाटलेलं कौतुक त्याला सुखावून गेलं.

कौतुक वाटण्यासारखीच गोष्ट होती ती! वयाच्या अवघ्या बत्तिसाव्या वर्षी, एका पैशाचंही कर्ज न काढता वीस लाखांचा बंगला बांधणं म्हणजे काही गंमत नव्हती. अर्थात, नुसत्या बंगल्याची किंमत नव्हती ही; बंगल्याभोवती बांधलेली बाग, मागच्या बाजूचा स्वीमिंग पूल, टेरेसवरचा सुंदर बार या हौशीची किंमत दहा लाख झाली असती.

मोठ्या व्यापाऱ्यांमध्ये गणना होत होती त्याची. "प्रेषित प्रा. लि." या फर्मचा तो खऱ्या अर्थानं मालक होता. इस्टेटीच्या संदर्भातले व्यवहार कुशलतेनं आणि सचोटीनं हाताळण्याबाबत

या फर्मची कीर्ती दूरवर पसरली होती. वयाच्या अवघ्या विसाव्या वर्षी सुरू केलेल्या धडपडीला बारा वर्षांनंतर आज सोन्याचे दिवस दिसत होते.

“यू आर वंडरफुल, सिंपली वंडरफुल, मि. प्रेषित.” निमंत्रितांमधली एक तरुणी लाडिकपणे म्हणाली.

“कसं काय जमलं तुम्हाला हे सगळं?” एका प्रौढ माणसानं विचारलं. त्याच्या स्वरातला हेवा लपत नव्हता आणि त्यानं तसा प्रयत्नही केला नव्हता.

“आज बेचाळीस वर्षांचा आहे मी. गेल्या वीस-बावीस वर्षांत कितीतरी वेळा अशा सुंदर बंगल्याचे मनोरे रचलेत मी स्वप्नात; परंतु प्रत्यक्षात मात्र सेल्फकन्टेन्ड ब्लॉकवरच मला समाधान मानावं लागलंय.”

“नशीब एकेकाचं!”

“नुसतं नशीब नाही, त्रिवेदी.” सूर्यकांत ताठ मानेनं म्हणाला, “बारा वर्षांची खडतर तपश्चर्या आहे या यशामागे. नुसता नशिबावर हवाला ठेवून राहिलो असतो, तर बारा वर्षांपूर्वी होतो तिथेच असतो आज मी! रात्रीचे दिवस करून, मेहनत करून, मेंदू झिजवून मिळवलंय मी हे सगळं.”

“अरे!...आम्ही आपले तुझ्या बंगल्याचे कौतुक करतोय. निदान बंगला दाखवशील का नाही?”

“खरंच की! राहिलंच नाही ते?” हसून सूर्यकांत म्हणाला, “पण सगळे आलेत का?”

“आता तू कोणाकोणाला बोलावलं होतंस, ते आम्हाला कसं समजणार?”

“तेही खरंच!” खजील होत सूर्यकांत उद्गारला.

त्यानं शोधक नजरेनं निमंत्रितांवरून नजर फिरवली. तोंडानं एक-एक नाव पुटपुटत तो बोटं मोजायला लागला.

“बावीस... कोण राहिलं बरंऽ?” स्वत:शीच पुटपुटत त्यानं डोळे मिटले. तो आठवायचा प्रयत्न करू लागला. तेविसावा कोण, ते काहीकेल्या त्याला आठवेना. त्यानं बिंदीला तर तेवीसजणांच्या जेवणाचा मेनू सांगितला होता. मग तेविसावा कोण राहतोय?

तो बराच वेळपर्यंत आठवायचा प्रयत्न करीत होता. सगळं उगाचच उत्सुकतेनं त्याच्याकडे पाहत होते.

"अरेच्या!" अचानक तो पुटपुटला. कपाळावर हात मारून हसायला लागला.

"कोण, कोण राहिलं?"

"तो नाही येणार. जाऊ द्या, आले सगळे."

तेविसावा कोण ते काय सांगणार होता तो? बिंदीला तेवीसजणांकरता जेवण बनवायला सांगताना स्वत:ला नव्हतं का मोजलं त्यानं?

"मित्रांनो," महत्प्रयासानं आपल्या हसू येण्याचं प्रसन्न चेहऱ्यात रूपांतर करीत तो म्हणाला, "आज मी तुम्हाला आमंत्रण दिलं, ते केवळ माझा बंगला दाखवून तुम्हाला चकित करावं, तुमच्यापुढे श्रीमंतीचं प्रदर्शन करता यावं, म्हणून नाही. तुम्हाला आता माहीत झालंय, सूर्यकांत प्रेषितचा व्यवसाय रूक्ष असला, तरी मनानं तो कलावंत आहे. त्याला सर्व कलांबद्दल आणि कलाकारांबद्दल प्रेम आहे, आपुलकी आहे. तो सर्व भाषांमधलं वाङ्मय आवडीनं वाचतो. विकत घेऊन वाचतो. पुस्तकांचा संग्रह करतो. सतारीच्या कार्यक्रमांइतकेच पियानोवादनाचे कार्यक्रमही तो तन्मय होऊन ऐकतो. नाटकं पाहण्याचाही त्याला नाद आहे आणि चित्रकलेबद्दलचं माझं वेड तर जगाला माहितीय्!

"या आणि अशा प्रत्येक कलाक्षेत्रातल्या दर्जेदार कलावंतांशी माझा दाट परिचय आहे; पण हे कलावंत एकमेकांना अनभिज्ञ आहेत!

"तुम्हा सर्वांना एकत्र आणावं, तुमच्या ओळखी करून द्याव्यात, तुमच्या कलात्मक चर्चांमध्ये मनमोकळेपणानं भाग घ्यावा, अशी माझी फार दिवस इच्छा होती.

"आज तो योग जुळून आला. आज या ठिकाणी निरनिराळ्या क्षेत्रांतले प्रतिभावंत कलाकार उपस्थित आहेत. उदाहरणार्थ, हा कोवादिस. जर्मन परंपरेच्या मॉडर्न आर्टचा तो उत्कृष्ट प्रतिनिधी आहे. हा प्रभाशंकर. तो आंतरराष्ट्रीय कीर्तीचा सतारिया आहे. बिटू भाटीचं नाव आज बेस्ट आर्टडीलर म्हणून साऱ्या मुंबईत गाजतंय. हे चंद्रशेखर आणि त्याच्या शेजारी बसलेली

दमयंती, हे सुप्रसिद्ध कलासमीक्षक आहेत. त्या राज खन्नाची आणि त्याच्याशी गुलुगुलु गप्पा मारणाऱ्या जेनीची ओळख नव्यानं करून देण्याची आवश्यकताच नाही. स्क्रीनवर तुम्ही ही जोडी ज्यूबिली हिट् जोडी म्हणून कितीतरी वेळा पाहिली आहेच!

"तर, आपण आधी सर्वांशी नीट ओळख करून घेऊ. त्यानंतर इथंच लॉनवर बसून जेनीचा पाश्चात्त्य पद्धतीचा डान्स आणि यशश्रीच्या भरतनाट्यमचा आस्वाद घेऊ. त्यानंतर प्रभाशंकर सतारीची झलक दाखवतील. या सुंदर, गहिऱ्या सायंकाळी इतके सुंदर, कलात्मक कार्यक्रम आपल्या आवडत्या ड्रिंक्सचा आस्वाद घेत अनुभवणं, यासारखा मजा नाही जिंदगीत! तुम्हाला काय वाटतं?"

सूर्यकांतनं निमंत्रितांना उद्देशून शेवटचा प्रश्न विचारला आणि अनुमोदनाच्या टाळ्यांनी आसमंत दणाणून गेला. आपल्याला हवा तसा पाठिंबा मिळालेला पाहून सूर्यकांत आनंदला.

ओळखी करून देण्याचा कार्यक्रम अगदी हसतखेळत अनौपचारिकपणे पार पडला. सूर्यकांतला एकच भीती होती. जर या कार्यक्रमाला 'उणंदुणं काढण्याचा, खवचट बोलण्याचा समारंभ!' असं स्वरूप आलं असतं, तर पुढच्या कार्यक्रमांचा बेरंग झाला असता. प्रसन्न, दुधाळ वातावरणात मिठाचा खडा पडल्यासारखं झालं असतं. तसं होण्याची शक्यता होती. निरनिराळ्या कलाक्षेत्रातले कलाकार एकत्रित आले होते. गंमत करण्याच्या नादात एका चित्रकारानं दुसऱ्याच्या स्टाइलबद्दल अनुचित उद्गार काढणं, लेखकानं दुसऱ्या लेखकाला 'तुमची ती अमुक एक कादंबरी 'बऽरी' होती!' असं सांगून डिस्मूड करणं...असे कितीतरी प्रकार घडू शकले असते.

पण सूर्यकांतच्या सुदैवानं तसा एकही प्रकार झाला नव्हता. इथेच त्या समारंभाचं निम्मं यश त्याच्या पदरात पडलं होतं.

"प्रशांत," एका तरुणाच्या खांद्यावर हात दाबून त्याला मागं वळवत सूर्यकांत म्हणाला, "ये, तुझी त्या जोडीशी ओळख करून देतो. दोघेही चित्रकला क्षेत्रातले नावाजलेले समीक्षक आहेत. त्यांनी तुला एकदा डोक्यावर घेतलं, तर तुझं काहीही हातोहात खपू शकेल."

हसरी मुद्रा करून प्रशांत सूर्यकांतच्या मागोमाग गेला. ज्या ग्रुपमध्ये ते समीक्षक गप्पा मारीत होते, त्या ग्रुपमध्ये सूर्यकांतमुळे चटकन सामावला गेला तो.

"हा कोण?" प्रशांतचं निरीक्षण करीत चंद्रशेखरनं विचारलं.

"हा प्रशांत सिद्ध आणि प्रशांत, हे सुप्रसिद्ध चित्रकलासमीक्षक चंद्रशेखर आणि या दमयंती कौर. तुझ्या चित्रकलेची जात चंद्रशेखरांपेक्षा दमयंतीच्या समीक्षेशी जवळीक सांगणारी आहे."

"एक मिनिट, एक मिनिट," दमयंती आश्चर्यानं पापण्यांची फडफड करत म्हणाली, "प्रशांत सिद्ध म्हणजे ज्यांनी व्हेगासच्या आंतरराष्ट्रीय प्रदर्शनाकरता 'द ट्रूथ' पाठवलं होतं ते हे?"

"होय." आपल्या शुभ्र दंतपक्ती दाखवत प्रशांत म्हणाला. दमयंतीसारख्या समीक्षकानं इतक्या कौतुकानं चौकशी केल्यामुळे तो जरा बुजला होता. "कसं वाटलं तुम्हाला ते?" त्यानं संकोचत प्रश्न विचारला.

"त्या चित्राबद्दल आता चर्चा करणार नाही मी." दमयंती हसून म्हणाली, "पण तुम्ही तर अगदीच तरुण आहात!"

"होय. तुझ्यापेक्षा चार-पाच वर्षांनी तरी लहान आहे तो!" चंद्रशेखर मिस्कील स्वरात म्हणाले. तिचा गोरामोरा झालेला चेहरा पाहून इतर हसायला लागले.

"शेखरदाऽ...काय हेऽऽ? त्या अर्थानं नव्हते म्हणत मी." तक्रारवजा असा स्त्रीसुलभ लाडिक हेल काढत दमयंती म्हणाली, "तुम्ही ज्या आर्टिस्ट-बद्दल 'ऑल इन वन' असं म्हणता ना नेहमी, ते हे प्रशांत सिद्ध आहेत. म्हणून आश्चर्य वाटलं मला."

प्रशांतचा संदर्भ आता त्यांच्या लक्षात आला असावा. ते एकदम ताठरले. त्यांनी प्रशांतचं पुन्हा एकदा निरीक्षण केलं. त्यांचे डोळे आश्चर्यानं लकाकले.

"अरे! फ्रान्सच्या 'इप्सित फौंडेशन' ला चॅलेंज करणारा आर्टिस्ट तूच काय?"

"होय."

"देन, यू आर टू यंग!"

"तेच तर! त्याचं उद्देशानं म्हणाले ना मी!" दमयंती उत्साहानं म्हणाली. "मला वाटलं होतं प्रशांत सिद्ध म्हणजे..."

"चाळिशी ओलांडलेला, जाडजूड शरीराचा, चष्मा वापरणारा... असा मनुष्य असेल! असंच ना?" प्रशांतनं खळाळून हसत विचारलं, "का वाटलं तुम्हाला असं? नाव तर आधुनिक आहे माझं."

"त्याबद्दलची चर्चा तुम्ही नंतर करा." सूर्यकांत घाईघाईनं म्हणाला, "नाहीतर या चर्चेतच रात्र जाईल आणि इतर कार्यक्रम राहतील तसेच!"

त्यानंतरचे करमणुकीचे कार्यक्रम संपतासंपता रात्रीचे नऊ वाजले. आधी फक्त नृत्य आणि सतार असे दोनच कार्यक्रम ठरले होते; पण एकानं उत्स्फूर्तपणे जोक्स सांगितले. इतरांच्या आग्रहावरून तिघाचौघांनी गाणी म्हटली.

छान वाटत होतं ऐकायला. एकीकडे सूर्यकांतचा नोकर ग्लासांमधून व्हिस्की, रम, जीन... हवं ते सर्व्ह करीत होता; सिप् करता करता कार्यक्रमांना आगळी मजा येत होती.

"दोस्त हो," नऊ वाजलेले पाहताच सूर्यकांत म्हणाला, "हे कार्यक्रम रात्रभर चालले तरी कोणालाही कंटाळा येणार नाही; परंतु..."

"रात्रभर व्हिस्की पुरणार नाही!" कोणीतरी त्याचं वाक्य तोडलं, तसे सगळेजण हसले. सूर्यकांतही मंदपणे हसला.

"व्हिस्की चार दिवससुद्धा पुरेल. प्रश्न तो नाही, प्रश्न वेळ पुरण्याचा आहे! तुमच्यापैकी प्रत्येकाचा उद्याचा दिवस आळसात गेला, तर प्रत्येकजण शिव्या माझ्या नावानं देणार आहे."

"ठीक आहे. पुढचा कार्यक्रम तर सांगाल?"

"आता मी तुम्हाला माझा बंगला दाखवतो. मग आपण टेरेसवर जेवण घेऊ. जेवण झाल्यानंतर तुम्हाला एक लाजवाब चीज दाखवण्यात येईल आणि त्यानंतर आपण हे छोटंसं गेटटुगेदर संपवू."

"काय आहे तरी काय ती लाजवाब चीज?"

"ते मी आता नाही सांगणार."

"का? त्यात काय बिघडलं?"

"अं हं! ती चीज दाखवण्याकरताच तर तुम्हाला बोलावलंय आज मी."

"मग आधी ती चीज बघू. जेवण नंतर."

सूर्यकांतनं ठामपणे नकारार्थी मान डोलावली.

"पण मग... मग सांगून तरी कशाला ठेवलंत?"

"तुमची उत्सुकता शिगेला पोचवण्याकरता."

"वस्तूचा प्रकार काय आहे?"

"चला, मी तुम्हाला बंगला दाखवतो." प्रश्नाकडे सरळ सरळ दुर्लक्ष करत सूर्यकांत म्हणाला. सर्वांना मागोमाग येण्याची खूण करून चालायला लागला.

उगाचच विचारांना चालना! सूर्यकांत प्रेषित आपल्याला कोणती वस्तू दाखवणार आहे? अशी कोणती वस्तू असू शकेल, जी दाखवण्याकरता त्यानं हा गेट-टूगेदरचा घाट घालावा? ती वस्तू दाखवण्याकरता त्यानं इतका खर्च केला, तर खरेदीकरता किती केला असेल?

माणसाचं मन मोठं विचित्र असतं. अमुक एका गोष्टीबद्दल पाच मिनिटांनी समजणार आहे, असं माहीत झाल्यानंतर काही दम धरवत नाही माणसाला!

परीक्षांचे रिझल्ट्स उद्या पेपरआउट होणार, हे नक्की माहीत असतानाही आपण नाही का रात्रीच वृत्तपत्रांच्या कचेरीत गर्दी करीत? त्यातलाच प्रकार हा!

सूर्यकांतचा बंगला म्हणजे अक्षरशः उच्च अभिरुचीच्या, महागड्या इन्टेरिअर डेकोरेशनचा नमुना होता. सहा-सहा इंच पाय रुतवणारे गालिचे, मूल्यवान सोफा सेट्स, दुर्मीळ वस्तूंचे संग्रह... सगळं बारकाईनं पाहून घ्यायचं ठरवलं असतं, तर दोन तास कमी पडले असते! पण सूर्यकांतनं 'त्या' वस्तूबद्दल उगाचच उत्सुकता निर्माण करून ठेवल्यामुळे त्याच्या बंगल्याच्या भव्य सौंदर्याकडे कोणीही ॲप्रीसिएशनच्या दृष्टीने पाहिलं नव्हतं.

जेवणाची हीच तऱ्हा! प्रत्येकजण जेवला दाबून; पण ते भुकेपोटी. लक्ष सगळं त्या वस्तूकडे!

“हा टेरेस काय मार्व्हलस बांधलाय, नाही?” दमयंतीनं टेरेसचं निरीक्षण करत म्हटलं.

“हं. टेरेसवर बार तयार करण्याची कल्पना छान आहे प्रेषितची.” चंद्रशेखरांनी कबुली दिली.

“एक्सक्युज मी,” अचानक मागच्या बाजूनं आवाज आला आणि दोघांनीही माना मागे वळवून पाहिलं.

हसऱ्या चेहऱ्याची, टवटवीत तरुणी होती ती. फारतर वीसएक वर्षांची असेल. हसताना तिच्या डाव्या गालाला छानशी खळी पडली होती. चमकदार तपकिरी डोळ्यांमधला टप्पोरेपणा आणखीन वाढला होता. मूळचाच सुंदर असलेला तिचा फॉर्म सॅटीन मिक्स्ड काळ्या स्कर्ट-ब्लाउजमध्ये जास्तच उन्मादक वाटत होता.

आणि त्यामुळेच असेल कदाचित; पण दमयंतीला तिचं आगमन फारसं आवडलं नव्हतं.

“यस?” तिनं चेहऱ्यावरची नाराजी स्वरात ओतत विचारलं.

“मला तुमची ओळख करून घ्यायची होती.”

“बस ना मग.” रिकाम्या कोचाकडे बोट दाखवत चंद्रशेखर म्हणाले. “गायिका आहेस ना तू?”

“गायिका?” तिनं भुवई उंचावत मिस्कील स्वरात विचारलं. ती मनापासून हसायला लागली.

तिच्या मुलायम आवाजाइतकंच तिचं हसणंही मुलायम वाटलं चंद्रशेखरना. तिच्या आवाजातच एक प्रकारची अवखळ लय होती.

“मी तनुजा वास्वानी. माझा आर्ट स्टुडिओ आहे.”

“हां हां. मला वाटतं, तू फोटोग्राफिक पोर्ट्रेट्स करतेस ना?”

“होय. मला पहिल्यापासून पोर्ट्रेट्स या सब्जेक्टमध्ये फार इन्टरेस्ट होता. थिअरी विचाराल तर मी त्यातलं काहीही सांगू शकेन. मोठमोठ्या आर्टिस्ट्सच्या आर्टचं क्रिटिकल ॲप्रीसिएशन करू शकेन. पण दुर्दैवानं माझा हॅंड फारच रॉ आहे. म्हणून मी फोटोग्राफिक पोर्ट्रेट्सकडे वळले. ते टेक्निक छान जमलंय आता मला. एक एनलार्जर घेतलाय. याशिका आहे.

स्टाफ ठेवू शकते आता मी. एक फोटोग्राफर कम एनलार्जिंग एक्सपर्ट आहे. एक क्लार्क आहे.''

''गुड. व्हेरी गुड!'' तिच्या बडबडीला कंटाळून चंद्रशेखर म्हणाले.

''मला वाटतं....'' तिच्याकडे बारकाईने पाहत दमयंती म्हणाली, ''माझी जर काही चूक होत नसेल तर, 'ब्लो फास्ट अॅडव्हर्टायझिंग'करता तू मॉडेलिंग करीत होतीस.''

ते ऐकताच तनुजाचा चेहरा खर्‌कन उतरला. ''ते... ते फार जुनं झालं!'' खाली मान घालून ती पुटपुटली.

''आणि त्या आधी तू एका फाइव्ह स्टार हॉटेलला होस्टेस होतीस.''

''होय.'' तनुजा ताठर स्वरात म्हणाली ''आणि अशाच जर मागे मागे जाणार असाल तुम्ही, तर वीस-बावीस वर्षांपूर्वी मी घरात नागडी-उघडी फिरत होते!''

तिचं ते उत्तर ऐकून कोणीतरी फट्‌कन चपराक मारावी, तसं झालं दमयंतीला. 'त्याकरता वीस-बावीस वर्षं मागे कशाला जायला हवं?' असं ती विचारणार होती; पण त्यापूर्वीच तनुजा फणकाऱ्यानं निघून गेली होती.

''गोड पोरगी आहे.'' ती गेली त्या दिशेनं पाहत चंद्रशेखर म्हणाले, ''तू तिला तिच्या भूतकाळाची अशी आठवण करून देऊन डॉमिनेट करायला नको होतंस, दमयंती!''

''का?...खरं तेच बोलले मी. इतका राग कशाला यायला हवा लगेच नाकाच्या शेंड्यावर!'' त्यांनी तनुजाची बाजू घेतलेली पाहून आणखी वैतागत दमयंती म्हणाली.

''प्रत्येक खरी गोष्ट बोललीच पाहिजे का?'' मंदपणे हसत चंद्रशेखरांनी विचारलं.

''पण...'' दमयंतीचं उत्तर तसंच राहिलं. तिनं एकदा पडेल चेहऱ्यानं चंद्रशेखरांकडे पाहिलं आणि ती गप्प बसली.

मात्र, त्यानंतर जेवण उरकेपर्यंत तिचा मूड काही जाग्यावर आला नाही. चंद्रशेखरही गंभीर चेहरा करून बसले होते.

''शेखरदा,'' त्यांच्या दिशेनं झपाझप पावलं टाकत सूर्यकांत म्हणाला,

"चला ना, तुम्हाला ती अस्सल चीज दाखवतो आता."

त्या चीजचं नाव काढताच दोघांच्याही मनावरची औदासीन्याची पुटं पुसटं झाली. इतरांचाही उत्साह वाढला. जेवणानंतर मुखशुद्धीसाठी म्हणून ठेवलेली द्राक्षं तोंडात टाकत सगळे उठले. सूर्यकांतच्या मागोमाग निघाले.

"कुठे आहे ती?"

"इथे. बारमध्येच!" लोकांची उत्सुकता आणखी ताणत सूर्यकांत म्हणाला,

भिंतीवर दिसणाऱ्या एका लाकडी प्रशस्त फ्रेमपाशी तो थांबला. या बंद फ्रेमच्या आत इलेक्ट्रिकल इक्विपमेंट्स, मीटर असं काही असावं, अशी इतका वेळ सर्वांची कल्पना होती.

सूर्यकांतनं फ्रेमच्या चारही बाजूंचे स्क्रू काढले. फ्रेम काढून घेतली.

आता एक लालचुटुक मखमली पडदा.

"शेखरदा, या. असे पुढे या."

कुतूहलानं लोकांनी त्यांना वाट करून दिली. ते पुढे आले. त्यांच्या मागोमाग दमयंतीही घुसली.

"तुम्हीच अनावरण करा." मागे सरकत सूर्यकांत म्हणाला.

शेखरदांनी मखमली पडद्याचा गुलगुलीत गोंडा धरला.

"खाली ओढा तो."

त्यांनी गोंडा हळूहळू खाली खेचायला सुरुवात केली. नवयौवनेनं नितंबांची मोहक हालचाल करावी, तसा सळसळत, अडत मखमली पडदा नाजूकपणे बाजूला झाला.

"ओह!" डोळे मोठ्ठाल्ले करीत शेखरदा ओरडले.

"वऽन्डरफुल!" दमयंती छातीशी हात कवटाळत उद्गारली.

एक आर्ट-डीलर गर्दी बाजूला सारत, काहीतरी अनपेक्षित, धक्कादायक घटना घडत असल्यासारखा पुढे आला, "व्हाऽट...इट इज इम्पॉसिबल!" मान झटकून व्हिस्कीची किक उतरवण्याचा प्रयत्न करीत तो पुटपुटला.

सगळेच आश्चर्यानं थक्क झाले होते. ज्यांना त्यातलं कळत होतं, ते मंत्रमुग्धच झाले होते; पण ज्यांना या विषयात गती नव्हती, तेही प्रभावित

झाले होते. अर्थात शेखरदा आणि दमयंतीच्या मुग्धावस्थेचाही त्यांच्या मनावर परिणाम होताच.

मेमरी-ड्रॉइंगचा सर्वोत्कृष्ट नमुना ठरावं, असं पेंटिंग होतं ते. ३'×२' च्या त्या चित्रात दूरवर एक खेडं जाणवत होतं. खेड्याला वळसा घालून एक अशक्त नदी संथपणे वाहत होती. गावापासून लांब असलेल्या उजाड, भगभगीत भागातल्या एकुलत्या एक अर्धवट बोडक्या झाडाखाली एक आदिवासी जोडपं भाकरतुकडा मोडत होतं. एक अगदी गावठी वाटणारं, मरतुकडं कुत्रं शेपूट अर्धवट उंचावून, आशाळभूत नजरेनं त्यांच्या हातातल्या तुकड्यांकडे पाहत होतं.

गाव दूर आहे हे दाखवण्यासाठी डीपनेस आणण्याच्या तंत्राचा कुशलतेनं केलेला वापर, दुष्काळी भागातली नदी, तिची लय दाखवण्यासाठी रंगांचं केलेलं मिक्सिंग, उजाड भागातला जाणवणारा भगभगीत उदासपणा, त्यात मोलाची भर घालणारं, थोडीफार पानं राखून असलेलं ते झाड, आदिवासींच्या चेहऱ्यावरची थकावट, कुत्र्याकडे दुर्लक्ष करीत असतानाच, त्याच्या अस्तित्वाची त्यांच्या डोळ्यांतली त्रासदायक जाणीव, कुत्र्याच्या नजरेतला ओशाळवाणा लाळघोटेपणा... ही वैशिष्ट्यं तर कोणालाही जाणवण्यासारखी ठळक होती.

पण ही वैशिष्ट्यं म्हणजे चित्राचं यश नव्हतं. यशाला पूरक होती ती. चित्राचं साधलेलं पर्फेक्ट बॅलेन्सिंग सूर्यप्रकाशाच्या शेड्सवर आधारित होतं.

व्हाइट, ब्लॅक, यलो हे तीन कलर्स वापरून उजाड माळावरचा सूर्यप्रकाश रखरखीत दाखवला गेला होता. झाडाच्या पानांच्या शेड्स सोडून आदिवासींच्या चेहऱ्यावरचे उन्हाचे कवडसेही जिवंत वाटत होते. उन्हं खरोखरीची वाटत होती.

तंत्रच अजब होतं ते! जरा वेळ टक लावून त्या रखरखीत भागाकडे पाहिलं, तर डोळ्यांपुढे अंधारी येत होती. सावलीच्या शेड्सकडे पाहत राहिलं, तर डोळ्यांना सावलीचा गारवा मिळत होता.

'द लाइफ!'

चंद्रशेखरनी चित्राखालचं ते समर्पक नाव वाचलं. आर्टिस्टची सही

पाहून त्यांनी मान डोलावली. ते मागे वळले. सूर्यकांत डोळ्यांत प्राण आणून त्यांच्याकडे पाहत होता.

"हन्ड्रेड अँड वन परसेन्ट प्यूअर गोल्ड!" ते मंदपणे हसत म्हणाले.

"थँक यू!" सूर्यकांत अत्यानंदानं म्हणाला.

"कुठे मिळालं तुम्हाला हे?" भानावर येत दमयंतीनं विचारलं.

"टॉप सीक्रेट!" डोळे संथपणे मिटून पुन्हा उघडत सूर्यकांत म्हणाला.

"आणखीन आहेत?"

"माझ्याजवळ हे एकच आहे; पण उरलेली अकरा कुठे आहेत, याचा शोध घेतोय मी. पैकी चार चित्रांचे पत्ते मिळालेले आहेत. उरलेलेही मिळतील, अशी आशा आहे."

"कुठायत ती चार चित्रं?"

"आज कुठे आहेत, ते नाही सांगणार मी; पण काही दिवसांनी तीच काय, बाराच्या बारा ओरिजनल्स माझ्या या बारमध्ये लावलेली असतील!"

"तसं झालं तर जगातल्या कोणत्याही आर्टिस्टला मेमरीचा स्टडी पूर्ण करण्याकरता तुझ्या घरीच यावं लागेल, सूर्यकांत!" अंतर्मुख होत चंद्रशेखर म्हणाले.

"अलबत!" सूर्यकांत अभिमानानं उद्गारला.

"किती नॅचरल वाटतात नाही ऊन-सावलीच्या या शेड्स?" पुन्हा चित्राकडे वळत दमयंती म्हणाली, "जगात आजपर्यंत हजारो प्रयत्न झाले असतील, चंद्रवर्म्यांच्या स्टाइलची नक्कल करण्याचे!"

"अहं! राजा चंद्रवर्मांचं कलर कॉम्बिनेशनचं टेक्निकच काही निराळं होतं, दमयंती." शेखरदा कौतुकानं म्हणाले. "त्यांनी केवळ बाराच चित्रं रेखाटली; पण ते अमर झाले! या प्रत्येक चित्राची निरनिराळ्या देशांत मिळून हजारएक वेळा तरी सही सही नक्कल झाली आहे; पण सूर्यप्रकाशातला जिवंतपणा नाही उतरवू शकलेलं कोणी! फ्रान्सचा सांता, चीनचा फू ब्लो, इंग्लंडचा डॉन जोन्स.... अशा कित्येक महत्त्वाकांक्षी, अभ्यासू आणि हुशार आर्टिस्ट्सनी चंद्रवर्म्यांची ती पद्धत शोधून काढण्याकरता दोन दोन तपं वेचलीयत!

''नवल म्हणजे या सर्व आर्टिस्ट्सनी आपल्या अनुभवांवर आधारित अशा कलर कॉम्बिनेशन्सवर जी पुस्तकं लिहिली, ती आज अभ्यासूंच्या दृष्टीनं अजरामर झाली आहेत. डॉन जोन्सला तर रॉयल्टीच्या स्वरूपात त्याच्या पुस्तकानं एक करोड डॉलर्स मिळवून दिले आहेत; तर सांताच्या पुस्तकाची इतक्या भाषांमधून ट्रान्सलेशन्स झालीयेत की, मिळालेल्या रॉयल्टीतून एक स्वतंत्र बेट खरेदी करून त्या बेटावर त्यानं स्वतःची आर्ट फॅकल्टी सुरू केलीय!

''पण यातल्या एकालाही राजा चंद्रवर्म्याचं या अजब कलर कॉम्बिनेशनचं रहस्य शेवटपर्यंत उलगडलेलं नाही!

''त्यामुळे जागतिक कलाक्षेत्रात ही चित्रं 'वन्डर ट्वेल्व्ह' म्हणून संबोधली जातात! प्रत्येक चित्राची आंतरराष्ट्रीय किंमत रुपयांच्या भाषेत सांगायची झाली तर... नॉट लेस दॅन फिफ्टी थाऊजंड!''

चंद्रशेखर राजा चंद्रवर्म्याच्या चित्रांबद्दल, त्याच्या स्टाइलबद्दल... बराच वेळ अभ्यासपूर्वक बोलत होते. त्यांच्या शब्दा-शब्दांगणिक सूर्यकांत प्रेषितनं चित्रकलाक्षेत्रातला अनमोल खजिना हस्तगत केला आहे, अशी निमंत्रितांची खात्री पटत चालली होती. त्या खजिन्याकडे पाहण्याचा प्रत्येकाचा दृष्टिकोन आणखीनच आदरणीय बनत चालला होता.

आणि...

एकालाच चंद्रशेखराच्या बडबडीचा कंटाळा आला होता!

''हं!... म्हणे चंद्रवर्म्याची चित्रं अजिंक्य आहेत!'' जांभई देत तो स्वतःशी पुटपुटला.

''काही म्हणालात मि. प्रशांत सिद्ध?'' शेजाऱ्यानं विचारलं.

''अहं!'' उपहासानं हसत तो म्हणाला, ''प्लीज, डोन्ट डिस्टर्ब! लेट मी हियर द रेस्ट ऑफ इट!''

दोन

शिवाजी पार्क.

मुंबईतल्या गजबजलेल्या वस्त्यांपैकी एक वस्ती. या एरियात बरीचशी श्रीमंत माणसं राहतात, तसेच काही भाग्यवान मध्यमवर्गीयही राहतात. त्यामुळेच इथे एकमेकांपासून फटकून राहणारे बंगले आहेत, तशीच खांद्याला खांदा लावून राहणारी चाळीतली बिऱ्हाडंही आहेत.

'अमर मंझिल' ही आठमजली भव्य इमारत याच भागात नाही, तर साऱ्या मुंबईत प्रसिद्ध आहे! अर्थात या प्रसिद्धीचं श्रेय इमारतीला अजिबात नाही. या इमारतीसारख्याच, तिच्याहून सुंदर, भव्य अशा इमारतींना मुंबईत तरी मुळीच तुटवडा नाही.

ही इमारत प्रसिद्ध आहे, ती तिच्या मालकामुळे.

अमर विश्वास! बॅरिस्टर अमर विश्वास! मालकाचं नाव आहे हे.

अमर विश्वास! नावातही गंमत आहे. ज्याच्यावर 'अमर' विश्वास टाकता येईल असा!

पण तो काही नावातल्या गमतीमुळे प्रसिद्ध नाही काही. ही गंमत कित्येकाच्या लक्षातही आली नसेल; तरी तो प्रसिद्ध आहे. दादरला उतरून तुम्ही कोणत्याही टॅक्सी ड्रायव्हरला नुसतं सांगा, 'अमर मंझिल चलो!' काही न विचारता आणून सोडेल

तो!

अमर दिसायला छान आहे म्हणजे चांगलाच हॅन्डसम आहे. त्यानं हसून आपल्याकडे पाहावं म्हणून कित्येक तरुणी वाटेल ते दिव्य करायला तयार आहेत या मुंबईत!

सुंदरशी सहा फूट उंची. त्या उंचीला न्याय देणारे रुंद खांदे. शिडशिडीत वाटणारं, पण भरीव शरीर. हेवा वाटावा असे अँगल्स असलेला गोल चेहरा. गोऱ्या रंगाला शोभणारे सोनेरी केस. चेहऱ्यावर सतत प्रसन्नसं हास्य. डोळ्यांत तीव्र बुद्धीची झाक असणारी मिस्कील छटा आणि या सर्वांना 'ए ग्रेड' मिळवून देणारे, चमकदार निळेशार डोळे!

अशा सुंदर व्यक्तिमत्त्वाचा मालक या क्षणी आरामात वर्तमानपत्र वाचत होता. 'सकाळ' ची कोणतीही गडबड त्याच्यामागे दिसत नव्हती.

"गुड मॉर्निंग अमर!" मोहिनी सन्मित्रनं आपलं ठेवणीतलं प्रसन्न हास्य फेकत म्हटलं अन् अमरनं तोंडासमोरचं वर्तमानपत्र बाजूला करून तिच्याकडे पाहिलं.

याच निरागस हास्यानं त्याला तीन वर्षांपूर्वी मोहिनी घातली होती आणि मुंबईत बेसहारा वणवण फिरणारी ही मोहक तरुणी त्याच्या आश्रयाला आली होती. पाहता पाहता तिनं त्याच्या हृदयाशी आश्रय घेतला होता.

त्याच्या प्रत्येक कामात ती त्याला मदत करीत होती. त्याच्याकरता सकाळचा नाष्टा तयार करण्यापासून ते रात्री त्याच्या बेडवरची चादर बदलण्यापर्यंत सर्व कामं तीच पाही. ऑफिशियल वर्कमध्येही तिच्यावाचून अमरचं अडत असे हल्ली! त्याच्या केसचे पॉइंट्स घेऊन त्या संदर्भातले निरनिराळे कायदे काढणं, शॉर्टहॅन्डमध्ये मुद्द्यांच्या नोट्स घेऊन त्यांची टाचणं तयार करणं, त्याचा पत्रव्यवहार पाहणं, त्याच्या गैरहजेरीत ऑफिस सांभाळणं...

अशी सगळी कामं ती पाहत असली, तरी 'सेक्रेटरी' किंवा 'घर सांभाळणारी' यापेक्षा अधिक गहिरं नातं निर्माण झालेलं होतं त्यांच्यात.

"गुड मॉर्निंग!" आळस देत अमर म्हणाला.

"गोल्डी खाली येतोय."

"गोल्डी?...का? मी तर सध्या कोणतंच काम सोपवलेलं नाही

त्याच्या एजन्सीकडे!''

"म्हणूनच तर तो इतका उत्साहानं येतोय.'' ती पापण्यांची फडफड करीत म्हणाली, "म्हणाला मला तो.''

"काय? एजन्सी आणि क्लायंट या संबंधापलीकडे दोस्तीचे संबंध आहेत, हे विसरायला होतं, असं?''

"हं.''

"फार जुनी तक्रार आहे ती त्याची; पण काय करू मोहिनी? तूच सांग, माझ्याकडे सारखी कामं असणारंच. बरं, इन्व्हेस्टिगेशन वर्क असेल, तर माझ्यापेक्षा गोल्डीचे कॉन्टॅक्ट्स जास्त आहेत. मग 'गोल्डन डिटेक्टिव्ह एजन्सी' सारखी इफिशियन्ट इन्फर्मेशन ब्यूरो माझ्याच इमारतीत असताना मी कुठे दुसरीकडे जाऊ?''

हॉलमधली बेल विशिष्ट पद्धतीने वाजली.

"गोल्डी!'' हसून अमर म्हणाला.

मोहिनीनं दार उघडताच गोल्डी आणि सोनाली आत आले.

"हाऽऽय हॅन्डसम! गुड मॉर्निंग!'' आत येताच नेहमीच्या पुशबॅक चेअरच्या पाठीवरनं टांग टाकून खुर्चीवर बसत तो म्हणाला.

"वेळेवर आलास. मी तुझीच वाट बघत होतो!'' अमर गंभीर चेहऱ्यानं म्हणाला.

खुर्चीवर जेमतेम बूड टेकलं होतं बिचाऱ्याचं. अमरचा गंभीर चेहरा आणि त्याचं ते वाक्य! पार्श्वभागात टाचणी टोचल्यासारखा उठला तो.

"मी जातो!''

"का रे?''

"तू मला काहीतरी 'अर्जन्ट' वर्क सांगून पिदवणार! त्यापेक्षा माझ्या ऑफिसात जाऊन माशा मारीत बसणं पसंत करीन मी!''

"पण तुला कामाकरता कुठे बोलावलंय मी?''

"नाही?''

"तसं म्हणालो का?''

"मग तू माझी वाट का पाहत होतास?''

“अरे!.... गप्पा मारायला बोलावलं चांगलं तर!”

“नुसत्या गप्पा, का कॉफी आणि ऑम्लेट्स?”

“मोहिनी, या खादाडाला पहिल्यांदा खायला घाल!”

मोहिनी हसत हसत आत गेली. तिच्या पाठोमाठ सोनाली तिला मदत करायला गेली.

“गोल्डी,” ऐसपैस बसत अमर म्हणाला, “आजच्या पेपरला एका मजेदार रॅकेटविषयी माहिती आली आहे. वाचलीस?”

“अहं! आज मी स्वत:ला ऑफ घेतलाय. कोणत्याही प्रकारचा जनतासंपर्क आज बंद आणि वर्तमानपत्रं हाही एक प्रकारचा संपर्कच मानतो मी!” गोल्डी गंभीरपणे म्हणाला. त्यानं खुर्चीवर रेलून सिगारेटकेस काढली. एक गोल्ड फ्लेक शिलगावली.

“पण इंटरेस्टिंग स्कीम आहे.”

“थोडक्यात म्हणजे गप्पांच्या नावाखाली ती स्कीम तू मला सांगणारच! ठीक आहे. मनाची तयारी केलीय मी. खुशाल सांग. फक्त एक वचन दे.”

“वचन?.... कसलं रे?”

“त्या स्कीमचा माझ्या ‘जी. डी. ए.’ शी कोणत्याही प्रकारचा संबंध येऊ द्यायचा नाही! मला त्या रॅकेटबद्दल माहिती गोळा करण्यासाठी वणवण भटकवायचं नाही!”

“ओह, डॅम इट!” मनापासून हसत अमर म्हणाला, “इतकंच ना? मग तुला काळजी करायचं कारण नाही. या रॅकेटबद्दल तुला माहिती गोळा करावी लागणार नाही. रॅकेट पकडलं गेलंय.”

“असं? देन, आय ॲम कीनली इंटरेस्टेड. सांग तू.”

“कशाबद्दल सागंतोयस?” ट्रे घेऊन बाहेर येत मोहिनीनं विचारलं. सोनालीही प्रश्नार्थक मुद्रेने अमरकडे पाहायला लागली.

“अगं, आत्ताच एका रॅकेटबद्दल वाचलं मी. ती गंमत सांगणार होतो.”

“सांगायला सुरुवात केलीस ना?... दुष्ट!”

“छान!... लगेच दुष्टबिष्ट म्हणून मोकळी! अगं, खायला मिळेपर्यंत

गोल्डी स्वस्थपणे ऐकायला तयार तरी होईल का?''

"दॅट्स राइट," ट्रेमधली एक डिश उचलून ऑम्लेटचा तुकडा कापत गोल्डी म्हणाला.

"बरं का रे गोल्डी... एक तरुण सकाळी सकाळी एका ज्वेलरकडे जातो. निरनिराळ्या वस्तूंवरनं नजर फिरवतो. ओघाओघानंच त्याला काय हवंय, याची चौकशी होते.

"तो इतर कसलीही चौकशी न करता एक सुंदरशी अंगठी मागतो. त्याला ती लेडीज डिझाइनची हवी असते. दाखवलेल्या अंगठ्यांतून तो भारीतली भारी, मूल्यवान, सुंदर अशी अंगठी निवडतो."

"आणि ती निवडत असतानाच दोन-चार अंगठ्या पास करतो का?"

"हँ! इतका बथ्थड प्लॅन नाही तो! अंगठीची निवड झाली की, तो मालकाला बाजूला घेतो. त्याच्यावर इंप्रेशन पडेल, अशा पद्धतीनं त्याच्याशी गप्पा मारतो आणि हळूच आपली अडचण सांगतो!

"तो दिवस हमखास रविवारचा असतो. त्याच्या प्रेयसीचा वाढदिवस असल्यामुळे त्याच्या दृष्टीनं त्या दिवसाचं महत्त्व जास्त असतं. आजचा दिवस पाहून तो तिला लग्नाबद्दल विचारणार असतो. तिला एंगेजमेंट रिंग म्हणून ही अंगठी त्याला द्यायची असते."

"ठीक आहे ना, मग यात अडचण कुठे येते?"

"पहिली गोष्ट, आपल्या प्रेयसीचा वाढदिवस आहे, हे सकाळी सकाळी आलेल्या फोनवरून समजलेलं असतं त्याला, आणि त्याच्याकडे तर तेवढे पैसे नसतात!"

"हाऊ सिली! मग... यस, गॉट इट! रविवार म्हणजे बँका बंद! नाइस!"

"करेक्ट! हेच पटवून देतो त्या ज्वेलरला तो. बरं, त्याची पर्सनॅलिटी इंप्रेसिव्ह असल्यामुळे, त्याचं बोलणंही आर्जवी, पण रोखठोक असल्यामुळे ज्वेलरला पसंत पडतं. ते त्याच्या दृष्टीनं सोपं असतं. फक्त एका दिवसाचा प्रश्न असतो. समोरचा तरुणही सभ्य, सालस वाटत असतो. म्हणून ज्वेलर स्वत:च त्याला चेकचा मार्ग सुचवतो."

''आणि चेक डिस ऑनूरड होतो!''

''नाही. तुझ्या टाळक्यातही येणार नाही पुढला प्लॅन! ज्वेलरनं चेक लिहून अंगठी देण्याची तयारी दर्शवल्यामुळे त्याला फार उपकार वगैरे झाल्यासारखे वाटतात. पुन:पुन्हा आभार मानत तो सोमवारचा चेक लिहून देतो. अंगठी घेऊन बाहेर पडतो.

''संध्याकाळी सहाच्या सुमारास हाच तरुण एका सोनं-चांदी गहाण ठेवणाऱ्या पान शॉपला दिसतो! त्या वेळी त्याच्या तोंडाला दारूचा वास येत असतो.''

''स्प्लेंडिड!...पुढे?''

''तो मालकाला स्वच्छपणे सांगतो की, अशा अशा मुलीला लग्नाची मागणी घालण्याकरता मी अशा अशा दुकानातून अंगठी खरेदी केली होती; पण आनंदाच्या भरात तिच्याकडे जाताना मी दारू पिऊन गेलो आणि तिला लग्नाची मागणी घातली! मागणीचा स्वीकार दूरच राहिला, तिनं दारू पिऊन आल्याबद्दल माझी निर्भर्त्सना केली! मला घराबाहेर काढलं. पुन्हा आलास तर चपलेनं मारीन, अशी अपमानास्पद धमकी दिली!

''ज्या ज्वेलरकडून मी ही अंगठी खरेदी केली, त्याच्याकडे ती परत केली, तर मला ऑर्डर रद्दसुद्धा करता येईल! पण तिथं जाणं मला अपमानास्पद, लाजिरवाणं वाटतं! अन त्या भग्न प्रेमाचं प्रतीक असलेली अंगठी सतत नजरेसमोर राहिली, तर मी वेडा होईन! तर, कृपा करून तुम्ही ही अंगठी विकतच घेऊन टाका! काय योग्य वाटतील ते पैसे द्या मला!''

''मग हे ऐकून तो डीलर काय करतो?''

''बट नॅचरल, तो ज्या ज्वेलरचं नाव तरुणानं रेफर केलेलं असतं, त्याला फोन करून अंगठीच्या खरेदीसंबंधी माहिती विचारतो. ती मिळवताना त्यालाही तो तरुण ती अंगठी विकायला आल्याचं सांगावं लागतं!

''आणि इथून खरा प्लॅन सुरू होतो, गोल्डी!''

''ज्वेलर त्या पान शॉपवाल्याला ती अंगठी दाबून ठेवायला सांगतो. घाबरून पोलिसांना फोन करतो. या व्यवहाराची त्यांना माहिती देतो.

''ही माहिती त्या तरुणाबद्दल चांगलाच संशय निर्माण करणारी असते.

पोलीस त्याला पकडून आत घेतात. तो तरुण पोलिसांना सारखी गॅरंटी देत असतो की, चेक पास होईल. अर्थातच त्याच्यावर कोणी विश्वास ठेवायला तयार होत नाही.

"अन् गोल्डी, दुसऱ्या दिवशी प्रेझेंट झाल्या झाल्या, मंगळवारी चेक पास होतो!"

"इनडीड! मग रॅकेटला काय मिळालं?"

"खूपच! चेक पास झाल्यावर तरुणाला सोडून देण्यात येतं. तो बाहेर पडतो, तो थेट वकिलाकडे जातो. ज्वेलरविरुद्ध पन्नास हजारांचा अब्रू-नुकसानीचा दावा लावतो!"

"माय गॉड!... डेड लॉक!"

"शुअर, इट इज! मग पोलीस चौकशीची सूत्रं हातात घेतात, तरुणाच्या हकिकतीतली तरुणी सत्य निघते. रविवारी तिचा वाढदिवस झालेला असतो. त्या दिवशी घडलेला प्रसंगही तंतोतंत बरोबर असतो!"

"आता ज्वेलर ट्रॅप झाला! तो त्या तरुणाकडे येतो, चुकीची माफी मागतो, त्याच्या हाता पाया पडतो, केस मागे घेण्याबद्दल विनवतो.

"वीसएक हजारांत केस सेटल केली जाते!"

"वन्डरफुल वर्क, यार! मला तर वाटायला लागलंय, ही मगजमारी थांबवून हाच धंदा सुरू करावा! सोनाली आहेच!"

"गोल्डी," त्याच्या कॉमेन्टकडे दुर्लक्ष करत अमर म्हणाला, "या काँक्रीट वाटणाऱ्या केसमध्ये एकच वीक पॉइंट आहे. बघा तुम्हाला सापडतो का?"

तिघांनीही बराच वेळ डोकं खाजवलं. एक एक मान नकारार्थी हालली. "परिस्थिती एक क्रिटिकल असते. ज्वेलरला सुचणार नाही, हे गृहीत आहे; पण गोल्डी, तुला सांगता यायला पाहिजे!"

"मग मीही क्रिटिकल पोझिशनमध्ये आहे असंच समज!"

"आता गंमत बघ हं. ज्वेलरच्या दृष्टीनं तो ट्रॅप झालाय. त्यानं तरुणावर पूर्ण अविश्वास दाखवलाय. लोफरगिरी करून त्यानं अंगठी ताब्यात घेऊन ती पान शॉपला विकायची खटपट केली, असा त्याच्या पोलीस

कम्प्लेन्टचा सूर आहे. त्यानं दिलेला चेक बाउन्स होणार, याबद्दल त्याला खात्री आहे.

"आणि हे चित्र एकदम खोटं ठरलं आहे! तरुणानं दिलेला चेक पास झालाय. त्यानं लव्ह अफेअरबद्दल सांगितलेल्या संपूर्ण हकिकतीला मुलीचा दुजोरा मिळालाय आणि तरुणाला मात्र उगाचच दोन दिवस तुरुंगात खितपत पडावं लागलंय!

"आता त्यानं अब्रूनुकसानीची फिर्याद दाखल करतो म्हटल्यावर ज्वेलर घाबरणार. कारण या फिर्यादीमुळे आपल्या दुकानाचं रेप्युटेशन खराब होणार, हे त्याला माहीत आहे. शिवाय केस कोर्टात स्टॅन्ड झाली, तर आपण केस हरणार, अशी त्यानं स्वत:ची समजूत करून घेतली आहे.

"म्हणूनच वकिलाकडे जाण्याच्या फंदात न पडता हा ज्वेलर प्रकरण मिटवून टाकणार!"

"माझ्या ते सर्व लक्षात आलंय, अमर. शाळा मास्तरासारखा तेच तेच कशाला घोटवतोयस?"

"आता एकच मुद्दा. हे रॅकेट असेल, अशी कल्पनाही ज्वेलरच्या मनाला शिवलेली नाही. त्यामुळे तो मुद्दा त्याच्या लक्षात आलेला नाही."

"आय गॉट इट!" मोहिनी एकदम ओरडली.

"यू? .... लीव्ह इट!" गोल्डी तुच्छतेनं म्हणाला, "बायकांना कसलेही मुद्दे सुचत नसतात. लक्षात ठेव, ऑम्लेट्स टाकण्याइतकं सोपं नाही ते."

"अरे, लेट हर स्पीक यार." गोल्डीच्या बोलण्यानं हिरमुसल्या झालेल्या मोहिनीला पुश करण्याच्या उद्देशानं अमर म्हणाला, "सांग मोहिनी, काय स्ट्राइक झालं तुला?"

"काही नको!" जळजळीत नजरेनं गोल्डीकडे पाहत ती तुटकपणे म्हणाली.

गोल्डी खदखदून हसायला लागला.

"काही नाही रे, तिच्या काहीही लक्षात आलेलं नाही!"

"सगळं आलंय; पण सांगणार नाही!"

"तुझा मुद्दा बरोबर निघाला, तर एकशे एक रुपये देतो मी तुला!... चल, सांग.'' गोल्डी आवेशात म्हणाला, तशी मोहिनी हसायला लागली.

"अमर, या ज्वेलरनं वीस हजार रुपये या रॅकेटला देण्यापेक्षा पाच-दहा रुपये खर्च करून त्यातल्या त्या तरुणीचं बर्थडेट सर्टिफिकेट मिळवलं असतं, तर...?''

"गोल्डी...''

"आलं लक्षात, एकशे एक रुपये गेले माझे!'' दुःखी चेहरा करून कोटाच्या खिशातलं पाकीट काढत तो गंभीर स्वरात म्हणाला, "या ठिकाणी बोलायलाही पैसे पडतात!''

तिघंजण त्याच्या त्या वाक्यामुळे खदखदून हसायला लागले.

अन् अचानक त्यांचं हसणं बंद झालं. कान टवकारले गेले.

कोणीतरी हॉलच्या दरवाजाची बेल वाजवली होती.

"नक्की बेल वाजली का रे?''

"हो वाटतं.''

अन् त्याच वेळी पुन्हा बेल वाजली. या वेळी बेलचा आवाज इतका कर्कश्श होता, की संभ्रमाला जागाच नव्हती. मोहिनी झटकन उठली. तिनं त्या रूमच्या दरवाजावरचा पडदा सारखा केला. ती दाराकडे धावली.

साधारण पाच मिनिटांनी ती परत आली, तेव्हा तिच्या चेहऱ्यावर प्रश्नचिन्ह होतं.

"कोण?''

"क्लायंट!''

"ओह, लेट मी गो देन!'' उठून सोनालीचा हात पकडत गोल्डी म्हणाला. बॅक एक्झिटनं बाहेर पडला.

"तरुणी?''

"अं हं, पन्नाशीचा माणूस!''

अमरचा आंबट चेहरा पाहून तिला हसू आलं.

"काय काम आहे त्याचं?''

"तुला भेटायचं आहे, यापलीकडे तो काहीच सांगायला तयार

नाही.''

''नाव तरी सांगितलं का?''

''ते तरी त्यानं खरं सांगितलंय का नाही, मला शंका येतीय. ईश्वर सर्वसाक्षी असं नाव असतं कधी?''

''काय, काय? ... ईश्वर सर्वसाक्षी?... त्या ईश्वराला आत पाठवून दे. मोहिनी सर्वसाक्षी असूनही त्याला माझ्याकडे आत येण्याची गरज का भासावी, याबद्दल कुतूहल आहे मला!''

हसू दाबत मोहिनी हॉलमध्ये गेली. परत आली तेव्हा तिच्या मागोमाग एक गृहस्थ घाईघाईत आत शिरला. मोहिनी मध्ये मध्ये येत नसती, तर त्यानं ते अंतर निम्म्या वेळात तोडलं असतं, असं त्याच्या एकंदर लगबगीवरनं वाटत होतं.

''अमर विश्वास?'' आपल्या दणदणीत आवाजानं रूम भारून टाकत त्यानं प्रश्न केला.

''हॅव अ सीट.'' त्याचं निरीक्षण करीत अमर म्हणाला.

हा तथाकथित सर्वसाक्षी पन्नाशीचा असला, तरी चांगला गुटगुटीत होता. स्किन फेअर होतं. चेहऱ्यावर अजून सुरकुत्या आल्या नव्हत्या. चेहऱ्यावर एक प्रकारचा प्रामाणिकपणा होता. या क्षणी त्याचे बोलके डोळे मनातली अस्वस्थता स्वच्छपणे दाखवत होते. कोणावर तरी जाम भडकला असावा तो आणि निराशही झालेला असावा. त्याच्या खांद्याच्या पडेल पोझवरनं आणि तिरप्या झालेल्या लुळ्या मानेवरनं त्याची कल्पना येण्यासारखी होती.

''नाव काय तुमचं?'' त्याला बोलतं करण्याच्या उद्देशानं अमरनं सहज विचारलं.

''ईश्वर सर्वसाक्षी''

''ओह! मला मान्य आहे ते. मी तुमचं नाव विचारलं फक्त.''

''मी नावच सांगितलंय माझं.'' तो त्रासिक चेहरा करून म्हणाला.

''मला खरं नाव हवं आहे.''

''हे पहा मि. विश्वास, मला कोणी अविश्वास दाखवलेला आवडत

नाही. तुम्हाला खोटं नाव का बरं सांगेन मी? मी कळायला लागल्यापासून मला ईश्वर याच नावानं ओळखतोय आणि लहानपणापासून माझं आडनाव मी ऐकतोय, तेही सर्वसाक्षी असंच आहे.'' दुखावलेल्या स्वरात तो म्हणाला.

''ऑल राइट मि. सर्वसाक्षी.'' त्याचं ते नाव मान्य करत अमरनं विचारलं, ''तुम्ही माझ्याकडे कशासाठी आलात, ते तरी सांगाल का?''

''त्या डॅम्बिसला काहीतरी शिक्षा झाली पाहिजे!'' आवाज वाढवून तो म्हणाला.

''तुमच्या मताशी मी पूर्णत: सहमत आहे मी सर्वसाक्षी.'' हसू आवरत अमर म्हणाला, ''फक्त प्रश्न इतकाच आहे की, हा डॅम्बिस कोण? त्यानं कोणता डॅम्बिसपणा केला आहे?''

समोरच्या माणसानं तावातावाने मान डोलावली. काहीतरी रिमार्क्स मारण्याकरता तोंड उघडलं. मग तो विचार रद्द करून तो 'ओह!' एवढंच पुटपुटून गप्प झाला.

''मी कोणाच्या वाटे जात नाही, विश्वास.'' नॉर्मलवर येत तो म्हणाला, ''त्यामुळे कोणी माझ्या वाटे गेलं, की माझा संताप असा अनावर होतो. मग मला ताळतंत्र राहत नाही. कृपा करून मला एक ग्लास थंड पाणी..''

अमरनं मोहिनीला बोलावून स्टॉकमधला मँगोला मागवला. त्याला प्यायला दिला. त्यानंही तो कुठल्याही प्रकारच्या मॅनर्स न पाळता गटागटा पिऊन टाकला.

''तुम्ही काय करता?''

''मी आर्ट डीलर आहे. माझ्याकडे जगातल्या मोठमोठ्या चित्रकारांची वॉल पेंटिंग्ज, मेमरीज, मॉडर्न आर्ट, न्यूड्स अशा दुर्मीळ कलाकृती येतात. मी त्यांचा संग्रह करतो. योग्य किंमत मिळाली, तर आर्टिकल विकतो. नाही तर मला घाई नसते. मध्ये एकदा मला पिकासोचं एक ब्यूटिफुल आर्टिकल मिळालं होतं. तीन वर्षं ठेवलं होतं मी; पण योग्य किंमत मिळाली तेव्हाच विकलं.''

''आणि तुमची ही योग्य किंमत ठरवताना तुम्ही ती कशी ठरवता?''

''मी तरी व्यापारी पद्धत आणि आर्टिस्टिक व्हॅल्यूएशन यांचा मीडियन

काढतो. उदाहरणार्थ, पिकासोचं ते आर्टिकल एका मूर्खानं मला तीनशे रुपयांना विकलं होतं! ते दुर्मीळ होतं. त्याची मार्केट व्हॅल्यू दोन हजारांच्या पुढे होती. मी किंमत ठरवताना खरेदीची किंमत, पैशांचं तीन वर्षांचं व्याज, दुकानाचं भाडं, पगार, माझा नफा, यांबरोबर माझ्या आर्ट व्हॅल्युअरकडून आर्टिकलच्या किमतीचाही अंदाज घेतला. मग या सगळ्या गोष्टींची मार्केट व्हॅल्यूशी तुलना करून मी त्या आर्टिकलची किंमत बेचाळीसशे ठरवली.''

''वेल! आणि तीन वर्षांनी का होईना, तुम्हाला ती मिळाली?''

''ऑफकोर्स! म्हणून तर विकलं मी.''

''ऑल राइट. तुम्ही काय करता ते मला समजलं.'' अमर मंदपणे हसत म्हणाला, ''आता मला तुम्ही उल्लेख केलेल्या त्या डॅम्बिस माणसाबद्दल सांगा बरं.''

तो रेफरन्स मिळताच सर्वसाक्षी पुन्हा डिस्टर्ब झाला. त्याच्या बोलण्या-वागण्यातली सहजता संपली.

''हरामखोर आहे तो! मि. विश्वास, तुम्हीच सांगा, मुंबईतल्या कोणत्याही वकिलापेक्षा मी हुशार आहे, असं तुम्हाला दाखवून द्यायचं असेल, तर तुम्ही काय कराल? एखाद्या केसमध्ये तुमचं बुद्धिचातुर्य इतरांहून अधिक आहे, हे सिद्ध कराल. ॲम आय राइट?''

''पार्शली.'' खट्याळपणे हसत अमर म्हणाला, ''मी हुशार आहे हे दाखवून देण्याकरता मी इतर निर्बुद्ध आहेत, असंही शाबीत करायचा प्रयत्न करीन!''

या अनपेक्षित उत्तरानं सर्वसाक्षी गांगरला असावा. तोंडाचा आ वासून तो एकटक अमरकडे पाहत राहिला.

''डोन्च्यू फॉलो?''

''अं?....ओह यस. त्या हरामखोरानं एक्झॅक्टली हेच करायचा प्रयत्न चालवलाय.''

''त्या हरामखोर डॅम्बिस माणसाचं जर नाव समजलं तर...''

''बिटू भाटी.'' ओशाळत्या स्वरात सर्वसाक्षी म्हणाला, ''हा बिटू भाटीसुद्धा आर्ट डीलर आहे. या क्षेत्रातला माझा एकमेव प्रतिस्पर्धी आहे तो.

त्याच्या आर्टिस्टिक सेन्सबद्दल वादच नाही! कलर सेन्स, कंपोझिशन, टी-टी इफेक्ट यांबद्दलचं त्याचं पर्फेक्ट जजमेन्ट मलाही मान्य आहे; पण ह्याचा अर्थ मला त्यातलं काही कळत नाही, असा घेऊन कसं चालेल?''

''असं म्हणाला तो?''

''तो माझ्या तोंडावर म्हणूदेत हिम्मत असेल तर! अरे, समोर दिसलो की, हा सिगारेट ऑफर करणार आणि पाठ वळली की 'बिचाऱ्याजवळ सिगारेटकरताही पैसे नसतात हल्ली, म्हणून दिली!' असं सहानुभूतीच्या स्वरात कोणाला तरी सांगणार.''

अमर त्या घरगुती स्वरूपाच्या कागाळ्यांना जाम कंटाळला होता खरं म्हणजे; पण आज कामाचा दिवस नव्हता, म्हणून तो आपला ऐकत होता इतकंच.

''सर्वसाक्षी, तुमच्या या उखाळ्या पाखाळ्यांत माझा रोल तरी कसला आहे? मध्यस्थी करून मी त्याला तुमची बदनामी करण्यापासून परावृत्त करावं, अशी तुमची इच्छा आहे का?''

''मध्यस्थी?.... माय फूट! मी चांगला पन्नास हजारांचा दावा लावतोय त्याच्यावर!''

अमर चमकला. हा माणूस वेडा बिडा तर नाही, अशी शंका त्याच्या मनात डोकावून गेली.

''विश्वास, या वेळी मला त्याला असा काही ट्रॅप करायचा आहे, की पुन्हा माझ्या वाटे जाणार नाही तो!''

''पण दावा लावण्यासारखं काही घडलंय का सर्वसाक्षी?''

''हो मग! म्हणून तर मी तुमच्याकडे आलो. या वेळी तो सापडलाय, तर निसटता कामा नये, असं ठरवून मी बेस्ट लीगल सर्व्हिसेस वापरायचा निश्चय केला आणि माझ्या माहितीप्रमाणे मुंबईतले सर्वांत इफिशिअन्ट, प्रॉमिनन्ट आणि लॉयल असे टॉप रँकचे वकील तुम्हीच आहात!''

''नाऊ, लेट मी नो अबाऊट द गेम.''

''त्याआधी मला तुम्हाला घटनेची पार्श्वभूमी समजावून सांगितली पाहिजे.'' सावरून बसत सर्वसाक्षी म्हणाला, ''तुम्हाला राजा चंद्रवर्मा हे

नाव माहीत आहे?''

''ऐकून. चित्रकार होता ना तो?''

''त्याला नुसतं 'चित्रकार' असं संबोधू नका. आजच्या जगातल्या सर्व चित्रकारांचा बाप होता तो!'' तो उत्साहानं म्हणाला. नंतरच्या पंधरा मिनिटांत राजा चंद्रवर्मा ही व्यक्ती आर्ट वर्ल्डमधली प्रभू रामचंद्र होती, अशी अमरची खात्री पटवली! कोणी नुसतं 'राजा चंद्रवर्मा' असं म्हटलं असतं, तरी अमर त्याच्या खाजगी जीवनापासून तो थेट त्याच्या 'वन्डर ट्रॅव्हल्स' च्या यशापयशापर्यंत तासभर तरी अस्खलितपणे बोलू शकला असता! त्याच्या ज्ञानात चांगलीच मोलाची भर वगैरे पडली होती. ह्यापुढे चंद्रवर्माचा उल्लेख 'चित्रकार' म्हणून करताना त्याची जीभ कचरणार होती. त्याला सर्वसाक्षीबाबाचं संपूर्ण भाषण आठवणार होतं!

पंधरा मिनिटांत अमरची इतकी दयनीय, केविलवाणी अवस्था करून सोडणारा ईश्वर सर्वसाक्षी हा पहिला आणि कदाचित शेवटचा इसम ठरला असता!

''तर या चंद्रवर्माचं 'द लाइफ' नावाचं एक दुर्मीळ चित्र मला महत्प्रयासानं मिळालं होतं.''

''होतं? म्हणजे आता ते तुमच्याकडे नाही?''

''अं? नाही.''

थँक गॉड! ते चित्र पाहण्याकरता तो अमरला बोलावू शकत नव्हता!

''ते या बिटू भाटीनं पळवलं का?'' मनातल्या मनात बिटू भाटीला आदराचं स्थान देत अमरनं सुटकेच्या स्वरात विचारलं.

''नॉनसेन्स! बिटू भाटीबद्दल गैरसमज करून घेऊ नका तुम्ही. तो अशा थर्ड डिग्री पॉलिसीज कधीच वापरत नाही. मी ते चित्र 'प्रेषित प्रायव्हेट लिमिटेड' च्या सूर्यकांत प्रेषितांना विकलं. त्यांनी हार्ड कॅश वीस हजार रुपये मोजले त्या चित्राकरता आणि आज त्याच चित्राची आर्टिस्टिक व्हॅल्यू इंटरनॅशनल लेव्हलवर पन्नास हजार रुपये आहे! आणखी पाच-दहा वर्षांनी ती लाखाच्या घरात जाईल!''

''नाऊ वेट अ बिट.'' अमर वैतागून म्हणाला, ''तुम्हाला ते चित्र

मिळालं, तुम्ही ते प्रेषितांना वीस हजार कॅश घेऊन विकलंत; मग बिटू भाटीचा संबंध येतोच कुठे? आणि हे तुम्ही माझा वेळ खर्च करून मला का सांगताय? डु यू थिंक मी ॲज अ वुड बी कस्टमर?''

''हँ! तुम्ही आधी ऐकून घ्या!'' लहान मुलाला दाबावं, तशा स्वरात सर्वसाक्षी म्हणाला, ''तुम्ही म्हणताय ती परिस्थिती कालपर्यंत होती; पण काल प्रेषितांनी त्यांच्या बंगल्यावर एक छोटंसं गेट टू-गेदर साजरं केलं. त्या वेळी त्या भाट्यानं जे उद्‌गार काढले, त्यामुळेच त्याचा संबंध आला आहे आणि पर्यायानं तुमचा येणार आहे. दॅट्स द लिंक.''

''गेटटुगेदरला तुम्हाला निमंत्रण नव्हतं?''

''होतं. मी अशा पार्ट्यांमधून कधीच वेळ घालवत नाही.''

''काय बोलला भाटी तुमच्याबद्दल?''

''माझ्याबद्दल बोलला असता, तर मी उदार मनानं त्याला क्षमा केली असती! तो 'द लाइफ' बद्दल बोलला.''

''ठीक आहे. काय म्हणाला तो, 'लाइफ' बद्दल?''

''त्यानं त्या चित्राच्या ओरिजिनॅलिटीबद्दल शंका व्यक्त केली.''

''उघड उघड?''

''नाही. सर्वांदेखत नाही.''

''मग कोणाजवळ बोलला तो? आणि एक्झॅक्टली काय म्हणाला?''

''तनुजा वास्वानी नावाच्या तरुणीजवळ तो म्हणाला, 'हे चित्र म्हणजे ओरिजिनलची सहीसही नक्कल आहे.'''

''ही तनुजा वास्वानी कोण?''

''ती आर्टिस्ट आहे. ती फोटोग्राफिक पोर्ट्रेट्स तयार करते. स्टुडिओ आहे तिचा.''

''आणि तिची आणि तुमची ओळख आहे.''

''चांगली. तिच्या पूर्वायुष्याबद्दल फारसं चांगलं बोललं जात नाही; पण मी तिला चार-पाच वर्षं ओळखतो आहे. शी इज गुड ॲट हार्ट. ती स्वत:च्या मनचं वगैरे सांगणार नाही कधी. माझा तिच्या शब्दांवर विश्वास आहे. सत्तावीस वर्षं मी हा धंदा करतोय. आजपर्यंत माझ्यावर कोणी इमिटेशन्स

विकल्याचा आरोप केलेला नाही. गेल्या सत्तावीस वर्षांत मी दिलेलं आर्टिकल नेहमीच ओरिजनल असतं, मी त्याची घेत असलेली किंमत वाजवीपेक्षा खूपच कमी असते, असा लोकांचा विश्वास आहे. क्लायंट्स डोळे झाकून खरेदी करतात माझ्याकडून.

"बिटू भाटी मी विकलेल्या चित्राबद्दल असं बोलला, हे दोन दिवसांत आमच्या छोट्याशा जगात पसरेल. अशा बातम्या पसरायला वेळ लागणार नाही."

"कोण सांगेल? तनुजा वास्वानी?"

"नाही. ती तोंड बंद ठेवू शकेल; मी तोंड बंद ठेवू शकेन. भाटीच अफवा पसरवेल ही! आणि तशी अफवा पसरल्यानंतर मी काही जालीम प्रतिक्रिया व्यक्त केली, तर लोकांच्या मनात शंका निर्माण होईल. मग माझ्याशी व्यवहार करताना ते सावध राहतील. माझं सत्तावीस वर्षांचं रेप्युटेशन हा हलकट माणूस क्षणात धुळीला मिळवू पाहत आहे. आय वोन्ट टॉलरेट इट!"

"आय गॉट द बॅकग्राउन्ड आय थिंक." अमर सावरून बसत म्हणाला. इतक्या वेळानंतर आत्ताशी त्याचा रोल येत होता. "या बाबतीत मी काय करावं, अशी तुमची अपेक्षा आहे?"

"तुम्ही वाटेल ते चार्जेस आकारा. मी ते तुम्ही म्हणत असाल, तर एकरकमी, आत्ता देऊ शकतो. ह्या बिटू भाटीला कोणत्या फ्रेममध्ये बसवायचं, ते तुम्ही पाहा. तो कोर्टात खेचला गेला पाहिजे! त्यानं स्वत:चं रेप्युटेशन एस्टॅब्लिश करण्याकरता माझ्या रेप्युटेशनवर चिखलफेक केली होती, हे सिद्ध झालं पाहिजे आणि त्याच्यावर मला पन्नास हजारांचा दावा ठोकता आला पाहिजे." सर्वसाक्षी ठाम स्वरात म्हणाला, "मला वाटतं, तुम्ही हे करू शकता!"

अमरच्या चेहऱ्यावर मंद हास्य पसरलं. पाहता पाहता सर्वसाक्षीनं त्याच्यावर अवघड कामगिरी सोपवली होती.

"मि. ईश्वर सर्वसाक्षी, खरं सांगायचं तर मला या केसचा सर्व बाजूंनी विचार करायला हवाय. तुम्ही जर दुपारनंतर मला भेटलात किंवा

फोन केलात, तर मी केसबाबतची माझी भूमिका स्पष्ट करू शकेन.''

''टेक युवर ओन टाइम. मी संध्याकाळी सहा वाजता येऊ?''

''विल डू.''

''थँक यू व्हेरी मच!''

सर्वसाक्षीनं अमरशी हस्तांदोलन केलं.

''तुम्हाला ॲडव्हान्स किती देऊ?''

''आता काहीच नको. संध्याकाळी या. त्या वेळी पाहू आपण.''

''तुम्ही धूर्त आहात!'' हास्याच्या गडगडाटानं खोलीतलं वातावरण भारून टाकत तो म्हणाला, ''हे माझं कार्ड. यावर माझ्या आर्ट सेंटरचा आणि घरचा असे दोन्ही पत्ते फोननंबरसकट आहेत. तुम्हाला लवकर मार्ग मिळाला, तर सहाची वाट पाहण्याची आवश्यकता नाही... बाय!''

तो गेला आणि मोहिनी आत आली.

''हा माणूस म्हणजे नुसतं वादळ आहे वादळ!'' कपाळावर बुक्की मारून घेत ती म्हणाली. तिनं त्यांच्यातलं संपूर्ण संभाषण ऐकलं होतं. शॉर्टहॅन्डमध्ये काही पॉइंट्स डिस्कशनकरता काढून ठेवले होते आणि शिवाय नेहमीच्या पद्धतीनं ते टेपरेकॉर्डही केलं होतं.

''जरा गोल्डीला खाली बोलावून घे, मोहिनी.''

''का? ह्या सर्वसाक्षीच्या बोलण्यावर तुझा विश्वास बसलाय की काय?''

''तो सेंट परसेंट खरं बोलत होता.''

''समज, बोलत होता. तुझा वेळ वाया घालवण्याइतकी त्याची केस इंटरेस्टिंगही नाही आणि महत्त्वाचीही नाही.''

''वरवर पाहता तसंच दिसतंय; पण या केसमध्ये बरीच प्रश्नचिन्हं आहेत. ती जसजशी सुटायला लागतील, तसतसा केसचा गुंता सुटत जाण्यापेक्षा ती आणखीन कॉम्प्लिकेटेड होत जाईल! का कुणास ठाऊक; पण ही केस मला चॅलेंजिंग वाटतेय!'' अमर गंभीर स्वरात म्हणाला.

अमरचं हे फीलिंग मोहिनीच्या चांगलंच परिचयाचं होतं. आजपर्यंत त्याच्या मनानं त्याला कधी फसवलेलं नव्हतं. ह्यापूर्वीही कित्येक केसेसमध्ये

त्याच्या मनानं त्याला धोक्याचे इशारे दिले होते.

मोहिनीनं गोल्डीला खाली बोलावताच तो लगेच हजर झाला.

"गेला तुझा क्लायन्ट?"

"गेला; पण जाताना एक प्रश्नचिन्हवाली केस मागे ठेवून गेलाय तो!"

"ह्याचा अर्थ माझी विश्रांती दैवाला पाहवली नाही! ऑल राइट. नाइलाज को क्या इलाज?... बोला!"

अमरनं त्याला संगतवार माहिती सांगितली. गोल्डी ती एकचित्तानं ऐकत होता. हकिकत संपताच त्यानं प्रश्नार्थक मुद्रेनं अमरकडे पाहिलं.

"अमर, या केसमध्ये तुला एवढा इंटरेस्ट का वाटतोय?" त्यानं विचारलं.

"मला राहूनराहून असं वाटतंय गोल्डी, या केसमधली बरीच डिटेल्स आपल्याला माहीत नाहीत. ती जर भरली गेली, तर केस फार कॉम्प्लिकेटेड होणार आहे."

"या केसच्या संदर्भात डिस्कशन करण्यापूर्वी मला एक सांग, तू ही केस स्वीकारणार आहेस?"

"अर्थात, मी ती स्वीकारली आहे. तसं नसतं तर चर्चा करण्यात वेळ घालवला नसता मी!"

"तुला केस स्वीकारावीशी वाटण्याचं एखादं तरी पटेल असं कारण तुला सांगता येईल?"

"नो! नॉट अ‍ॅट ऑल." अमर विचारात गढून जात म्हणाला.

त्याला सारखं आज पेपरमध्ये वाचलेलं ते रॅकेट आठवत होतं.

तीन

“अमर, एका अँगलचा विचार केलास का तू?” गोल्डीनं विचारलं, तसा अमर भानावर आला.

“अं? कोणत्या?”

“ईश्वर सर्वसाक्षीबद्दल तुला कसलीच खात्री देता येत नसली, तरी निदान त्याच्याशी बोलला आहेस तू. तो कितपत विश्वास ठेवण्यालायक आहे, ते तू ठरवू शकतोस. आपण असं गृहीत धरू, की हा सर्वसाक्षी अगदी प्रामाणिक आहे; तो खरं बोलतो. पण त्याची कार्ड्स तनुजा वास्वानीच्या साक्षीवर अवलंबून आहेत. ही तनुजा वास्वानी काळी का गोरी, ते तुला माहीत नाही. तिच्या स्वभावाबद्दल तुला काही कल्पना नाही. समज, बिटू भाटी आणि ईश्वर सर्वसाक्षी ह्यांच्यातल्या भांडणाचा फायदा करून घेण्यासाठी तिनं सर्वसाक्षीला काही खोटंच सांगितलं असेल तर?”

“मी त्याबद्दलच विचार करतोय, गोल्डी.”

“आणि त्याही पुढे जाऊन मी असं म्हणतो, तिनं सांगितलेलं सगळं खरं आहे. कोर्टात केस स्टँड झाल्यानंतर भाटीनं तिला फितवलं आणि तिनं सर्वसाक्षीच्या बाजूनं साक्ष द्यायला नकार दिला किंवा ऐन वेळी कोर्टात त्याच्याविरुद्ध साक्ष दिली, तर तुमची पोझिशन काय होईल?”

"तसं झालं तर... केस कोलॅप्स होईल! कारण वास्वानीची साक्ष हाच केसचा पाया असणार!

"आणि ही जर भाटीची चाल असेल, तर केसचा निकाल लागताच तो सर्वसाक्षीविरुद्ध अब्रूनुकसानीचा दावा लावेल! क्लायन्टबरोबर तुझीही परिस्थिती गंभीर होईल!"

क्षणभर विचार करून अमर हसला. गोल्डी एकटक त्याच्या चेहऱ्याकडे पाहत होता. अमरच्या चेहऱ्यातला बदल त्याच्या झटदिशी लक्षात आला.

"यापैकी काहीच होणार नाही, गोल्डी!" तो अगदी आत्मविश्वासाच्या स्वरात म्हणाला अन् गोल्डी आश्चर्यचकित झाला.

"म्हणजे?... तनुजा वास्वानी फुटू शकणार नाहीच, अशी खात्री आहे का तुझी?"

"नाही. साक्षीदारावर मी तसा जादा विश्वास कधीच ठेवणार नाही; पण ती ऐन वेळी फिरू नये म्हणून काळजी नाही का घेऊ शकत आपण?"

"काय काळजी घेणार? तिच्यावर चोवीस तास पहारा ठेवून भाटीचा माणूस तिच्यापर्यंत पोचणार नाही, अशी व्यवस्था करणार का?"

"नॉट नेसेसरी ॲट ऑल!" अमर गंभीर स्वरात म्हणाला, "मी तनुजा वास्वानीला इथे बोलावून घेऊन, तिच्याकडून ॲफिडेव्हिट करून घेणार आहे. तसं केल्यावर तिला ऐन वेळी साक्ष फिरवता येणार नाही, गोल्डी."

"ओह, दॅन इट्स ऑल राइट." मान डोलावत गोल्डी म्हणाला, "हा मुद्दा माझ्या लक्षातच आला नव्हता."

"ॲफिडेव्हिटच्या स्वरूपात तिचा कबुलीजबाब माझ्या हातात पडल्यानंतरच मी पुढच्या हालचाली करणार आहे."

"पुढच्या हालचाली म्हणजे जस्ट रुटीन आहेत. त्यासाठी मुंबईतला कोणताही वकील चालेल. मुख्य प्रश्न आहे तो ॲफिडेव्हिट मिळेल का नाही, हाच फक्त."

"चुकतोयस गोल्डी तू! ॲफिडेव्हिट जितकं महत्त्वाचं आहे, तितकंच, किंबहुना त्याहूनही अधिक महत्त्व पुढच्या हालचालींना आहे. सर्वसाक्षी कोणावरही, कसलीही केस करणार नाही!"

गोल्डीनं चमकून अमरकडे पाहिलं. आपली काहीतरी ऐकण्यात चूक झाली असावीसं त्याला वाटलं.

"काय? काय म्हणालास?"

"तू योग्य तेच ऐकलंस. सर्वसाक्षी कोणावरही, कसलीही केस करणार नाही! ... निदान सुरुवातीला तरी!"

"नाही?"

"नाही."

"मग...?"

"बिटू भाटीवर केस करेल तो सूर्यकांत प्रेषित!"

"माय गॉड!" ताठरत गोल्डी म्हणाला, "मला वाटतं, तू काय करणार आहेस ते माझ्या लक्षात यायला लागलंय; पण तू तसं का करतोयस, ते मला समजत नाहीये!"

"गोल्डी, सर्वसाक्षीच्या हातात टॉप कार्ड्स आली, तरी त्यानं केस करणं त्याच्या रेप्युटेशनच्या दृष्टीनं चांगलं नाही."

"हाउ कम्स्?"

"ही केस जरा विचित्र असेल. अशा केसेस भारतात फार कमी प्रमाणात लढवल्या जातात. त्यामुळे अर्थातच लोकांचं लक्ष या केसकडे वेधलं जाईल आणि बिटू भाटी नावाच्या एका आर्ट डीलरनं ईश्वर सर्वसाक्षी नावाच्या आर्ट डीलरवर 'हा इमिटेशन्स विकतो!' असा आरोप केल्याचं जगजाहीर होईल. बिटू भाटीचं या क्षेत्रातलं स्थान विचारात घेतलं, तर संबंधित कस्टमर्सच्या मनात थोऽडीशी शंका निर्माण करायला ही परिस्थिती पुरेशी आहे! सर्वसाक्षीची गिऱ्हाइकं थोडी शेकी होतील. नवीन गिऱ्हाईक तर सरळ भाटीच्या दुकानाचाच रस्ता पकडेल."

"हो; पण तू केस जिंकल्यावर ही परिस्थिती पालटणार नाही का?"

"नाही!" हसून अमर म्हणाला, "इथे माझं रेप्युटेशन त्याला नडेल!"

"काय बडबडतोस अमर तू?"

"बडबडत नाही; माझं पर्फेक्ट जजमेन्ट आहे ते. केस जिंकलीच तर फार तर निम्मे लोक म्हणतील, सर्वसाक्षी तसा नाही! उरलेल्या निम्म्यांच्या

बाबतीत काय होईल माहितीय? केस अमरनं लढवली होती; सर्वसाक्षी लबाड असला, तरी तो जिंकणारच होता!''

''हं, म्हणून तू सूर्यकांत प्रेषितला भाटीवर केस करायला सांगणार?''

''अं हं! मी त्याला काहीच करायला सांगणार नाही. त्यानं काय करावं, ते सांगायला प्रेषितचे वकील समर्थ आहेत! मी फक्त बिटू भाटीचे उद्गार प्रेषितपर्यंत 'अत्यंत खासगी' म्हणून जातील, अशी व्यवस्था करणार! आणि तनुजा वास्वानीचं ॲफिडेव्हिट माझ्याकडे आहे, ही बातमी थोडीशी लीक होऊ देणार!''

''वेल! म्हणजे प्रेषितचे वकील त्याला केस करण्याचा सल्ला देतील!''

''होय आणि माझ्या अंदाजाप्रमाणे प्रेषित नक्की झटपट हालचाली करेल. कारण सर्वसाक्षीच्या बोलण्यातून मला त्याच्याबद्दल जी माहिती मिळाली, त्याप्रमाणे तरी प्रेषित चंद्रवर्म्याच्या फॅन्सपैकी आहे. 'द लाइफ' या चित्राबद्दल त्याला फार अभिमान आहे. असं दुर्मीळ चित्र आपल्या प्रायव्हेट बारमध्ये आहे, ह्याचा त्याला गर्व आहे. बिटू भाटीच्या विधानानं त्याच्या अभिमानाच्या मुळावरच घाव बसतो ना! उलटपक्षी, कवडीमोल किमतीचं चित्र 'ओरिजिनल' म्हणून वीस हजारांना विकत घेऊन तो महामूर्ख ठरला आहे, असा भाटीच्या विधानाचा अर्थ होतो! प्रेषित हे कधीच सहन करणार नाही. आणि तोच काय, कोणत्याच श्रीमंत माणसाला मूर्ख बनण्याची कल्पना कधीच पसंत पडणार नाही!''

''अमर, तुझ्या या प्लॅनमुळे बिटू भाटी उघडा पडेल, सूर्यकांत प्रेषितला नुकसानभरपाई म्हणून काही रक्कम मिळेल आणि सर्वसाक्षीचं नावही मध्ये येणार नाही, या दृष्टीनं हा प्लॅन फार चांगला आहे; पण सर्वसाक्षी ह्याला तयार होईल का?''

''का नाही होणार?''

''अब्रूनुकसानीची फिर्याद त्यानं केली, तर त्याला जे पन्नास हजार मिळू शकतील, ते नाही का बुडत?''

''पण पन्नास हजारांच्या बदल्यात त्याचा एकमेव प्रतिस्पर्धी मार्केटमधूनच कटअप होतो ना? सर्वसाक्षीचा मार्गच निर्वेध होतोय, त्यामुळे आणि त्यातूनही

भाटी हा आणखी शिक्षा करण्यासारखा माणूस वाटला, तर त्याच्यावर पुन्हा ह्याच ग्राउन्डवर सर्वसाक्षीही केस करू शकतोच की!''

"ठीक आहे अमर,'' विचार करत गोल्डी म्हणाला, ''आता माझी कामगिरी सांग.''

"तू सूर्यकांत प्रेषित, बिटू भाटी, तनुजा वास्वानी आणि ईश्वर सर्वसाक्षी ह्यांच्याबद्दलची मिळेल तेवढी माहिती गोळा कर आणि ही माहिती गोळा करत असतानाच प्रेषितनं आयोजित केलेल्या पार्टीला कोण कोण हजर होतं, त्यांच्यापैकी चित्रकला व्यवसायाशी संबंधित व्यक्ती किती होत्या, त्यांचं 'द लाइफ' बद्दल काय मत होतं, भाटीचे उद्गार आणखी कोणी ऐकले का, ही आणि या अनुषंगानं शक्य असेल तेवढी माहिती मिळव.''

"टाइम लिमिट?''

"चोवीस तास.''

"ओ. के.! उद्या दुपारी बारापर्यंत या फाइल्स तयार असतील.''

गोल्डी निघून जाताच अमरनं टेबलावरचं कार्ड पाहून सर्वसाक्षीच्या आर्ट सेंटरला फोन लावला. त्याच्या सुदैवानं तोच फोनवर बोलत होता.

"हॅलो, आर्ट सेंटर. कोण बोलतंय?''

"हॅलो, मी बॅ. विश्वास बोलतोय. मला...''

"ओह!... मीच बोलतोय, मि. विश्वास काय ठरलं तुमचं?''

"सर्वसाक्षी, तुम्ही माझ्या शब्दाबाहेर जाणार नसाल, स्वतंत्र निर्णय घेणार नसाल, तरच मी तुमची केस स्वीकारणार आहे.''

"तुमच्या सगळ्या अटी आणि नियम मला मान्य आहेत! ...येऊ?''

"नको!''

"मग रिटेनरचा चेक किंवा कॅश पाठवून देऊ?''

"रिटेनर संध्याकाळी जरूर आणा.''

"किती?''

"एक हजार.''

"बाऽऽस..? मग तेवढ्याकरता फोन करायची खरंच आवश्यकता नव्हती, विश्वास. दोन-चार हजार तर नेहमी माझ्या खिशात असतात! त्यातून,

तुमच्याकडे येताना मी पाच-दहा हजार आणि चेक बुक घेतल्याशिवाय कधीच आलो नसतो. डोन्ट वरी अबाऊट युवर फीज, मि. विश्‍वास. आय...''

''एक मिनिट, एक मिनिट. रिटेनरकरता मी तुम्हाला फोन केलेला नाही. त्याबद्दल तुम्ही चौकशी केलीत म्हणून मी तुम्हाला माहिती दिली. दॅट्स ऑल. शिवाय रिटेनर स्वीकारणं हे अशिलाच्या सुरक्षिततेसाठी आवश्यक असतं, हेही आहेच; बट दॅट वॉजन्ट द इन्टेन्शन.''

''आय ॲम सॉरी, मि. विश्वास. तुम्ही केस स्वीकारायला तयार आहात, हे ऐकून मला आनंद झाला आणि त्या आनंदाच्या भरात मी तसं बोललो. प्लीज, फर्गिव्ह मी.''

''फर्गेट इट! मला केसच्या संदर्भात काही माहिती हवी होती.''

''फोनवर बोललो तर चालेल?''

''तुमच्या केबिनमध्ये तुम्ही एकटेच आहात का आणखी कोण आहे?''

''केबिनचं काय? संपूर्ण आर्ट सेंटरमध्ये एकटा आहे आत्ता मी!''

''वेल! दुकानात नोकर वगैरे ठेवत नाही तुम्ही?''

''आहेत; पण त्यांना लंच अवर असतो आत्ता. नेहमी मीसुद्धा नसतो या वेळी; पण आज तुमचा फोन येणार, अशी खात्री असल्यामुळे लंचला गेलो नाही मी.''

''तनुजा वास्वानीला किती वर्षं ओळखता तुम्ही?''

''माझ्या आठवणीप्रमाणे चार वर्षांपूर्वी तिची आणि माझी ओळख झाली.''

''कुठे?''

''ब्लो फास्ट ॲडव्हर्टायझर्सच्या करकऱ्यांकडे बिलाकरता गेलो होतो मी. त्या वेळेला तनुजा तिथे होती.''

''तेव्हाही तिचा स्टुडिओ होता?''

''नाही. त्या वेळी ती 'ब्लो फास्ट' मध्ये मॉडेलिंग करत होती. तिच्याशी ओळख झाल्यानंतर माझ्या साहाय्यानं तिनं स्टुडिओ उभारला.''

''तुम्ही तिला आर्थिक मदत केली होती?''

''आर्थिक मदत अगदी किरकोळ होती. वर्किंग कॅपिटल म्हणून मी

तिला फक्त पाच हजार रुपये दिले होते; पण स्टुडिओचं सगळं सामान तिनं क्रेडिटवर घेतलं होतं. त्या वेळी मी जामीन राहिलो होतो.''

''वेल, तुमचे पाच हजार फेडले तिनं?''

''तिनं स्टुडिओच्या सामानाचे सगळे पैसे तीन वर्षांत फेडले.''

''तुमचे पाच हजार फेडले तिनं?''

''...नाही!''

''का?''

''ते रोख फेडण्याच्या बोलीवर दिले नव्हते मी!''

''म्हणजे?... मी नाही समजलो.''

''मला वाटतं, ते समजावून घेणं महत्त्वाचं नसावं!''

''मला वाटतं, मला समजलंय ते!''

''तर मग ते आणखी कोणाला समजावून देऊ नका! तसं झालं, तर...''

''डोन्ट वरी. अमर विश्वास ही इन्फर्मेशन ब्यूरो नाही. मी फक्त तनुजा वास्वानीवर किती विश्वास टाकता येईल, ते पाहण्याकरता तिची माहिती विचारतोय.''

''तुमचा मुद्दा लक्षात आल्यामुळेच मी इतक्या मोकळेपणानं उत्तर देतोय.''

''आणि त्यातच तुमचं भलं आहे. स्टुडिओ उभा केल्यानंतर तनुजानं मॉडेलिंग बंद केलं?''

''अर्थात!''

''खात्री आहे तुमची?''

''तसं म्हणजे... टोटली बंद नाही केलेलं! एखादा पे-मास्टर आला, तर मॉडेलिंग करते ती.. पण अगदी रेअर!''

''ठीक आहे. स्वभावानं कशी आहे ती?''

''कशी म्हणजे?''

''थापाथापी करणं, शब्द फिरवणं..''

''अजिबात नाही! तिच्या शब्दांवर तुम्ही खुशाल विश्वास ठेवा. तिला

खोटं बोलता येत नाही!''

"तिचे आणि भाटीचे संबंध कसे आहेत?''

"माझे आणि तिचे आहेत तसे नक्कीच नाहीत!''

"शत्रुत्वाचे?''

"नाहीत; पण मित्रत्वाचेही नाहीत. जेवढ्यास तेवढे. माझी ओळख होण्यापूर्वी ती भाटीकडून थोड्याफार प्रमाणात काही खरेदी करत होती. तिथे तिचं अकाउंट होतं; पण आता ते बंद झाल्यालाही चार वर्षं झाली.''

"आता सर्वांत महत्त्वाचा प्रश्न सर्वसाक्षी!...तुमच्याकरता तनुजा साक्षीदार म्हणून कोर्टात उभी राहील?''

"बेशक!''

"भाटीनं तिला फोडायचा प्रयत्न केला किंवा तुमच्याविरुद्ध साक्ष द्यायला लावली, तर...?''

"निदान माझ्या संबंधापुरतं तरी अशक्य आहे ते!''

"माझाही तोच अंदाज होता. आत्ता तुमची आणि तनुजाची गाठ पडू शकेल?''

"हो. तिच्या स्टुडिओत असेल ती.''

"तिला फोन करून... फोन आहे?''

"आहे. पाठवून देऊ का तुमच्याकडे?''

"हं! किती वेळात येऊ शकेल?''

"फार तर अर्ध्या तासात.''

"ओ. के.! मी तिची वाट पाहतो.''

फोन डिस्कनेक्ट करून अमरनं जेवण उरकून घेतलं. जेमतेम हात धुऊन तो बाहेर आला आणि दरवाजावरची बेल वाजली.

मोहिनी दार उघडायला पुढे झाली. अमर ऑफिसात जाऊन बसला.

त्याला फार वेळ वाट पाहावी लागली नाही. मिस्कीलपणे हसत मोहिनीनं दाराच्या फटीतून मुंडकं आत सारलं.

"मिस तनुजा वास्वानी.''

"लेट हर कम इन.''

मोहिनीनं दरवाजा खेचून धरला आणि आत येणाऱ्या तरुणीकडे अमर कौतुकानं पाहत राहिला.

विशीच्या आतबाहेर होती ती. स्किन फेअर. चेहऱ्यावर टवटवीत हसरेपणा. डाव्या गालावर खळी. खट्याळ झाक असलेले चमकदार, तपकिरी डोळे. शरीराच्या कणाकणांवर यौवनाची झळाळी!

"गुड नून सर."

अं? हिचा तर आवाजही लोण्यासारखा मुलायम वाटतोय!

मोहिनीनं धाडकन दरवाजा लोटला, तसा तो भानावर आला.

"कम इन." तो म्हणाला, "हॅव अ सीट मिस वास्वानी."

हातातून सोडलेली सुळसुळीत साडी नाजूकपणे पलंगावर पडावी, इतक्या अलगदपणे बसली ती!

"तू तनुजा वास्वानी?" त्यानं अविश्वासानं विचारलं.

"होय." खाली मान घालत ती मधाळ स्वरात म्हणाली. बोलताना ओठ न हालवता नुसतं हसून बोलण्याची तिची लकब फारच मोहक वाटली अमरला. क्षणभर त्याला सर्वसाक्षीचा हेवा वाटला! पन्नाशीच्या म्हाताऱ्यात तिनं काय पाहिलं होतं कोणास ठाऊक!

"तू मॉडेलिंग करत होतीस?"

उत्तर देण्यापूर्वी तिनं एकदा अमरकडे पाहिलं. भुवयांमधल्या एका सूक्ष्म आठीत तिची प्रश्नाबद्दलची संपूर्ण नापसंती एकवटली होती.

"होय." मोहक आवाजाला कापरी धार देत ती म्हणाली, "आणि तुम्हालाही माझ्या भूतकाळातच इंटरेस्ट असेल, तर 'ब्लो फास्ट' मध्ये मॉडेलिंग करण्यापूर्वी मी 'विश्वकर्मा' मध्ये होस्टेस होते!"

अमर आश्चर्यानं थक्क होऊन तिच्याकडे पाहत राहिला.

"का?... आश्चर्य वाटलं?"

"अजून नाही; पण 'विश्वकर्मा' मध्ये होस्टेस म्हणून सर्व्हिस करण्यापूर्वी मी माझ्या मुलीच्या लग्नाच्या खटपटीत होते, असं काही सांगणार असशील, तर मात्र..."

मनावरचं दडपण अचानक नाहीसं झाल्यासारखी ती हसली. तिच्या

सौंदर्याहून, तिच्या मधाळ आवाजाहून तिचं ते हास्य चित्तवेधक होतं.

"मि. विश्वास, मी... मी लहान नाहीये!" ती चोरट्या आवाजात म्हणाली. जणू ऑफिसात तिसरं कोणीतरी होतं, त्याला ते वाक्य ऐकू जाऊ नये म्हणून तिला दक्षता घ्यायची होती! "मी पंचवीस वर्षांची आहे!"

त्या धक्क्यातून सावरायलाही अमरला काही क्षण लागलेच आणि तो सावरतोय, तोच तिनं आणखी धक्का दिला!

"आणि प्रत्येक तरुणी आपलं वय चार वर्षांनी तरी कमीच सांगणार!" खोडसाळ स्वरात ती पुटपुटली अन् अमरनं टेबलावरचा पाण्याचा जग तोंडाला लावला!

पोरगी भन्नाट होती. ती दिसते तशी विशीची आहे, म्हटल्याप्रमाणे पंचविशीची आहे, का सुचवल्याप्रमाणे एकोणतीस वर्षांची आहे, याचा तिनं त्याला थांगपत्ता लागू दिला नव्हता! आणि हे तिनं इतक्या सहजपणे केलं होतं की होस्टेस, मॉडेलगर्ल असे व्यवसाय करताना तावूनसुलाखून निघालेल्या पोरी अशा लाजतबुजत नाहीत, हेदेखील तो विसरून गेला होता!

छान! त्या ईश्वर सर्वसाक्षीनं केवळ पंधरा मिनिटांत त्याची दयनीय अवस्था केली होती; तर त्याची डेम त्याच्या सवाई निघाली होती. तिने पार विकेटच उडवली होती त्याची; तीही आत शिरल्यापासून अवघ्या दोन-तीन मिनिटांत!

"तुझं वय नक्की किती?" उगाचच गोंधळून जात अमरनं विचारलं.

"मी दोन वर्षं होस्टेस होते. त्यानंतर तीन वर्षं मॉडेलिंग करत होते. आणि आता स्टुडिओ सुरू करून मला दोन वर्षं झाली. बघा आता, तुम्हीच सांगा!"

अं, पोरगी आहे का कोण आहे! सगळंच थोडक्यात! बचावाच्या वकिलाला ही कच्चा खाईल!

"तेवीस!"

"बरोबर. सोळा पूर्ण झाल्याशिवाय 'विश्वकर्मा' त पोरीला घेतच नाहीत!" ती हसून म्हणाली "उमलतं, कोवळं तारुण्य हवं असतं त्यांना होस्टेस म्हणून."

"तनुजा," तिला फारसा चान्स न देण्याच्या उद्देशाने अमर म्हणाला, "मी तुला कशाकरता बोलावलं ह्याची सर्वसाक्षींनी तुला कल्पना दिली असेलच."

"मला सगळी कल्पना आहे. कारण मीच इशूला तुमच्याकडे जाण्याबद्दल सुचवलं होतं!" ती गंभीर होत म्हणाली.

"तू काल सूर्यकांत प्रेषितकडे पार्टीला गेली होतीस?"

"होय. मला निमंत्रण होतं."

"चंद्रवर्माच्या 'द लाइफ' च्या संदर्भात काय घडलं, ते नीट सांगू शकशील?"

"होऽऽ! प्रेषितांनी सर्वांना ते चित्र दाखवलं, तेव्हा चंद्रशेखर, दमयंती आणि इतर सगळे आर्टिस्ट्स हे चित्र पाहून दंग झाले होते. मला आश्चर्य वाटलं नव्हतं. कारण प्रेषित काय दाखवणार, ह्याची मला अंधूकशी कल्पना होती. इशूनं ते चित्र खरेदी केल्यापासून मी कित्येक तास स्टडी केलं होतं ते. आणि त्यानं ते प्रेषितला विकलेलंही मला माहीत होतं. त्यामुळं मी त्या सांघिक भावसमाधीतून अलिप्त राहून सर्वांचं निरीक्षण करत होते; तर बिटू भाटी मला दिसला. तो चांगलाच अस्वस्थ झाला होता."

"कशावरून?"

"तो नेहमीच्या आनंदी मूडमध्ये असेल, तर तो सारखा एक डोळा मारून हसत असतो. डेसपरेट झाला किंवा अपसेट झाला, तर त्याचा चेहरा साफ पडतो. डोळा मारणं थांबवून तो रुमालानं खसाखसा तोंड पुसत राहतो!"

"नाइस ऑब्झर्वेशन!" अमर मनापासून म्हणाला, "पुढे?"

"माझं लक्ष गेलं, तेव्हा तो अगदी पुढच्या रांगेत नाही; पण बराच पुढे होता. मग हळूहळू तो अगदी मागे मागे सरकत माझ्या शेजारीच आला. माझ्याकडे लक्ष जाताच त्यानं पाहिलं नाहीसं दाखवलं आणि कोपऱ्यातल्या एका सोफ्यावर बसून त्यानं वेटरला लिकरची ऑर्डर दिली. मी त्याला जॉइन झाले; तर तो म्हणाला, 'तनू, तुझ्या ईश्वरला सांग. म्हणावं, अशी इमिटेशन्स विकून फार दिवस मार्केट कॅप्चर करता येत नाही."

"अगदी हेच वाक्य म्हणाला तो? का या अर्थाचं काही?"

"नो! द सेम सेन्टेन्स! त्यावर मी त्याला इतकंसुद्धा म्हटलं, 'बिटू, चंद्रवर्मांच्या चित्रांची या तेजाळत्या वैशिष्ट्यांसह कोणालाच कॉपी करता येत नाही, हे तर तुलाही माहीत आहे. मग हे चित्र इमिटेशन आहे, असं कसं बरं म्हणतोस तू?"

"मग, त्यावर त्यानं काय उत्तर दिलं?"

"तो म्हणाला, तू आपली सांग त्याला! मी तसं का म्हणालो, ते त्यालाच कळेल नंतर!"

"एवढ्यावर तुमचं बोलणं संपलं?"

"हो. आलेलं लिकर संपवून तो पार्टीतून निघूनच गेला."

"आता नीट आठव हं, तनुजा. भाटीचे रिमार्क्स आणखीन कोणी ऐकले होते किंवा ऐकले असण्याची शक्यता आहे?"

"कोणीच नाही!"

"लिकर सर्व्ह करणाऱ्या वेटरनं?"

"अं हं! तो नंतर आला होता."

"ठीक आहे. सगळे आर्टिस्ट्स चित्र पाहण्यात रंगून गेले असताना तू इतरांची फेशिअल एक्सप्रेशन्स टिपत होतीस. आणखी कोणाच्या चेहऱ्यावर अविश्वास वगैरे दिसला तुला?"

"मला नक्की सांगता येणार नाही; पण... प्रशांत सिद्ध चित्राकडे पाहून उपहासानं हसत होता. काहीतरी पुटपुटला होता तो."

"हा प्रशांत सिद्ध कोण?"

"आर्टिस्ट आहे तो. प्रशांत मधला 'प्र' आणि सिद्ध हे आडनाव अशी 'प्रसिद्ध' सही करतो. तो एक नावाजलेला आर्टिस्ट आहे; पण त्याच्याजवळ ओरिजिनॅलिटी नाही. कोणत्याही जगप्रसिद्ध आर्टिस्टची तो सहीसही नक्कल करू शकतो!"

"चंद्रशेखर आणि दमयंती हे पति-पत्नी पण..."

"पति-पत्नी नाहीत ते. त्यांच्यात गुरु-शिष्याचं नातं आहे. शेखरदा सिद्धहस्त आर्टिस्टही आहेत अन् चित्रकलासमीक्षकही."

“आणि दमयंती?”

“तिला भोचकपणाशिवाय काहीच येत नाही खरं म्हणजे! पण ती स्वत:लाही ‘समीक्षक’ म्हणवून घेते! काहीच जमलं नाही, की मनुष्य टीकाकार होतो! या दमयंती कौरचं तसंच आहे. तिच्या नावावर आलेली कितीतरी समीक्षणं दुरुस्तीच्या नावाखाली शेखरदांनीच री-राइट केलीयत म्हणे!”

“तनुजा, खरं सांग, बिटू भाटी खरंच असं म्हणाला?”

“होय.” सिक्वेन्स बदलला असूनही अजिबात गडबडून न जाता ती ठामपणे म्हणाली.

“सर्वसाक्षीकरता तू कोर्टात साक्ष देशील?”

“अवश्य.”

“भाटीनं दहा हजार रुपये देऊन तुला विकत घेण्याचा प्रयत्न केला तर?”

“तो तसं करणार नाही!”

“कशावरून?”

“मी फारसा विचार न करता कोणाच्याही तोंडात मारू शकते, हा अनुभव घेतलाय त्यानं!”

“मनापासून इच्छा आहे सर्वसाक्षींना मदत करण्याची?”

“ऑफकोर्स!”

“वेल!” अमर म्हणाला आणि त्यानं इंटरकॉमचं बटन प्रेस केलं. “मोहिनी, मला तनुजा वास्वानीकडून ॲफिडेव्हिटवर सही घ्यायची आहे.”

“तुझे पॉइंट्स नोट डाउन केलेत. तिचा जबाबही ऐकलाय मी. ॲफिडेव्हिटच टाइप करतीय. लास्ट पॅरा चाललाय.”

“यू आर अ गुड सेक्रेटरी... टू!” तो म्हणाला. त्यानं इंटरकॉमचं बटन ऑफ करताच तनुजा पुन्हा अमरकडे प्रश्नांच्या अपेक्षेनं पाहायला लागली; पण तो काहीच बोलला नाही.

“मि. विश्वास, तुम्ही ॲफिडेव्हिट का करून घेताय? माझ्यावर विश्वास नाही का तुमचा?” तिनं नाराजीच्या स्वरात विचारलं. अमर हसला.

“हा विश्वासाचा प्रश्न नाही, बेबी. सर्वसाक्षी माझा क्लायन्ट आहे.

त्याच्या इंटरेस्ट्सना सर्व बाजूंनी सेफगार्ड देणं, हे माझं कर्तव्य आहे.''

"थोडक्यात म्हणजे, मी ऐनवेळी साक्ष फिरवली, तर तुम्ही कोर्टासमोर ॲफिडेव्हिट सादर करणार!''

"ऑफकोर्स! तुझी साक्ष हाच तर केसचा पाया आहे, तनुजा. तुला सर्वसाक्षींना मदत करण्याची खरोखरच इच्छा असेल, तरच तू ॲफिडेव्हिट साइन कर!''

"ओके! तशी तुम्हाला आवश्यकता वाटत असल्यास मी ते जरूर साइन करीन!''

"शाबास! तुझ्याकडून माझी हीच अपेक्षा होती.''

मोहिनी दार उघडून आत आली. तिनं नीटली टाइप्ड् ॲफिडेव्हिट अमरच्या समोर ठेवलं. अमरनं एकदा ते वाचलं. तनुजाच्या हातात दिलं.

"रीड इट केअरफुली ॲण्ड देन ओनली साइन इट!''

तनुजानंही ते वाचलं. वाचून झाल्यावर ते बरोबर असल्याचं मान्य केलं. त्यावर सही केली.

"थँक यू व्हेरी मच फॉर द फुल-फ्लेज्ड् को-ऑपरेशन, बेबी.'' अमर ॲफिडेव्हिट मोहिनीच्या हातात देत तनुजाला म्हणाला, "आता तुला साक्षीकरता कोर्टात यावं लागेल, तेव्हा अशीच साक्ष दे.''

"यू आर डुइंग इट इन द बेस्ट इंटरेस्ट ऑफ युवर क्लायंट?''

"नॅचरली. तुला काही शंका आहे?''

"अं हं! खात्री करून घेतली फक्त.''

"वेल, आता तुझ्यावर एकच मुख्य जबाबदारी राहते.''

"कोणती?''

"तारीख पडेल त्या दिवशी ॲव्हेलेबल होणं आणि कोर्टात ॲफिडेव्हिट- प्रमाणे खरी साक्ष देणं!''

"मला वाटतं, मला जमेल ते!'' ती मंदपणे हसत म्हणाली.

"यापूर्वी कधी कोर्टाची पायरी चढलीयस?''

तिनं नकारार्थी मान डोलावली.

"बचावाच्या वकिलाला तोंड देऊ शकशील?''

"यू कॅन जज इट!" खट्याळपणे हसत ती म्हणाली. तासाभरापूर्वी आपली घेतली गेलेली फिरकी आठवून अमर खजील झाला.

अर्थात अमरला कोर्टात केस लढवताना पाहिलं नव्हतं तिनं! म्हणूनच तिचा थोडासा गैरसमज झाला होता. कोर्टात मी-मी म्हणणाऱ्या साक्षीदारांना उभा फाडत असे तो!

"मी जाऊ?"

"शुअर! थँक यू व्हेरी मच."

ती निघून जाताच मोहिनीनं डोळे वटारले. तिची ती ॲक्शान पाहूनच अमरला हसू आलं. बायकांची ही एक गंमत असते. आपला नवरा किंवा प्रियकर आपल्यावर मनापासून प्रेम करत नाही, तो दुसऱ्या तरुणीला वश होईल, अशी त्यांच्या मनात सारखी खोटी भीती असते. एकतर तो तसं का करेल, ते त्यांना सांगता येत नसतं आणि तो दुसऱ्या मुलीवर खूप फिदा होईल; तिनं नको का त्याला रिस्पॉन्स द्यायला? कॉमन दिसणाऱ्या नवऱ्याच्या बाबतीतही बायकांना वाटत असतं, आपला नवरा म्हणजे मदनाचा पुतळा आहे; जगातली प्रत्येक तरुणी त्याला गटवायला टपलीय!

"हसतोय काय? त्या वास्वानीकडे पाहून अगदी लाळ गळायला लागली होती टेबलावर!" मोहिनी फणकाऱ्यानं म्हणाली. "इतकं होतं तर..."

"वेट, वेट, वेट! तनुजा वास्वानी सुंदर जरूर आहे; पण तिचं सौंदर्य दिखाऊ, तकलादू आहे. तिला तुझ्या खानदानी सौंदर्याची सर कशी येईल मोहिनी?"

हे मात्र त्याचं म्हणणं अगदी खरं होतं. मोहिनीचं सात्त्विक, शालीन सौंदर्य कोणत्याही सौंदर्यप्रकारापुढे उजवंच होतं. त्याने ते बोलून दाखवताच ती सुखावली. "लबाड आहेस तू! निळ्या डोळ्यांचा कोल्हा!" लाडिकपणे त्याचे केस विस्कटत ती खोट्या तक्रारीच्या स्वरात पुटपुटली.

"ते ॲफिडेव्हिट फोटोस्टॅट्स काढून लॉकरमध्ये टाक."

"आणखी काही?"

"गोल्डीला फोन लावून सूर्यकांत प्रेषितच्या वकिलाचा पत्ता मागवून

घे.''

''आणखी?''

''आणि माझ्या मनात तुझ्याबद्दल भलते सलते विचार येण्याच्या आत तू बाहेर जा!''

''येणारेत?''

''सांगता येत नाही!''

''मग थांबते मी!'' ती गंभीर स्वरात म्हणाली आणि हसत हसत बाहेर पळून गेली.

प्रेषितच्या वकिलाला फोन लावला, की आजचं एक महत्त्वाचं काम होणार होतं. केसला रंग यायला लागणार होता.

चार

“सर, बॅ. अमर विश्वास.” पहारेकऱ्यानं अत्यंत अदबीनं दरवाजा उघडून सांगितलं, तसा सुहास्य मुद्रेनं सूर्यकांत प्रेषित बाहेर आला. पोर्चमध्ये उभ्या असलेल्या अमरकडे लगबगीनं जाऊन त्याच्याशी त्यानं हस्तांदोलन केलं.

“वेलकम, मि. विश्वास. प्लीज, कम इन.” तो आनंदी स्वरात म्हणाला, “या कोण?”

“या मिस मोहिनी सन्मित्र. माझी पर्सनल असिस्टन्ट म्हणून काम पाहतात या.” अमरनं ओळख करून देताच मोहिनीनं हसून हात जोडले. तिच्या सौंदर्याचं ॲप्रिसिएशन करीत सूर्यकांतनं अभिवादन केलं.

“या, आपण आत बसू.” मागे वळत तो म्हणाला. दोघं त्यांच्या पाठोपाठ आत शिरले. सूर्यकांतचं आर्टिस्टिक वैभव आत शिरण्यापूर्वीच त्यांना जाणवलं होतं आणि आता ते ज्या हॉलमध्ये आले होते, तो हॉल वेल फर्निश्ड इंटेरिअरचा सर्वोत्कृष्ट नमुना होता.

“बसा.” एका गुबगुबीत कोचाच्या दिशेनं हात करीत तो म्हणाला.

“मला वाटतं, कॉन्फरन्सचं टायमिंग साडे-सहाचं आहे, नाही?” विषयाला हात घालण्याच्या उद्देशानं अमरनं विचारलं.

''हो ना! तुम्ही थोडे आधी आलात, म्हणून काही बिघडलं नाही; पण मी एकदम पझलमध्ये पडलो! तशी कल्पना दिली असती, तर निदान तयारीत राहू शकलो असतो.''

''नेव्हर माइन्ड, मि. प्रेषित. प्रेस कॉन्फरन्सपूर्वी जरा मोकळेपणानं गप्पा मारता येतील, ओळख होईल आणि ज्या चित्राची आज मुंबईच्या सर्व वर्तमानपत्रांतून चर्चा होतीय, ते शांतपणे पाहता येईल म्हणून मुद्दामच थोडासा आधी आलो मी.'' अमरनं आपली भूमिका स्पष्ट केली.

''मी तुम्हाला चित्राच्या संदर्भातली सगळी माहिती देऊ शकेन, चित्र दाखवू शकेन; पण केसच्या लीगल पॉइंट्सच्या बाबतीत काही चर्चा करायची असेल, तर मात्र तुम्हाला थोडं निराश व्हावं लागेल. गैरसमज करून घेऊ नका; पण आमच्या वकिलांनी मला तशी स्ट्रिक्ट वॉर्निंग दिली आहे. त्यांच्या सल्ल्याबाहेर न जाणं, हे मी माझं कर्तव्य समजतो.''

''मि. कीर्तने आणि पटवर्धन येणार आहेत ना?''

''अर्थातच. ते माझे कायदेशीर सल्लागार आहेत.''

''आणखी कोणाकोणाला बोलावलंयत तुम्ही?''

''चंद्रशेखर, दमयंती कौर आणि प्रेस रिपोर्टर्स. परीक्षक म्हणून शेखरदा आणि दमयंती काम पाहणार आहेत आणि त्यांचा निर्णय प्रेस रिपोर्टर्स चित्राच्या फोटोसकट पेपरआउट करणार आहेत.''

''मि. प्रेषित, ते चित्र खरोखरीच ओरिजनल असल्याबद्दल तुमची खात्री आहे?''

''माझीच काय, चित्र पाहिल्यावर तुमचीही पटेल! त्या चित्राची नक्कल करण्याकरता आजपर्यंत कितीतरी जागतिक कीर्तीचे चित्रकार धडपडले. एकालाही यश आलेलं नाही त्यात!''

''तरीही बिटू भाटीनं चित्राच्या संदर्भात असे उद्गार काढावेत म्हणजे नवलच आहे!''

''खट्याळपणा आहे तो. त्या चित्रामुळे 'आर्ट सेंटर' चं यश वाढतं. मग, सर्वसाक्षीला एवढं क्रेडिट मिळालेलं भाटीला कसं सहन होणार? चित्रच खोटं ठरवलं की, सगळेच प्रश्न मिटतात! पण त्याला वाटतं तितकं

सोपं नाही ते, मि. विश्वास. परवा भाटीनं आतिथ्यशील सूर्यकांत प्रेषित पाहिलाय; प्रेषितची दुसरी बाजू दिसेल आता त्याला!''

''पण चित्राची कॉपी करणं शक्य नाही, हे सूर्यप्रकाशाइतकं स्पष्ट असताना तुम्ही कशाला इतका खटाटोप करताय?'' अमरनं खुंटा बळकट करण्याकरता हालवून पाहिला. मोहिनी गालातल्या गालात हसली.

''असं नाही विश्वास.'' सूर्यकांत सात्त्विक संतापाने म्हणाला, ''सर्वसाक्षीला बदनाम करण्याचा प्रयत्नात त्यानं माझीही गणना निर्बुद्धांमध्ये करून टाकलीय! सर्वसाक्षी बदनामी सहन करीत असेल; मी सर्वसाक्षी नाही!''

''मला असं वाटतं, तुम्ही पिक्चरमध्ये येत नाहीत!''

''नाही कसा? इमिटेशनला वीस हजार मोजायला मी काय ठोंब्या आहे? ते काही नाही...'' अचानक काहीतरी स्ट्राइक झाल्यासारखा तो थबकला. मग त्यानं शांतपणे प्रश्न टाकला, ''तुम्ही भाटीला रिप्रेझेंट करताय?''

अमरनं मंदपणे हसून नकारार्थी मान डोलावली.

''मग तुमचा या केसशी संबंध कसा आला? तुम्ही भाटीला रिप्रेझेंट करत नाही, मी तुम्हाला अपॉइंट केलेलं नाही!''

''जस्ट... क्युरिऑसिटी!''

सूर्यकांतनं हसून मान डोलावली. ''नो मि. विश्वास. यू आर लायिंग! जस्ट क्युरिऑसिटी म्हणून घालवण्याइतका रिकामा वेळ नाही तुमच्याजवळ!''

''तुमचं म्हणणं बरोबर आहे.'' माघार घेत अमर म्हणाला, ''या केसमध्ये तूर्तजरी मी कोणालाही रिप्रेझेंट करीत नसलो, तरी पुढेमागे गरज पडल्यास माहिती हवी म्हणून...''

''तुम्ही सर्वसाक्षीचे इंटरेन्ट्स सेफगार्ड करताय?''

''आय ॲम शुअर, आय कान्ट डिसक्लोज द नेम ऑफ माय क्लायन्ट, एनी वे!''

''ओ. के. देन. आय ॲम ऑलसो शुअर, आय कान्ट व्हॉलन्टीअर एनी मोअर इन्फर्मेशन!'' सूर्यकांत रूक्ष स्वरात म्हणाला.

''तुम्ही विश्वास ठेवा मि. प्रेषित, मी क्लायन्टचं नाव तुम्हाला सांगू

शकत नसलो, तरी त्याचे आणि तुमचे इंटरेट्स सेम आहेत. त्यामुळे झाला तर तुमचा फायदाच होईल. ज्या वेळी तुमचे इंटरेस्ट्स एकमेकांना क्रॉस येतायत असं मला वाटेल, त्या वेळी मी स्वत:हून तशी वॉर्निंग देईन.''

''सॉरी.''

अमर काही बोलणार, तेवढ्यात पहारेकरी आत आला. त्याच्या मागोमाग एक पस्तिशीचा आणि एक साठीचा अशी दोन माणसं होती.

''हॅलो, मि. विश्वास, हाऊ डू यू डू?'' तरुणानं हातातली ब्रीफ केस टीपॉयवर ठेवत अमरशी हस्तांदोलन करून चौकशी केली.

''हे मि. पटवर्धन, हे मि. कीर्तने. माझे कायदेशीर सल्लागार.''

''हाऊ डू यू डू?''

एकमेकांशी ओळख होताचं अमरनं मोहिनीची ओळख करून दिली. पाच-दहा मिनिटं सगळे गप्पा मारत राहिले. मात्र 'द लाइफ' चा विषय त्यांनी कटाक्षानं टाळला होता.

पटवर्धन बराच रिझर्व्ह्ड वाटत होता. त्या मानानं मग कीर्तनेच बोलायला बरा वाटला.

''तुम्ही आज इकडे कसे काय?'' शेवटी मनात खदखदणारा प्रश्न पटवर्धनांनी विचारला.

''द लाइफ!''

क्षणभर दोघेही स्तब्ध राहिले. मग प्रश्नार्थक मुद्रा करून त्यांनी प्रेषितकडे पाहिलं. तो काही बोलण्यापूर्वीच ते पुन्हा अमरकडे वळले.

''आर यू इंटरेस्टेड इन धिस केस?''

''टू सम एक्स्टेन्ट.''

''रिप्रेझेंट करताय कोणाला?''

''होय.''

''प्रेषितांकडून काय हवं होतं?''

''काहीच नाही. मला फक्त ते चित्र पाहाचयं होतं. मला वाटतं, ते दाखवायला हरकत नसावी.''

''मि. विश्वास, तुमचं रेप्युटेशन माहीत आहे म्हणून चित्र दाखवायला

हरकत नाही, असं मी म्हणतो; पण एकतर तुम्ही केसच्या संदर्भात कसलेही प्रश्न विचारायचे नाहीत आणि आपले इंटरेस्ट्स परस्पराविरोधी असतील तर...''

''दॅट मच, आय कॅन ॲशुअर यू.''

''ठीक आहे. आम्ही प्रेषितांना ते चित्र दाखवण्याची परवानगी देतो. त्याच्या बदल्यात तुम्ही आम्हाला काय देणार?''

''काय हवं तुम्हाला?''

''तनुजा वास्वानीचं ॲफिडेव्हिट!''

अमरच्या दचकण्याचा अभिनय इतका वास्तव होता, की ही त्याचीच चाल आहे, हे माहीत नसतं, तर मोहिनीसुद्धा फसली असती!

''मी तिच्याकडून कसलं ॲफिडेव्हिट करून घेतलंय, हे कोणी सांगितलं तुम्हाला?'' अमरनं विचारलं.

''ते कोणीही सांगण्याची आवश्यकता नाही!'' पटवर्धन तिखट स्वरात म्हणाले, ''जी केस स्टँड करायची, ती एकमेव साक्षीदाराच्या साक्षीवर! अशा वेळी साक्षीदार फुटू नये म्हणून...''

''नाउ, वेट.'' अमर त्यांचं वाक्य तोडत म्हणाला, ''पहिली गोष्ट म्हणजे, मी कोणाला रिप्रेझेंट करणार असलो, तरी माझं अशील कोणावरही, कसलीही केस करीत नाहीये. त्यामुळे— एक मिनिट - एक मिनिट. माझं बोलणं पूर्ण होऊ द्या पटवर्धन - त्याला कोणत्याही साक्षीदाराची तूर्ततरी आवश्यकता नाहीये!''

''ईश्वर सर्वसाक्षी बिटू भाटीवर केस करीत नाहीये?''

''डोन्ट नो. माझं अशील कोणावरही केस करीत नाहीये!''

''ह्याचा अर्थ, तुमच्याकडे वास्वानीचं ॲफिडेव्हिट नाही, असं तुम्हाला म्हणायचं आहे?''

''मी तसं म्हणालेलो नाही. ही माहिती तुम्हाला कशी समजली, असं विचारलं मी.''

''ते आम्ही सांगू शकत नाही, विश्वास; पण बातमी खात्रीलायक असल्याबद्दल आमची खात्री आहे. प्रश्न फक्त मदतीचा आहे. तुम्ही फक्त

तुमची भूमिका स्पष्ट करा.''

''गैरसमज करून घेऊ नका. माझ्याजवळ तनुजा वास्वानीचं ॲफिडेव्हिट आहे आणि मी त्याची फोटोस्टॅट आत्ता बरोबर आणलेली आहे.''

दोघं बावळटासारखे त्याच्या तोंडाकडे पाहत राहिले.

''मि. विश्वास,'' सूर्यकांतनं कोड्यात पडत विचारलं, ''असं होतं, तर तुम्ही इतका शब्दच्छल कशाकरता करत बसला होता?''

''परत गैरसमज होतोय तुमचा. तुमच्या वकिलांनी मला योग्य ते प्रश्न विचारले नाहीत, त्यामुळे मला तशी उत्तरं द्यावी लागली! मी थोडक्यात सांगतो तुम्हाला. माझ्या अशिलाच्या सुरक्षिततेकरता मी तनुजा वास्वानीचं ॲफिडेव्हिट करून घेतलेलं आहे आणि तुमच्या केसच्या दृष्टीनं तो एकमेव पुरावा असल्यामुळे मी ते तुमच्या स्वाधीन करायला तयार आहे.''

''थँक यू.'' सूर्यकांत म्हणाला.

अमरनं ब्रीफकेस उघडून ॲफिडेव्हिटची एक फोटोस्टॅट वकिलांच्या हाती सुपूर्द केली. त्यांनी ती अत्यंत काळजीपूर्वक वाचली.

''बेस्ट डॉक्युमेंट, इनडीड! नो डाउट!'' कीर्तने मान डोलावत म्हणाले. पटवर्धनांनाही नाइलाजाने मान डोलवावी लागली.

''या डॉक्युमेंटच्या आधारे केस करता येईल?'' सूर्यकांतने प्रश्न केला.

''बेशक! याच डॉक्युमेंटच्या आधारे केस करता येईल.''

''चला, मी तुम्हाला ते चित्र दाखवतो.''

अमर आणि मोहिनीनं 'वंडर ट्रेव्हल्व्ह' पैकी असलेलं ते एक वन्डर डोळेभरून पाहून घेतलं. खरोखरीच ते चित्र म्हणजे आर्ट वर्ल्डमधला एक चमत्कार होता. सर्वसाक्षीनं वर्णन केलं होतं, त्यातलं एक अक्षरही खोटं नव्हतं. या चित्राची डुप्लिकेट करणं फार म्हणजे फारच कठीण होतं आणि तशा प्रयत्नांचा इतिहास पाहिला, तर केवळ अशक्य होतं!

अमरनं चित्राची मनापासून स्तुती केली, तसा सूर्यकांत खुलला. त्यानं आग्रह करून करून त्यांना फळं खायला लावली, ड्रिंक्स घेणं त्यांनी नाकारल्यामुळे त्यांना गच्च टंपर भरून ॲपल ज्यूस प्यायला लावला.

ते पुन्हा हॉलमध्ये आले.

"लोक यायला लागतील आता." सूर्यकांत म्हणाला आणि त्याच वेळी फोनची बेल वाजली.

"हॅलो," रिसिव्हर कानाला लावत सूर्यकांत म्हणाला, "मी सूर्यकांत प्रेषित बोलतोय. कोण हवंय तुम्हाला?... अं?...हं. कोण बोलतंय?... ओ. के. होल्ड ऑन."

"तुमचा." अमरला खूण करीत तो म्हणाला. रिसिव्हर टेबलावर ठेवून परत सोफ्यावर येऊन बसला.

"माझा?" अमरनं जरा आश्चर्यानं विचारलं. तो फोनच्या दिशेनं गेला. तो प्रेषितांकडे येणार असल्याचं कोणाजवळ बोलला नव्हता. त्यामुळे कोणाचा फोन असावा, ह्याचाही अंदाज येणं शक्य नव्हतं.

"हॅलो, मी अमर विश्वास बोलतोय."

"हॅलो, मि. विश्वास, बरोबर सहा वाजता 'ग्रीन लॉन' ला या. मला तुमच्याशी काही महत्त्वाचं बोलायचंय!"

"पण..."

खट्! फोन डिसकनेक्टेड!

बुजऱ्या चेहऱ्यानं तो मागे वळला, तेव्हा प्रत्येकाची नजर त्याच्या चेहऱ्यावर खिळलेली होती.

"ओह!... अमर," रिस्ट वॉचवर नजर टाकत मोहिनी अचानक म्हणाली, "तुमची अपॉइंटमेंट होती सहाची! तुम्हीही विसरलात ना!"

"हं! सॉरी जन्टलमेंन," तिच्या बहाण्याचा आधार घेत अमर म्हणाला, "क्लायन्टचा फोन होता. सहाची वेळ ठरली होती. इथेच पावणेसहा झाले!"

पाच मिनिटांत प्रेषितचा निरोप घेऊन ते बाहेर पडले. डॅमलर स्टार्ट करून अमरनं ती सफाईदारपणे पोर्चमधून बाहेर काढली.

"मोहिनी," अमरनं नजरेच्या कोपऱ्यातून तिच्याकडे पाहत विचारलं, "माझ्यावरच्या संकटाची तुला कशी कल्पना आली?"

"तुझा चेहराच त्या वेळी नवशिक्यासारखा झाला होता!" खळाळून हसत मोहिनी म्हणाली. तिचा रिमार्क ऐकून त्याला खरंचच लाजल्यासारखं

झालं.

म्हणणं खरं होतं तिचं. मनाचा कितीही गोंधळ उडाला, तरी त्याचा चेहरा कसा निर्विकार राहायचा नेहमी; पण या वेळी मात्र प्रेषितच्या वकिलांसमोर त्याला स्वत:चा गोंधळ लपवता आला नव्हता. उगाचच स्वत:बद्दलचं संशयित वातावरण निर्माण करून तो बाहेर पडला होता. ऐन वेळी मोहिनीनं प्रसंगावधान राखलं नसतं, तर फजिती झाली असती त्याची!

"फोन करणाऱ्यानं नाव सांगितलं नाही ना?" थट्टेखोरपणे हसत तिने विचारलं.

"नाही ना! म्हणून तर बुचकळ्यात पडलो मी. पण ऐन वेळी तुला अपॉइंटमेंटचं कसं सुचलं, मोहिनी?"

"तुझ्याच तालमीत राहून! बोलणाऱ्यानं हार्डली, एकच वाक्य टाकून फोन डिसकनेक्ट केला होता, त्या अर्थी, त्यानं फक्त भेटण्याचं ठिकाण आणि वेळ सांगितली असावी. ज्या अर्थी तू गोंधळात पडलास, त्या अर्थी तुला विचार करायला सवड न देता त्यानं वेळ सांगितली असावी, असं वाटल्यामुळे मी सहाची अपॉइंटमेन्ट असल्याचं जाहीर करून टाकलं!"

"मोहिनी, तुझ्याशी लग्न करू नये असं मला अधूनमधून वाटतं, ते ह्यामुळेच!" मिस्कीलपणे हसत अमर म्हणाला.

"का?" त्याचं ते विधान चालू विषयाशी इतकं विसंगत होतं की, तिला आश्चर्य लपवता आलं नव्हतं.

"पहिली गोष्ट म्हणजे, नवऱ्यापेक्षा बायको हुशार असू नये, असं म्हणतात! आणि तुझ्याशी लग्न केलं, तर मला पुन्हा तुझ्याइतकी हजरजबाबी, चतुर, प्रसंगावधानी सेक्रेटरी कुठून मिळेल?"

"कुठून कुठे नेतोस अमर तूऽऽ!" ती विस्फारित नेत्रांनी त्याच्याकडे पाहत म्हणाली, "इश्श!"

"वा! तू बायको व्हायलाही लायक आहेस, हे पटलं!"

"चहाटळपणा पुरे झाला! आपण कुठे जाणार आहोत, ते सांगणारेस का नाही?" रागावल्याच्या आविर्भावात तिनं विचारलं.

"ग्रीन लॉन! आपला तो 'बेनाम' आपल्याला तिथेच भेटणार आहे."

"कोण असावा तो?... सर्वसाक्षी?"

"नाही. त्याला लपवण्याची काहीच गरज नव्हती आणि त्याचा आवाज मी फोनवर ओळखला असता."

"संदर्भ काहीच नाही?"

"सहा वाजता 'ग्रीन लॉन'ला या, यापलीकडे काही बोलणंच नाही."

त्यानंतर 'ग्रीन लॉन' येईपर्यंत दोघेही आपापल्या परीने विचार करीत होते; पण काहीच माहीत नसल्यामुळे योग्य प्रवाह मिळू शकत नव्हता. स्वत:चेच तर्क एकमेकांना छेद घेत होते.

बरोबर सहा दहाला त्यांनी 'ग्रीन लॉन' च्या पार्किंग लॉटला डॅमलर उभी केली. गेटमधून आत शिरून ते लॉनवर आले.

'ग्रीन लॉन' ची कल्पना फारच प्लीझन्ट होती. या रेस्टॉरंटला 'गे लॉन' म्हणलं असतं, तर जास्त समर्पक वाटलं असतं ते. हिरव्यागार, वेलशेप्ड मेंदीच्या कंपाउंडमध्ये हिरवळीचा हिरवागार गालीचा पसरलेला होता. त्यावर ईझी-चेअर्सच्या ट्विन्स होत्या. एका कोपऱ्यात बार ॲण्ड रेस्टॉरंटची छोटीशी एकमजली इमारत होती. कस्टमर्सना हवं ते तिथून सर्व्ह करण्यात येत होतं.

दुसऱ्या बाजूचा एक राउंड मोकळा ठेवण्यात आला होता. तिथे एका रॉकीनं नुकत्याच ट्यून्स द्यायला सुरुवात केली होती. कपल्स हळूहळू नाचण्याच्या मूडमध्ये यायला लागली होती. पाय ठेका द्यायला लागले होते!

नेहमी इथं येणं वेळेअभावी शक्य नसलं, तरी वेळ मिळेल तेव्हा अमर मोहिनीला घेऊन या 'गे लॉन' ला येत होता. त्यामुळे बहुतेक वेटर्स त्याला ओळखायला लागले होते. एक नावाजलेला वकील म्हणून त्याला विशेष आदराची वागणूक मिळत होती.

"गुड इव्हिनिंग सर!" त्यांना पाहताच लगबगीनं पुढे येऊन अभिवादन करीत हेडवेटर म्हणाला, "आज फार दिवसांनी आलात!"

"नेहमी यायला वेळ नसतो, हेच तर दु:ख आहे माझं!" लॉनवरून नजर फिरवत अमर म्हणाला.

"ट्विन्स कुठे हव्यात, सर? बॅन्ड राउंडजवळ नको ना?"

“नको.”

“मला वाटलंच होतं ते. गडबड आवडत नाही तुम्हाला! प्लीज, फॉलो मी.”

दोन मिनिटांत त्यानं त्याला किनाऱ्याकडच्या बाजूला ईझी चेअर्स टाकून दिल्या. ते आरामात बसताच दोघांच्या चेअर्सना साइडला स्टील टॉप्स ॲडजस्ट करून दिले.

“सर, नुकतंच ‘हन्ड्रेड ॲण्ड थ्री इयर्स’ ओल्ड रम आलंय. आणू?”

“अं हं! बीअर.”

“यस, सर.”

मोहिनीनं त्याला मेनू सांगितला. वेटर निघून गेला.

“अमर, त्यानं विशिष्ट जागा तर सांगितली नव्हती ना?”

“नाही.”

“सहा वीस झाले. वाट पाहून गेला की काय?”

“तशी शक्यता वाटत नाही मला. तो जो कोणी आहे, त्याला कोणत्याही परिस्थितीत माझी गाठ घ्यायची आहे. आज आपण इथे आलो नसतो, तर त्यानं रात्री किंवा सकाळी मला गाठलंच असतं. पण त्याच्या कामाचं स्वरूप, त्याच्या माहितीचं महत्त्व, अर्जन्सी... यांबद्दल आपल्याला काहीच माहिती नाही, म्हणून मी इथे आलो. एखादी माहिती उशिरा समजल्यामुळे संधी जायला नको! त्यापेक्षा...”

“अमर...” गंभीर चेहरा करीत मोहिनी म्हणाली आणि अमर सावध झाला, “त्या माणसाला ह्यापूर्वी आपण कधीही, कोणत्याही संदर्भात पाहिलेलं नाही; पण तुला फोन करणारा माणूस तोच असावा, अशी माझी खात्री पटलीय!”

“कशावरून?” मान वळवण्याचेही कष्ट न घेता त्यानं विचारलं.

अशा वेळी पटकन मान वळवून पाहणं बऱ्याचदा पार्टीला सावध करतं. वेडेपणा ठरण्याचा संभव असतो तो. आणि या वेळी तरी घाई करण्याचं अमरला कारण नव्हतं. तो तोच असेल, तर तो कोणत्याही परिस्थितीत अमरची गाठ घेणारच होता!

"तो आपल्या दिशेनं एकटक पाहतोय.''

"माझ्याबद्दलच्या ऐकीव माहितीच्या कुतूहलामुळे पाहत असेल तो!''

"मग, त्याकरता त्याला खुनशी नजरेनं पाहायचं कारण नाही!''

"ओ. के.! फर्गेट इट. संध्याकाळ एन्जॉय करायला आलीयस तू. आरामात गप्पा मारतामारता बीअर सिप कर.''

गप्पांच्या नादात पाच-एक मिनिटं गेली असतील. अचानक मोहिनी ताठरली. "द सेम मॅन!'' ती हलकेच पुटपुटली आणि त्याच वेळी तो त्यांच्या टेबलापाशी आला.

"माफ करा. तुम्ही बॅ. विश्वास आहात ना?''

अमरनं समोरच्या तरुणाचं निरीक्षण केलं. मोहिनीच्या म्हणण्याप्रमाणे त्याच्या डोळ्यांत खरोखरच एक खुनशी झाक होती. आवाज मात्र अगदी पोलाइट होता.

"फोन तुम्ही केला होतात?''

"होय.''

"फोनवर नाव काय सांगितलं होतंत?''

"त्या वेडेपणाबद्दल मी दिलगीर आहे. घाईघाईत नाव सांगायला विसरलो मी.''

फोन करणारा तरुण हाच, अशी खात्री पटताच अमरनं वेटरला खूण केली. त्यानं आणून ठेवलेल्या ईझी चेअरवर तो बसला.

"माझं नाव बिटू भाटी!'' त्यानं शांत स्वरात नावाचा उच्चार केला आणि अमर पाहतच राहिला. बिटू भाटीची अन् आपली केव्हा ना केव्हा गाठ पडणार, हे तो जाणून होता; पण भाटी आपली गाठ घ्यायला उत्सुक आहे आणि आजच तो समोर येणार आहे, याची त्याला कल्पना नव्हती.

"वेल, ग्लॅड टू सी यू.'' हस्तांदोलनाकरता हात पुढे करत अमर म्हणाला.

"तुम्हाला काय हवंय?'' त्याच्या हाताकडे पूर्णतः दुर्लक्ष करत भाटीनं विचारलं. त्याचा तो स्वर इतका उर्मट होता, की अमरला शडाडकन त्याच्या नाकावर पंच मारण्याची इच्छा झाली होती.

''तुमचा काही तरी गैरसमज आहे, भाटी.'' रागावर नियंत्रण ठेवत अमर शक्यतो शांत शब्दात म्हणाला, ''मला निदान तुमच्याकडून काहीच नकोय. तुम्ही मला बोलावलंय; मी तुम्हाला नाही.''

''ओह!'' भाटी कडवड स्वरात म्हणाला, ''तुम्ही वकील आहात, हे विसरलो होतो मी!''

''डोन्ट वरी, चुका करत रहा; मी वकील आहे, हे जन्मभर आठवत राहील तुम्हाला!''

''भविष्यकाळाबद्दल फारच आशादायी दृष्टिकोन आहे तुमचा!''

''मि. भाटी, मला वाटतं, आपण मूळ विषयाकडे वळणं जास्त चांगलं. माझ्याइतकाच तुमचाही वेळ मूल्यवान असेलसं मी मानतो. आणि मी तुम्हाला आधीच सूचना देऊन ठेवतो, तुमच्या-माझ्यात जे बोलणं होईल, ते अजिबात कॉन्फिडेन्शिअल नसेल. तुम्ही माझे क्लायन्ट नाहीत. मी तुम्हाला कसलीही माहिती, कोणतंही आश्वासन देणार नाही. दिलं तर ते पाळायला मी बांधील नाही. तुमच्याकडून मिळणाऱ्या माहितीचा उपयोग होण्यासारखा असेल, तर मी ती माझ्या क्लायन्टकरता वापरीन! नाऊ, आयदर स्टार्ट टॉकिंग ऑर स्टार्ट बिडिंग अ गुड बाय!''

भाटीच्या नजरेतले खुनशीपणाचे भाव क्षणभर गडद झाले. तो अमरकडे एकटक पाहत राहिला. मग खांदे उंचावून त्यानं दीर्घ श्वास सोडला. त्याच्या चेहऱ्यावर मंद हास्य तरळलं.

''ऑल राइट, आय प्रेफर टू स्टार्ट टॉकिंग.'' भाटी म्हणाला. त्याची ऑर्डर वेटरनं अमरच्याच टेबलावर सर्व्ह केली होती. जॉनी वॉकरचा एक मोठा घुटका घशाखाली उतरवत त्याने विचारलं, ''माझ्याविरुद्ध अब्रूनुकसानीची केस करण्यात येणार आहे म्हणे!''

''असेल! त्याबद्दल मी काहीच सांगत नाही.''

''तुम्ही सांगावं, अशी माझी अपेक्षाही नाही! आय नो द गेम ॲज वेल ॲज यू नो इट! ही केस प्रेषित करणार असले, तरी त्यामागे इशूचा हात असणार आणि तो तुमचा क्लायन्ट आहे.''

काही न बोलता अमर बीअर सिप करत राहिला.

''मि. विश्वास, तुमच्या आणि तुमच्या क्लायन्टच्या भलाईकरता सांगतो, ही केस तुम्ही मागे घ्या. पुढे जाण्याच्या फंदात पडू नका. उशिरा झालेला पश्चात्ताप उपयोगाचा नसतो!''

''थँक यू व्हेरी मच फॉर द कन्सल्टेशन! ही धमकी समजू काय मी?''

''ही धमकी नाही; ही सावधगिरीची सूचना आहे.''

''तुमच्या म्हणण्याप्रमाणे ते चित्र म्हणजे 'द लाइफ' ची सहीसही नक्कल आहे?''

''ती नक्कल करताना आर्टिस्टनं फारच कौशल्यानं केलीय; पण शेवटी ती नक्कल आहे, विश्वास! ते चित्र ओरिजनल म्हणून विकणं म्हणजे शुद्ध चीटिंग आहे!''

''कॅन यू प्रूव्ह इट?''

''बाय ऑल मीन्स!''

त्याच्या उत्तरात इतका प्रचंड आत्मविश्वास होता, की अमरलाही विचार करणं आवश्यक होतं.

''ते ओरिजनल नाही, हे तनुजालाही माहीत आहे!''

अमरनं चेहऱ्यावर काहीच दाखवलं नसलं, तरी त्याच्या मनाचा गोंधळ उडाला होता. भाटी म्हणतो ते खरं असेल, तर सर्वसाक्षीकरता मस्त ट्रॅप लावण्यात आला होता. सर्वसाक्षीनं अमरसकट ट्रॅपमध्ये प्रवेश केला होता. तनुजा वास्वानीची साक्ष हा ट्रॅपचा प्रमुख भाग ठरला होता!

''आणि तनुजाला कोणी सांगितलं ते?''

''तिला सांगण्याची आवश्यकता नाही. प्रशांत सिद्धची ती 'खास' मैत्रीण आहे!''

''प्रशांत सिद्ध...?''

''तोच तर यातला राजा आहे! तुम्ही प्रशांत सिद्धला भेटा, म्हणजे तुमची खात्री पटेल!''

''प्रशांतनं हे इमिटेशन तयार केलं आहे?''

''सॉरी, मि. विश्वास. मी तसा आरोप करून स्वतःला अडकवून घेणार नाही; पण प्रशांत सिद्धबद्दलच्या तुमच्या माहितीत भर घालू शकेन

मी. प्रशांत सिद्ध हा जागतिक कीर्तीचा चित्रकार आहे; पण त्याच्या चित्रांमध्ये एकही ओरिजिनल नाही. त्याला स्वत:ची अशी स्टाईल नाही. त्याला कोणतंही चित्र एकदाच दाखवलं, तर त्या चित्रातल्या कलर कॉम्बिनेशन्सच्या फिगर्सच्या इफेक्टसकट, आर्टिस्टच्या सहीसकट तो डुप्लिकेट चित्र काढून दाखवतो! त्या दृष्टीनं त्याला जगातल्या कोणत्याही पंथाच्या चित्रकाराची स्टाईल अशक्य नाही!''

''आणि प्रशांत आणि तनुजा रिलेशन्स आहेत?''

''आहेत!''

''लेव्ह नेस्ट?''

''लेव्ह नेस्ट. तुम्ही रात्री नवाच्या पुढं केव्हाही प्रशांतकडे जा. तनुजा कपडे सावरत बेडरूममधून बाहेर येईल!''

''प्रशांतचा पत्ता?''

''वरळीचं 'कलाश्रम' माहीत आहे? 'कलाश्रम' च्या मालकानं मुंबईत आलेल्या आर्टिस्ट्सकरता कमी भाड्यात ही इमारत उपलब्ध करून दिलेली आहे. दहा वर्षांचा ॲडव्हान्स भरून प्रशांतनं तिथे स्टुडिओ उभा केला आहे. पुढच्या हॉलमध्ये स्टुडिओ आहे. मागच्या तीन रूम्समध्ये तो राहतो. ब्लॉक नं. ३. पूर्ण पत्ता हवा असेल, तर डिरेक्टरीत पहा!''

भाटीनं ग्लास रिकामा केला. वेटरला जवळ बोलावलं. तो काय करतोय, ते समजायच्या आत त्याच्या हातात शंभराची नोट ठेवली. ''या साहेबांचं बिलही ॲड कर.'' तटकन उठत तो म्हणाला, ''बाय मि. विश्वास, भेटू आपण पुन्हा!''

ताडताड पावलं टाकीत तो निघून गेला, तरी अमर विचारात गढून गेल्यासारखा त्याच्या दिशेनं पाहत होता.

''अमर, तो खरं बोलत असेल?'' बऱ्याच वेळानं मोहिनीनं प्रश्न विचारला.

''तो खरं बोलत होता!'' अमर शांतपणे म्हणाला.

''मग?....आता?''

''आपल्या हातात तूर्ततरी काही नाही!''

“ते चित्र इमिटेशन असेल, तर सूर्यकांत प्रेषित आणि ईश्वर सर्वसाक्षीची पोझिशन पार शेकी होईल, नाही? आणि सर्वसाक्षीबरोबरच तूही ट्रॅप होशील!” ती काळजीच्या स्वरात म्हणाली.

“अर्धा भाग बरोबर आहे तुझा! सूर्यकांत प्रेषितला धक्का पोचणार नाही; सर्वसाक्षीचं रेप्युटेशन मात्र खराब होईल. माझी पोझिशन काय असेल, ते मलाच सांगणं कठीण आहे!”

“का? सूर्यकांत प्रेषितला का धक्का पोचणार नाही?”

“मोहिनी, का कुणास ठाऊक, पण या केसच्या संदर्भात मला सारखं ते रॅकेट आठवतंय!”

“प्रेयसीच्या वाढदिवसाच्या दिवशी अंगठी विकत घेऊन चेक देणाऱ्या तरुणाचं?”

“हं!”

“त्या रॅकेटचा इथे काय संबंध?”

“पर्टिक्युलरली, त्या रॅकेटचा नाही; त्या सिस्टीमचा असावा, असं वाटतं! अर्थात, त्याबद्दल माझी खात्री नाही. नुसता संशय आहे मला.”

“माझ्या अजून लक्षात नाही आलं,” मोहिनी प्रामाणिकपणाने म्हणाली.

“मोहिनी, आधी आपण एक बाजू विचारात घेऊ. समज, सूर्यकांत प्रेषितची आणि प्रशांत सिद्धची चांगली ओळख आहे. प्रशांतनं कोणत्यातरी प्रकारे चंद्रवर्म्याच्या चित्रांची कॉपी करण्याचं तंत्र साध्य केलं आहे. सूर्यकांतला हे माहीत आहे. आता सर्वसाक्षीकडून खरेदी केलेलं चित्र ओरिजनल आहे. त्या चित्राची प्रेषित हुबेहूब नक्कल करवून घेऊ शकतो!”

“का पण?”

“प्रेषितनं खरेदी केलेलं चित्र ओरिजिनल नाही, हे भाटीनं ओळखावं आणि त्यानं तसं म्हणावं म्हणून!”

“पण तसं करण्यामागचं कारण?”

“तेच तर समजत नाही. तूर्त आपण इतकंच म्हणू शकतो की, भाटीनं ते चित्र इमिटेशन म्हणून जाहीर केल्यानंतर ते चित्र काढून त्या जागी ओरिजनल लावायचं आणि प्रेस कॉन्फरन्स भरवून समीक्षकांना ते दाखवायचं.

असं करून प्रेषित भाटीला कॉर्नर करू शकतो! दुसरा उद्देश मला तरी दिसत नाही.''

''असं करून भाटीकडून पन्नास हजार रुपये मिळवण्याचा प्लॅन असू शकेल.''

''नाही मोहिनी, या समस्येचं उत्तर इतकं सोपं नाही. पन्नास हजारांकरता भाटीला कॉर्नर करण्याची निदान प्रेषितसारख्या साउंड पोझीशनच्या लक्षाधीशाला तरी आवश्यकता नाही.''

''मग चित्राला प्रसिद्धी देण्याचा फार्स असेल तो!''

''असू शकेल; पण तेवढ्यासाठी एवढं करण्यापेक्षा त्याचा तो हेतू प्रेस कॉन्फरन्स बोलावून साध्य होण्यासारखा होता. अहं! त्यामागे आणखी असं काहीतरी रहस्य आहे मोहिनी, ज्याच्यापर्यंत आपले विचार अजून पोचले नाहीत!''

''ठीक आहे. ही एक बाजू झाली. दुसरी कोणती?''

''सेम हाच प्लॅन सर्वसाक्षीही राबवू शकतो. पन्नास हजार ही रक्कम त्याच्या दृष्टीनं विचार केला तर लहान नाही. शिवाय धंद्यातला प्रतिस्पर्धी नामशेष होऊन त्याला प्रामाणिक विक्रेता म्हणून प्रसिद्धी मिळते, ते निराळंच!''

''पण संधीचा विचार कर ना, अमर. चित्र बदलायला सर्वसाक्षीला संधी नको का मिळायला?''

''शे-पाचशे रुपयांत प्रेषितचा एखादा नोकर फितवून ती मिळू शकते, मोहिनी.''

''हं!'' शक्याशक्यतांचा विचार करीत मोहिनी म्हणाली, ''थोडंसं अवघड वाटतं हे; पण हेच सयुक्तिक आहे.''

''याच पद्धतीनं हाच प्लॅन थोडासा बदलून प्रशांत सिद्ध वापरू शकतो!''

''ओह, नो!''

''त्यात काय अवघड आहे? मूलभूत हेतूत फरक असेल फक्त!''

''कसा काय?''

''समज, राजा चंद्रवर्म्याचं 'द लाइफ' हे दुर्मीळ चित्र सर्वसाक्षीकडे

आलं आहे किंवा ते प्रेषितनं विकत घेतलं आहे, अशी बातमी प्रशांतला समजली. या चित्राची हुबेहूब कॉपी करू शकणारा जगातला एकमेव तरुण आहे तो. त्यालाच ते तंत्र जमलेलं आहे.

"एकदा चित्र बघून किंवा चोरून, इमिटेशन तयार करून रिप्लेस करणं त्याला अवघड नाही. विचार कर मोहिनी, एकाच चित्राच्या पन्नास 'ओरिजिनल्स' त्याला जागतिक बाजारपेठेत विकता आल्या, तर ओरिजिनल स्वत: जवळच ठेवूनही किती पैसा कमावता येईल त्याला?"

"फॅन्टास्टिक!" पापण्यांची फडफड करीत मोहिनी म्हणाली, "राजा चंद्रवर्म्यालाही एका चित्राबद्दल दहा लाख रुपये मिळाले नसतील!"

"पण मग या परिस्थितीत भाटीची कॉमेंट खरी असेल; ओरिजिनलच्या जागी इमिटेशन आलं, हे समजलेलं नसल्यामुळे सर्वसाक्षीचं चिडणंही स्वाभाविक असेल आणि प्रेषितही या सर्व प्रकारात अनभिज्ञ असेल. त्याचा परिणाम मात्र फार वाईट होईल, मोहिनी ते चित्र ओरिजनल नाही, हे सिद्ध करणारी काही हुकमाची पानं भाटीच्या हातात असतील, तर प्रेषित केस हरेल! नॅचरली भाटी त्याच्यावर अब्रूनुकसानीचा दावा लावेल अन् शेवटी हे शूटिंग सर्वसाक्षीपाशी थांबेल. त्या वेळी प्रेषितनं लावलेल्या दाव्यात फसवणूक, मनस्ताप, अब्रूनुकसानी व नुकसानभरपाई अशा चार गोष्टी एकत्रित असतील! सर्वसाक्षीचं सगळं बरबाद होईल!"

"अमर, इतके अँगल्स असून प्रत्येक अँगल विचारांती पटवा, अशी ही पहिलीच केस आहे, नाही?"

"आणखी एक अँगल राहिलाय!"

"आता कोणता? बिटू भाटी?"

"हं! प्रशांतला प्लॅनमध्ये सामील करून घेऊन समीक्षेच्या आधी किंवा कोर्टात पुराव्याच्या वेळी चित्र बदलू शकतो तो! चित्र ओरिजिनल निघालं, तर जे फायदे सर्वसाक्षीला मिळू शकतात, तेच इमिटेशनच्या केसमध्ये भाटीला मिळू शकतात."

"माय गॉड! अमर, डोकं फिरायची पाळी आली विचार करून!"

"ठीक आहे. डोकं फिरण्यापूर्वी शेवटची शक्यता लक्षात घे!"

"अं? ... आणखी एक?"

"होय. भाटीनं सांगितल्याप्रमाणे तनुजा वास्वानी सर्वसाक्षीशी एकनिष्ठ नसेल, तर भाटी किंवा प्रशांत कोणालाही सामील करून घेऊन तीही हे कारस्थान रचू शकते!"

"बस! आता इथेच थांबू आपण! नाहीतर मला तुझा आणि नंतर तुला माझाही संशय यायला लागेल!"

"अर्थात, हे सगळे तर्क एका गृहीतावर आधारित आहेत, मोना." तिला हैराण झालेलं पाहून हसू दाबत अमर गंभीर स्वरात म्हणाला, "प्रशांत सिद्ध भाटीच्या माहितीप्रमाणे खरोखरच इमिटेशन करू शकतो; त्यानं 'द लाइफ' चं इमिटेशन केलेलं आहे. समजा, हे गृहीतच चुकीचं असेल, तर...?'

"तर काय होईल?"

"तर आपण पुन्हा स्टार्टिंग पॉइंट शोधण्याच्या तयारीला लागू!"

"थोडक्यात म्हणजे आता आपण 'द लाइफ' च्या संदर्भात प्रशांत सिद्ध या महान चित्रकाराची मुलाखत घेणार आहोत!"

"ऑफकोर्स, बरोबर ओळखलं तू!"

"केव्हा जायचं?... उद्या सकाळी?"

"अं हं! आत्ता."

"पण आत्ताशी आठ वाजतायत. तो नऊला भेटेल ना?"

"नऊ वाजता तनुजापण प्रशांतकडे भेटेल!"

"निदान फोन लावला तर?"

"फोन केला की तो सावध होईल. त्यापेक्षा, तो बेसावध असतानाच त्याला गाठणं आपल्या फायद्याचं आहे. आपण आधी 'अमर मंझिल' ला जाऊ. गोल्डीचे रिपोर्ट्स पाहू. मग मी प्रशांतकडे जाईन."

"ओ. के!"

दोघंजण वरळीला जाण्याचा विचार तूर्त बाजूला सारून अमर मंझिलला आले.

गोल्डी अजून आलेला नव्हता. दहाच्या सुमाराला तो परत येणार

असल्याचा त्याचा फोन सोनालीला आला होता. मोहिनीला घरीच ठेवून अमर पुन्हा बाहेर पडला. सव्वानऊला त्याची डॅमलर 'कलाश्रम' जवळ उभी होती.

त्यानं तीननंबरच्या ब्लॉकची डोअरबेल वाजवली. एक मिनिट मध्ये गेलं. हॉलमध्ये मंदसर प्रकाश पसरला. पोलीसआयमधून कोणीतरी बाहेर पाहत पॅसेजमधला दिवा लावला.

आतल्या माणसाला अमर स्पष्टपणे दिसला असावा. पोलीसआय खटकन बंद झाला. कोणीतरी स्त्री असावी ती. महत्प्रयासानं तिनं ओठाशी आलेले शब्द परतवले होते. ती आत पळाली होती.

अमर हसला. ''ओह गॉड!'' एवढ्या शब्दांवरनंच ती तनुजा वास्वानी होती, हे त्यानं ताडलं होतं.

पुन्हा थोडा वेळ गेला. दरवाजा उघडला गेला. दारात नाइट गाऊन घातलेला एक रुबाबदार व्यक्तिमत्त्वाचा एक तरुण उभा होता. या वेळी तरी कोणा अपरिचित माणसाचं आगमन त्याला अपेक्षित नसावं आणि रुचलंही नसावं. मनातली नापसंती लपवण्याचा त्याने अजिबात प्रयत्नही केला नव्हता. अमरला काही विचारणं तर दूरच, दारातून हटलादेखील नव्हता तो!

''तुम्ही प्रशांत सिद्ध असाल, तर मी तुमच्याकडेच आलो आहे.'' मिस्कीलपणे हसत अमर म्हणाला. त्या तरुणावर मात्र त्याच्या वाक्याचा कोणताही परिणाम जाणवत नव्हता.

''मी प्रशांत सिद्धच आहे.''

''तर मग माझं तुमच्यापाशी काम आहे.''

''असेल; माझं तुमच्यापाशी काहीही काम नाही. तुम्ही स्टुडिओच्या वेळात या!'' रूक्ष स्वरात तो म्हणाला आणि त्यानं आत सरकून दरवाजा बंद करण्याचा प्रयत्न केला.

पण अमरनं अत्यंत चपळाई करून दरवाजाच्या फटीत पाय सारला होता.

''एक्सक्यूज मी,'' दरवाजा जोरात लोटून सरळ आत शिरत अमर म्हणाला, ''माझं काम दहा-पंधरा मिनिटांचंच आहे आणि ते महत्त्वाचं आहे!''

"मिस्टर," प्रशांत संतापत म्हणाला, "तुम्ही कायदा हातात घेत आहात! पुढे जे काही घडेल, त्याला मी नाही, तुम्ही जबाबदार राहाल!"

"डोन्ट वरी अबाउट मी, मॅन!" अमर सरळ एका खुर्चीत विसावत बेफिकीर स्वरात म्हणाला, "कायदा रोज हाताळतो मी! त्यामुळे अशा कित्येक जबाबदाऱ्या पचवल्यायत!"

प्रशांतच्या लालबुंद झालेल्या चेहऱ्यावर कुतूहलाची झलक चमकून गेली.

"मी बॅरिस्टर अमर विश्वास."

"ओह!" रागाचा पारा एकदम नॉर्मलवर आणत तो उद्गारला. निमूटपणे अमरच्या समोरच्या खुर्चीवर बसला. "मी ओळखलं नाही तुम्हाला. सॉरी हं!"

"दॅट्स ऑल राइट." अमर म्हणाला. पण तो जर न ओळखल्याचं नाटक करत असेल, तर...

आत असलेली तरुणी तनुजा वास्वानी नव्हती! तनुजानं त्याला नक्की तशी हिन्ट दिली असती.

मग आत कोण होती? जी कोणी होती, ती अजूनही आहे का, मागच्या दरवाजानं पसार झाली? ब्लॉकला मागचा दरवाजा आहे का? त्या तरुणीला आपल्यापासून लपून राहण्याचं काय कारण?"

"मि. विश्वास, मला वाटतं तुम्ही मला काही माहिती विचारायला आला होतात!" प्रशांत म्हणाला, तसा तो भानावर आला.

"खरंय ते!"

"आणि तुम्ही कशाच्या संदर्भात माहिती विचारणार, ते माझ्या लक्षात आलं असावं, असं मला वाटतंय; पण मला तुमच्याकडून हवंय ते."

"मि. सिद्ध, मला तुमच्याबद्दल जी माहिती समजलीय, ती..."

"खरी आहे!" मंदपणे हसत प्रशांत म्हणाला, "माझ्या माहितीप्रमाणे जगात एकही आर्टिस्ट नाही, ज्याच्या चित्राची नक्कल करणं मला अशक्य आहे!"

"ह्याचा अर्थ तुम्ही राजा चंद्रवर्म्यांच्या 'वन्डर ट्वेल्व्ह'चीही सहीसही

नक्कल करू शकता!''

''कॉक-शुअर!''

''डे लाइट्स आणि शेडिंगचे तेच जिवंत इफेक्ट्स देऊ शकता!''

''एखादं वंडर देऊन पहा! दोन्हीतलं मी कॉपी केलेलं आणि राजाचं ओरिजिनल ह्यांतला फरक समजण्याकरता तुम्हाला ओरिजिनलवर खूण करून ठेवावी लागेल! आणि ती तुम्ही चित्रावर केलीत तर फसलात! माझ्या चित्रावरही येईल ती!''

प्रशांतचा स्पष्टवक्तेपणा आणि त्याचा आत्मविश्वास फार आवडला अमरला. त्याला मनापासून कौतुक वाटलं. जागतिक कीर्तीच्या सांता, फू ब्लो, डॉन जोन्ससारख्या मातब्बर कलाकारांनी ज्या 'वन्डर ट्वेल्व्ह'चं टेक्निक समजावून घेण्याकरता आपल्या उभ्या हयाती घालवून अपयश पदरी घेतलं होतं, ते टेक्निक एका भारतीय तरुण चित्रकाराला अवगत झालं होतं!

ही वॉज रिअली ग्रेट!

''तुम्हाला ते तंत्र पुरेपूर जमलं?'' अमरनं आश्चर्यानं विचारलं.

''पुरेपूर असं नाही म्हणणार मी. कारण तसं ओरिजिनल नाही काढू शकत मी.'' प्रशांत प्रामाणिक स्वरात म्हणाला.

''माझ्या प्रश्नाचा रोख चुकला.'' हसून अमर म्हणाला. ''मी डायरेक्ट मेड वापरतो. 'द लाइफ' हे चित्र तुम्ही कधी कॉपी केलंयत?''

''आता तुम्ही मुद्द्यावर आलात! मी तुम्हाला त्या चित्राबद्दलची माहिती आत्ता सांगू शकणार नाही.''

''का?''

''मला त्याबद्दल अगदी डिटेल्ड माहिती सांगता येईल; पण ती सांगायची की नाही हे उद्या ठरेल!''

''का? कोणाच्या अपॉइंटमेंटवर अवलंबून आहे का ते?''

''होय. जर बोलणी व्यवस्थित झाली, तर मी तुम्हाला काहीही सांगू शकणार नाही!''

''बोलणी फिसकटली तर?''

''तर तुम्हाला माहीत नसलेल्या व अपेक्षित नसलेल्या कित्येक

नवीन गोष्टी समजतील तुम्हाला!''

''ठीक आहे. उद्या केव्हा भेटू मी?''

''तसं कशाला? मी तुम्हाला फोन केला तर?''

''तरी चालेल. उद्याच्या भेटीत तुम्ही मला तुमचं तंत्र समजावून सांगाल का? मला ॲक्चुअली त्याचा कुठे वापर करायचा नाहीये; पण कोर्टात केस स्टॅन्ड झाली, तर मला ते तंत्र कोर्टाला समजावून सांगावं लागेल.''

''तुम्हाला को-ऑपरेशन द्यायचं ठरल्यावर काही प्रश्नच नाही. मी ते सगळं सांगेन. गरज वाटली तर मी कोर्टात साक्ष द्यायलासुद्धा येईन.''

''थँक यू व्हेरी मच. अवेळी त्रास द्यावा लागल्याबद्दल...''

''अशा कामांना वेळ-अवेळ नसते, विश्वास. पटलं मला ते. पण जाण्यापूर्वी कॉफी घेणार का तुम्ही?''

''नको. थँक यू!''

''एक गोष्ट लक्षात ठेवा, विश्वास,'' गंभीर स्वरात प्रशांत म्हणाला,

''तुमच्या दुर्दैवानं बोलणी माझ्या मनासारखी झाली, तर... केस करू नका!''

''का?'' सावध होत अमरनं विचारलं.

''ही केस बिटू भाटी जिंकेल!'' तो शांतपणे म्हणाला, ''गुड नाइट.''

''गुड नाइट!''

अमर 'कलाश्रम' मधून बाहेर पडला, तेव्हा चांगलाच विचारात गढून गेला होता.

त्याच्या आयुष्यातली ही पहिलीच केस होती, ज्यात वेगानं घटना घडत नव्हत्या. ज्या घडल्या, त्यांचा अर्थ लागत नव्हता, प्रश्नांची उत्तरं अनुत्तरित राहत होती, मनाचा गोंधळ उडत होता!

आणखीन एक आश्चर्याची गोष्ट.

अजून एकही खून झाला नव्हता; होण्याची शक्यता दिसत नव्हती!

पाच

दरवाजाची बेल वाजतीय का फोनची रिंग, हेच त्याला क्षणभर समजेना. आवाजानं जाग तर आली होती. वेड्यासारखा आढ्याकडे पाहत पडून राहिला होता तो, अन् कानातला दडा सुटल्यावर फटकन ऐकायला यायला लागावं, तसा त्याचा मेंदू झोपेच्या आवरणातून बाहेर पडला.

फोनची रिंग वाजत होती.

सकाळची चाहूल घेत त्यानं अंगावरची रजई लाथाडली. सावध होत उठून बसला. हात लांब करून त्यानं रिसीव्हर उचलला.

"हॅलो, अमर विश्वास बोलतोय." किंचित चिडक्या स्वरात तो म्हणाला.

"हॅलो, मी सर्वसाक्षी बोलतोय." रिसीव्हरमधून सर्वसाक्षीचा घाबरा आवाज त्याला ऐकू आला. कोणत्यातरी कारणानं त्याचा गोंधळ उडाला होता. शब्द एकमेकांत मिसळत होते. "विश्वास, तुम्ही माझे वकील आहात! मला वाचवणं तुमचं कर्तव्य आहे. जर..."

"हॅलो, जस्ट अ मिनिट, काय झालं काय पण?"

"काय झालं? घ्या! इथे माझे प्राण जायची वेळ आलीय अन् तुम्हाला कल्पनाही नाही!"

“स्टॉप इट यू फूल! वकील म्हणजे काही सर्वज्ञ, परमेश्वर नाही. काय झालं, तुम्ही कुठून बोलताय हे समजल्याशिवाय मी काहीही करू शकणार नाही!”

“तुरुंगात आहे मी, तुरुंगात!” सर्वसाक्षी इतक्या जोरात ओरडला, की दचकून अमरला रिसीव्हर बाजूला करावा लागला.

पण तो गोंधळून जाणं साहजिक होतं. एकदम तुरुंगाची हवा खात होता तो!

“तुरुंगात? कोणत्या आरोपाखाली पकडलं तुम्हाला?”

“तो इन्स्पेक्टर काहीच सांगायला तयार नाही. मी दोन तास हातापाया पडल्यावर मला फोनतरी करू दिला त्यानं. नाहीतर माझ्यावर खटला होऊन त्याचा निकाल लागला असता, तरी तुम्हाला समजलं नसतं.”

“ईश्वर, कोणत्या जेलमध्ये आहात तुम्ही?”

“सेंट्रल जेल.”

“आणि इन्स्पेक्टर कोण आहे?”

“ब्रिज, ब्रिज म्हणतायत सगळे त्याला.”

“ओ. के.! मी तासाभरात सेंट्रल जेलला येतो. तोपर्यंत कोणत्याही प्रश्नाचं उत्तर देऊ नका. एक शब्ददेखील बोलू नका त्या इन्स्पेक्टरशी.”

“पण तुम्ही लवकर या.”

“मी निघतोय.”

अमर रिसीव्हर क्रेडलवर ठेवून बेडरूमच्या दारापाशी येऊन उभ्या राहिलेल्या मोहिनीकडे वळला.

“मोहिनी, सर्वसाक्षीला ब्रिजनं अटक केलीय!”

“माय गॉऽड! ... का?”

“कारण माहीत नाही; पण मी तिकडेच जातोय.” घाईघाईनं अमर म्हणाला, “किती वाजले?”

“आठला पाच कमी.”

“वेल, जाताना मी प्रशांत सिद्धला बरोबर घेईन. कारमध्येच बोलू आम्ही; पण काही कारणानं मी त्याला भेटू शकलो नाही आणि त्याचा फोन

आला, तर दुपारनंतरची अपॉइंटमेन्ट घेऊन ठेव. कदाचित दुपारपर्यंत मी मोकळा होणार नाही.''

''पाच मिनिटांत काही खाऊन घेणार आहेस?''

''अं हं!'' टॉयलेटकडे वळता वळता तो म्हणाला.

तो गॅरेजमधून डॅमलर बाहेर काढत असताना बरोबर साडेआठ वाजले होते. ट्रॅफिकच्या सापळ्यातून सुटत अडकत सुटत 'कलाश्रम' ला पोचायला त्याला पंधरा मिनिटं लागली.

प्रशांतच्या स्टुडिओला कुलूप होतं. लेटर बॉक्समध्ये खोचलेलं वर्तमान- पत्र अजून तसंच होतं.

टाळलं की काय प्रशांतनं? नाहीतर असंच असायचं, उद्या उत्तरं देईन म्हणून कालची वेळ मारून नेली. आता सावध झाला असेल तो! त्याला चित्राच्या संदर्भात काही सांगायचं नसेल, तर परत कशाला येतो तो!

अमर विचार करीत उभा असतानाच चारनंबरच्या ब्लॉकचा दरवाजा उघडला गेला. एक तरुणी बाहेर आली. तिनं एकदा अमरकडे पाहिलं. त्याला ओलांडून ती मेन डोअरच्या दिशेनं चालली होती.

''एक्सक्यूज मी, प्रशांत सिद्ध केव्हा भेटतात, तुम्ही सांगू शकाल काय?'' अमरनं तिला हटकलं.

''साडेआठलाच त्यांचा स्टुडिओ उघडतो; पण काल रात्री अकरा- साडेअकराच्या सुमारास त्यांच्याकडे कोणीतरी आलं होतं. मुलगी होती वाटतं, कोणीतरी. तिच्याबरोबर जे बाहेर पडले, ते आलेच नाहीत अजून!''

''मला इथून फोन करता येईल?''

''शुअर! त्या कॉर्नरला वळलात की पब्लिक बूथ आहे.''

''थँक यू.''

तरुणीनं पुरवलेल्या माहितीमुळे त्याच्या मनातला गोंधळ आणखीन वाढला होता. काल रात्री तो इथे आला होता, तेव्हा आत एक तरुणी होती. प्रशांत तिच्याबरोबर पळून गेला, का तिच्यानंतर आणखी कोणी तरुणी आली होती? एकंदर दोनजणी त्याच्याकडे आल्या असल्या, तर त्यांतली पहिली तनुजा वास्वानी, का दुसरी?'

का कोणतीच नाही? तनुजा आली नसेल, तर प्रशांतकडे आलेली किंवा आलेल्या तरुणी कोण?

बूथमध्ये शिरताच त्याने कोटाच्या खिशातून डायरी काढली. तनुजाचा नंबर शोधून तिला फोन लावला. फोनची रिंग वाजत होती; पण फोन कोणीही उचलला नव्हता!

तीन-चार वेळा प्रयत्न करून त्यानं नाद सोडून दिला.

बहुतेक... ती प्रशांतबरोबर पळाली होती!

मग मात्र कुठेही न थांबता तो सरळ सेंट्रल जेलला गेला. इ. ब्रिज त्याचीच वाट पाहत होता.

खाजगी आयुष्यात ब्रिज अमरचा जिवलग मित्र होता; पण आपली मैत्री दोघांनीही आजपर्यंत कर्तव्य करत असताना आड येऊ दिली नव्हती. तसा विचार केला, तर दोघंही कायम एकमेकांच्या विरुद्ध पार्टीत होते. आरोपीवरचा आरोप पुराव्याच्या आधाराने बळकट करून आरोपीला जास्तीत जास्त कडक शासन देण्यात प्रॉसिक्यूशनला मदत करणं हे ब्रिजचं कर्तव्य होतं; तर आरोपीवरचे आरोप खोडून काढून प्रॉसिक्यूशनचे पुरावे पोखरून आरोपीचं निर्दोषीत्व शाबीत करून त्याला न्याय मिळवून देणं हे अमरचं कर्तव्य होतं; पण त्यांच्यातली मैत्री जशी कर्तव्याच्या आड आली नव्हती, तसंच कर्तव्यही कधी मैत्रीच्या आड आलं नव्हतं! वेळप्रसंगी ते एकमेकांना फसवत होते; राजकारण खेळत होते, एकमेकांकरता ट्रॅप्स निर्माण करत होते, आणि कडाडून भांडतही होते; पण ते कर्तव्यापोटी होतं सगळं. केस संपली, की ते एकमेकांच्या चातुर्याबद्दल, बुद्धीबद्दल आदर दाखवत होते. एकमेकांच्या गुणदोषांचं योग्य मूल्यमापन करून त्यांवर चर्चा करत होते.

थोडक्यात सांगायचं, तर ज्यांना कर्तव्य आणि मैत्रीच्या सीमारेषा अगदी अचूक सापडल्या होत्या, ज्यांनी एकमेकांना पूर्णपणे ओळखलं होतं, असे मित्र होते ते!

"हॅलो!" अमरला पाहताच ब्रिज म्हणाला, "अरे, हा ईश्वर सर्वसाक्षी तुझा क्लायन्ट आहे, हे मला त्यानं फोन लावेपर्यंत समजलं नव्हतं. तो वेडा नुसताच 'वकिलाला फोन करतो, वकिलाला फोन करतो!' असं बडबडून

माझं डोकं पिकवत होता.''

''तू त्याला वकिलाचं नाव नाही विचारलं?'' ब्रिजच्या समोरच्या खुर्चीत बसत अमरनं विचारलं.

''तुझ्या त्या सर्वसाक्षीला नमस्कार असो!'' दोन्ही हात कोपरांपासून जोडत ब्रिज म्हणाला, ''दोन तास, त्याला मी प्रश्न विचारतोय. एकाही प्रश्नाचं उत्तर देत नाही तो! सारखा भीती दाखवतो. मला हार्ट ट्रबल आहे! मेलो तर 'इं. ब्रिजनं मला मारलं!' असं ओरडून मरेन! मरण्यापूर्वीचा कबुलीजबाब कोर्टात ग्राह्य मानतात. बोल, काय विचारू त्याला मी?''

अमर ब्रिजचं बोलणं ऐकून खदाखदा हसायला लागला.

''इन्स्पेक्टरनंही बिचकावं असा पहिलाच कैदी असेल नाही रे हा?''

''होय. असे कैदी वर्षभर आले, तर रिटायर करण्याइतका म्हातारा दिसायला लागेन मी !''

अमरनं सिगार्सच्या पॅकमधून एक सिगार निवडला. एका टोकाकडचा तुकडा दातांनी तोडून ती बाजू ओलसर करत त्यानं सिगार शिलगावला.

''ब्रिज, माझ्या क्लायन्टवर कोणता आरोप ठेवण्यात आला आहे?'' त्यानं गंभीर स्वरात विचारलं.

''टु बी फ्रँक, त्याच्यावर आम्ही अजून आरोप ठेवलेला नाही. आम्हाला तेवढा पुरावा मिळालेला नाही अजून. आम्ही त्याला चौकशीकरता ताब्यात घेतलं आहे.''

''पण गुन्हा कोणता घडलाय?''

''तुला खरंच माहीत नाही?''

''बाय जोव्ह, नाही.''

''आम्ही त्याच्यावर खुनाचा आरोप ठेवणार आहोत!''

''खून?'' अमरच्या छातीत धस्स झालं.

कालच त्याला या प्रकरणात खून नाही म्हणून खंत वाटली होती; खून झाला होता.

''प्रशांत सिद्धचा!''

अमरचा मेंदू डोक्यातल्या डोक्यात गरगर गरगर फिरला!

“कोणाचा? कोणाचा?”

“प्रशांत सिद्ध नावाच्या एका चित्रकाराचा खून झालाय. तू या प्रशांत सिद्धला ओळखत होतास, अमर?”

अमरनं काहीच उत्तर दिलं नाही. त्याच्यातला वकील जागा झाला होता.

“आणि या प्रशांत सिद्धच्या चौकशीकरता तुम्ही सर्वसाक्षीला ताब्यात घेतलंत?” त्याच्या प्रश्नाला फाटा देत अमरनं विचारलं.

“होय.” ब्रिज गंभीरपणे म्हणाला, “आणि या वेळी पहिल्यांदाच तुझा क्लायन्ट फर्स्ट डिग्री मर्डरर म्हणून जाणार आहे, याबद्दल माझ्या मनात शंका नाही!”

“ठीक आहे. त्याच्यावर तसा आरोप ठेवा, नाहीतर त्याला पॅरलवर सोडून द्या! कोणत्याही सभ्य नागरिकाला अशा चौकशीच्या फार्सकरता अडकवून त्याचं सामाजिक आयुष्य बरबाद करण्याचा तुम्हाला हक्क नाही!”

“वा!” उपहासानं हसत ब्रिजनं विचारलं, “वाक्य डायरीत लिहून घेऊ का हृदयात कोरून ठेवू? काय अमऽर.. यू टू नो द गेम ॲज वेल ॲज आय नो!”

“खुनाच्या संदर्भात तू मला माहिती देणार आहेस?”

“शुअर! तुला इंटरेस्ट वाटेल अशी माहिती आहे माझ्याजवळ. विचार तू.”

“खून कुठे झाला?”

“ईश्वर सर्वसाक्षीच्या राहत्या ब्लॉकमध्ये.”

“म्हणून तुम्ही त्याच्या खुनाशी संबंध जोडलात?”

“इतकं का पोलीसखातं वेडं आहे?”

“मग सर्वसाक्षीचा संशय कसा आला तुम्हाला?”

“खुनी हत्यार! या खुनी हत्याराशी तुझ्या क्लायन्टचा फार जवळचा संबंध आहे.”

“कोणतं हत्यार वापरण्यात आलं होतं?”

“भाजी चिरायची नवीकोरी सुरी.”

“वेल, आय वन्डर! ती सुरी म्हणजे एखादी पतिव्रता स्त्री समजलास

काय तू की, जिचा वापर इतर कोणी केला, तर तिची धार बोथट व्हावी?''

''तुझा मुद्दा विचारात घेण्यासारखा आहे; पण एका प्रश्नाचं उत्तर दे मला. सर्वसाक्षीनं खून केला नसेल, तर तो अटक करताना कुठे असायला हवा होता?''

''केव्हा अटक केलीत तुम्ही त्याला?''

''सकाळी पाच वाजता.''

''मग तुम्ही त्याला त्याच्या स्टुडिओत अटक केली असणार!''

''नाही. आम्ही त्याला खंडाळ्याच्या 'सनसेट इन' मध्ये अटक केली! पळून चालला होता तो. आता तूच सांग अमर, या सर्वसाक्षीच्या ब्लॉकमध्ये खून झालाय. सर्वसाक्षी खंडाळ्याला जाण्याबद्दल कोणतंही तर्कशुद्ध स्पष्टीकरण करू शकत नाही. खून त्याच्या सुरीनं झालाय! का अटक करू नाही आम्ही त्याला?''

''राइट मूव्ह.'' मंदपणे हसत अमर म्हणाला.

''इतकी माहितीसुद्धा मी तुला सांगितली नसती; पण...''

''उगाच इम्प्रेशन मारायचा प्रयत्न करू नकोस. जी माहिती संध्याकाळच्या बुलेटिन्समध्ये छापली जाणार आहे, तेवढीच सांगितलीयस तू!''

''बरोबर आहे अमर. त्यापेक्षा मी जास्त सांगूही शकणार नाही; पण ही माहिती मिळवण्याकरता तुला एकतर गोल्डन डिटेक्टिव्ह एजन्सीची माणसं हायर करावी लागली असती, पैशांचा आणि वेळेचा अपव्यय झाला असता, किंवा त्यासाठी तुला बातमी पेपर आउट होईपर्यंत थांबावं लागलं असतं. खुनाच्या केसमध्ये वेळेला फार महत्त्व असतं, हे मी तुला सांगायला नकोच!''

''थँक यू व्हेरी मच, इन्स्पेक्टर.'' अमर उपरोधानं म्हणाला, ''मी माझ्या क्लायन्टला भेटू शकतो काय?''

''जरूर. आम्ही त्याच्या मूलभूत हक्कांवर कधीच गदा आणणार नाही!''

पाचच मिनिटांत अमरला व्हिजिटर्स रूममध्ये आणून सोडण्यात आलं. ती एक बिनडोक्याची लंबुळकी खोली होती. बाहेरच्या बाजूनं आत

जायला एक दरवाजा होता. दरवाजापासून तीन फूट उंचीची भक्कम भिंत सुरू होत होती. त्यावर भक्कम लोखंडी जाळी होती. त्यामुळे खोलीचे शेवटपर्यंत दोन भाग पडत होते.

आत येताच मागचा दरवाजा बंद झाला. अमरची अनुभवी शोधक नजर व्हिजिटर्स रूमवरून फिरली. या वेळी आरोपीचा वकील कोण, ते न समजल्यामुळे ब्रिजनं कुठे मायक्रोफोन लपवला असण्याची शक्यता कमी होती; पण खुनाची केस होती. सावधगिरी बाळगणं योग्य होतं.

कुठे काही नाही ह्याची खात्री पटताच अमर खुर्ची जाळीपाशी ओढून बसला. दोन मिनिटांत पलीकडच्या कंपार्टमेंटचं दार उघडलं गेलं. सर्वसाक्षी आत येताच पुन्हा लावलं गेलं. आपल्याला कुठून कुठे आणि कशाकरता नेण्यात आलं, ह्याची त्याला कल्पनाच नसावी. त्यामुळे जाळीपलीकडे अमर दिसताच त्यानं चटकन कपाळावर हात मारून घेतला!

"संपलंच! तुम्हीच तुरुंगात अडकलात, तर मला काय सोडवणार तुम्ही?" त्याच्या दिशेनं येत तो वैतागानं पुटपुटला. त्याचा असा काही समज होईल, असं अमरला वाटलं नव्हतं. त्यामुळे तो तसं उद्वेगानं म्हणताच अमर जोरजोरात हसायला लागला.

"हसता काय? तुम्हाला गंमत वाटत असेल ही. मला नाही वाटत!"

"बसा, सर्वसाक्षी." हसण्यावर ताबा ठेवून अमर म्हणाला, "परिस्थितीच्या गांभीर्याची तुम्हाला कल्पना नाही अजून."

"कशी असणार?" तो इन्स्पेक्टर काहीच सांगायला तयार नाही! त्याला लाचच हवी असेल, तर.."

"शटअप, यू फूल! तुम्हाला खुनाच्या आरोपाखाली पकडण्याचा प्रयत्न आहे हा!" अमर खवळून म्हणाला, "आत्ता पुराव्याअभावी तुम्हाला संशयावरून अटक केलेली आहे. पुरावे गोळा झाले, की तुमच्यावर खुनाचा आरोप ठेवून रीतसर खटला भरला जाईल."

सर्वसाक्षी जाम टरकला ते ऐकून. त्याची दातखीळ बसायची वेळ आली.

अर्थात, तो नाटक करत नसेल तर!

नुसताच मटकन खाली बसला तो!

"सर्वसाक्षी, आपल्याजवळ वेळ कमी आहे. तुम्ही जर खून केलेला नसेल, तर तुम्हाला नक्की सोडवेन मी. तुम्ही फक्त गळाठून जाऊ नका. विचारलेल्या प्रश्नांची खरी खरी उत्तरं द्या!"

सावरण्याकरता सर्वसाक्षीला फार प्रयत्न करावे लागले होते; पण शेवटी तो नॉर्मलला आला एकदाचा.

"हे बघा, आता मी तुम्हाला एकदाच वॉर्निंग देणार आहे. त्यानंतर फक्त तुम्ही बोलत राहाल. शेवटी मी शंका असतील, तरच विचारीन. मला काय घडलं, ते सविस्तर हवं आहे आणि त्यातला एक शब्दही खोटा नकोय. खोटं बोलू नका, काहीही लपवायचा प्रयत्न करू नका. मनचं सांगू नका. घटना सांगताना अत्यंत किरकोळ वाटणारी घटनाही टाळू नका! लक्षात ठेवा, तुमच्या जीवन-मृत्यूचा प्रश्न आहे हा! काही संधी असेलच, तर मला प्रयत्न करता येतील. आत्ता तुम्ही खोटं बोललात, काही लपवलंत तर... या जगातले आपले शेवटचे काही दिवस उरलेत, असं खुशाल समजा! डू यू अन्डरस्टॅन्ड? नाउ स्टार्ट. बी ब्रीफ, बी ॲक्युरेट ॲंड बी क्विक!"

सर्वसाक्षीनं चेहऱ्यावरचा घाम टिपला. जागच्या जागी सावरून बसत त्यानं बोलायला सुरुवात केली.

"काल रात्री दहाच्या सुमाराला मला मोहनलाल शर्मा नावाच्या नेहमीच्या गिऱ्हाइकाचा फोन आला. फोनवर त्यानं मला सांगितलं, की पुण्याच्या नॅशनल लॉजमध्ये टी. रंगाचारी नावाचा एक बेंगलोरचा आर्ट-डीलर उतरलाय. त्याच्याजवळ 'वंडर ट्वेल्व्ह'पैकी 'गॉड्'स विसडम' नावाचं एक वंडर आहे. उद्या सकाळी तो बेंगलोरला जाणार आहे. जाण्यापूर्वी त्याला ते चित्र येईल त्या किमतीला विकायचं आहे! मी ताबडतोब जाऊन तो सौदा केला, तर शर्मा ते पंचवीस हजारांना विकत घ्यायला तयार होता.

"म्हणून मी माझ्या ट्रॅव्हल-लाइटमध्ये एक सूट भरला. कॅशबॉक्समधले पाच हजार रुपये आणि चेकबुक घेतलं आणि उशीर व्हायला नको म्हणून लगेचच कार बाहेर काढली.

''तर खंड्याळ्याला कारचं टायर पंक्चर झालं! चार माणसं गोळा करून कार सर्व्हिस स्टेशनला सोडून मी रात्री एकच्या सुमाराला सर्व्हिस स्टेशनसमोरच्या 'सनसेट इन'मध्ये रूम बुक केली. पुण्याच्या 'नॅशनल हॉटेल अँड लॉजिंग-बोर्डिंग'ला फोन लावून टी. रंगाचारी नावाच्या माणसाला सकाळी डिटेन करून ठेवण्याबद्दल सूचना दिली.

''तुम्हाला खोटं वाटेल विश्वास; पण टी. रंगाचारी किंवा या नावाशी साधर्म्य असलेला, बेंगलोरचा एकही प्रवासी त्या लॉजला नव्हता! त्या दिवशीच काय, तीन दिवसांत तसा कोणी आर्ट-डीलर नॅशनलला उतरला नव्हता!

''अर्थातच शर्माला मिळालेली इनूफर्मेशन चुकीची आहे, हे लक्षात घेऊन मी पुण्याला जाणं कॅन्सल केलं. पंक्चर निघालं की सकाळी आरामात मुंबईला निघावं, असा विचार करून मी झोपी गेलो. तर पहाटे साडेचार-पावणेपाचच्या सुमाराला मला इनच्या नोकरानं उठवलं. माझ्याकडे कोणीतरी आलं होतं!

''गेस्ट-रूमला, येतो तर तिथे मॅनेजरसमोर एक इन्स्पेक्टर आणि दोन पोलीस! त्यांनी फक्त 'तुम्ही ईश्वर सर्वसाक्षी का?' असं विचारलं. मी 'हो' म्हणताच कोणत्याही प्रश्नांना उत्तर देण्याला नकार देऊन मला त्यांच्याबरोबर बॉम्बेला आणलं. मी पोलीसकारमध्ये होतो. एक पोलीस माझी कार चालवत होता.

''त्यांनी मला थेट इथेच आणलं! मग त्या ब्रिज नावाच्या इन्स्पेक्टरनं माझी एकान्तात गाठ घेऊन माझ्यावर अनेक असंबद्ध प्रश्नांचा भडिसार केला. विश्वास, मी हार्टचा पेशन्ट वगैरे नाही; पण तुम्ही येईपर्यंत त्याला थोपवून धरता यावं म्हणून मी त्याला तसं सांगितलं आणि 'मेलो तर तुम्हीच मारलंत', असं ओरडेन म्हणून धमकी दिली!

''दोन तास मी त्याला सांगत होतो, माझ्या वकिलांना मला फोन करू द्या. शेवटी खंडाळ्यापासून भुणभुण केली, तेव्हा मला आठ वाजता परवानगी दिली त्यानं!''

''ईश्वर, तुम्हाला कोणत्या गुन्ह्याच्या संदर्भात अटक केली, ते खरंच

माहीत नव्हतं तुम्हाला?''

"तुम्ही सांगितल्यावर समजलं मला ते!''

"ठीक आहे. तुम्ही खून केला आहे?''

"हॅ!... काहीतरीच का ऽ य! स्टुडिओत एकदा उंदीर घुसला होता, तर इतकी पळापळ केली होती की, दोन-अडीचशे रुपयांचं सामान तुटलं माझं!''

"मला शर्माचा पत्ता द्या.''

त्यानं खुणांनीच तोंडी पत्ता समजावून दिला. त्याची डायरी ब्रिजच्या ताब्यात होती.

"आता लक्षात ठेवा, सर्वसाक्षी,'' निघण्यासाठी उठत अमर गंभीर स्वरात म्हणाला, "ब्रिज तुमच्यावर निरनिराळे प्रयोग करेल. हजारो प्रश्न विचारून भंडावून सोडेल. धमक्या देईल. फासावर लटकताना माणसाला किती वेदना होतात, त्याचं अंगावर शहारे आणणारं वर्णन करेल. जन्मठेप झाली की, माणसाचे किती हाल होतात, तो सुंदर बाह्य जगाला मुकतो, कित्येक दिवसांत सूर्याची उन्हं दिसतसुद्धा नाहीत... वगैरे वगैरे तुमच्या मनावर ठसवेल. तुरुंगातले एक से एक भयानक कैदी, त्यांचीच इतर कैद्यांना मिळणारी क्रूर वागणूक, नि:सत्त्व अन्न... सगळं तुमच्या डोळ्यांसमोर उभं करेल! शेवटी, तुम्ही खरं बोललात, तर तुम्हाला सोडून देऊ, तुम्ही गुन्हा केलेला नाही, फक्त तुमचा कबुलीजबाब पाहिजे, असं आमिष तुम्हाला दाखवेल! काय उत्तर द्याल?''

"मी त्याला सांगेन, मसणात जा!''

"हं! असं काहीतरी विचित्र उत्तर देऊ नका! त्याला हरामखोर वगैरे म्हणू नका. त्यानं काहीही सांगितलं, तरी मनावर परिणाम होऊ न देता ऐकून घ्या. प्रश्न विचारले, तर 'या प्रश्नांची उत्तरं माझ्या वतीनं माझे वकील देतील', असं सांगा. कोणताही प्रश्न असला तरी उत्तर कोणतं?''

"या प्रश्नाचं उत्तर माझे वकील देतील!''

"तुम्ही लग्न केलं आहे का?''

"या प्रश्नाचं उत्तर माझे वकील देतील.''

"नाइस. जमेल?"

"या प्रश्नाचं..."

"अं हं. मीच विचारतोय."

"असं करण्यावर माझं आयुष्य अवलंबून आहे ना?"

"सेन्ट परसेंट."

"तर मग जमेल!"

"तुम्ही खोटी माहिती दिलेली असली किंवा माझ्या सूचना तंतोतंत पाळल्या नाहीत, तर... गॉड मे ब्लेस यू!" अमर म्हणाला आणि त्यानं इन्टरव्ह्यू संपल्याची खूण म्हणून रूममधली बेल दाबली.

तो बाहेर आला, तेव्हा ब्रिज आरामात पेपर वाचत बसला होता. अमरला त्यानं बसण्याची खूण केली.

"तशी थोडीफार माहिती आणखीन मिळाली मला. ऐकायचीय?"

"मेहरबानी होईल!"

"सर्वसाक्षीच्या डायरीत मोहनलाल शर्मा नावाच्या माणसाचा पत्ता मिळाला. त्या संदर्भात तुझा क्लायन्ट काही बोलला तुझ्याशी?"

"कॉन्फिडेन्शिअल!"

"असू देत. मी मोहनलाल शर्माकडे माणूस पाठवला होता. गेल्या महिन्याभरात आजारपणामुळे त्यानं म्हणे सेन्ट जॉर्ज हॉस्पिटल सोडलेलंच नाही! त्यामुळे कालच्या डेटला सर्वसाक्षीच्या डायरीत कोणत्याही संदर्भात त्याचं नाव येऊ शकत नाही! शर्माच्या संबंधात तो कालच्या तारखेची जी माहिती सांगेल, ती सर्व त्याच्या विरुद्ध वापरली जाणार आहे!"

"आणखी काही?"

"बिटू भाटीशी फोनवर बोललो मी. तो स्वत: आणखी माहिती देणार आहे! पण त्याच्याशी फोनवर जे बोलणं झालं, त्यावरून तरी सर्वसाक्षीला प्रशांतचा खून करायला पुरेसं कारण होतं, असं वाटायला लागलंय!"

बिटू भाटीचं नाव निघताच अमरचा चेहरा गंभीर झाला. ईश्वरला नेस्तनाबूद करण्याची ही सुवर्णसंधी भाटी कधीच सोडणार नव्हता!

"आणखी काही माझ्यापर्यंत पोचवावं, अशी इच्छा आहे?''

"नाही, पण तुला एक सांगून ठेवतो. एक-दोन दिवसांत त्याच्यावर मी फर्स्टडिग्री मर्डरचा आरोप ठेवतोय!''

"ऑल द बेस्ट.'' खुर्चीतून उठत अमर म्हणाला. तडक बाहेर पडला.

तो घरी आला. गोल्डी आणि मोहिनी त्याची वाट बघत होते.

"प्रशांत सिद्धचा फोन आला नाही हं अमर अजून.'' तो कपडे बदलून येताच मोहिनी म्हणाली. "त्यानं बहुतेक गुंगारा दिला!''

"त्यानं सगळ्यांनाच गुंगारा दिलाय, मोहिनी. प्रशांतचा खून झालाय. त्या खुनाच्या आरोपाखालीच सर्वसाक्षीला अटक झाली आहे!'' अमर सिगार शिलगावत म्हणाला.

दोघंही अक्षरशः उडाले, ती बातमी ऐकून!

"काय, झालं तरी काय?'' गोल्डीनं विचारलं.

अमरनं त्यांना सगळी हकिकत सांगितली.

"ह्याचा अर्थ अमर, माझी विश्रांती पूर्णपणे संपली!'' गंभीर स्वरात गोल्डी म्हणाला. अमरनं होकारार्थी मान हलवली.

खरं होतं ते! अमरच्या प्रत्येक केसमधलं संपूर्ण तपासाचं काम गोल्डीची 'जी. डी. ए.' करत आली होती.

जवळजवळ पंधरा-वीस मिनिटं शांततेत गेली. प्रत्येकजण आपापल्या परीनं या लेटेस्ट डेव्हलपमेंटचा विचार करीत होता.

"तू ही केस हरणार आहेस!'' शेवटी गोल्डीनं शांतपणे शांततेचा भंग केला.''

"ब्रिजदेखील असंच म्हणत होता.''

"कोणताही शहाणा माणूस तसंच म्हणेल. मी तर म्हणतो, तू ही केस स्वीकारून तुझं रेप्युटेशन खराब करून घेऊ नकोस.''

अमर काही न बोलता नुसता ॲश-ट्रेशी चाळा करीत बसून राहिला.

"मलाही वाटतंय अगर, प्रशांतचा खून सेंट परसेंट सर्वसाक्षीनंच केलाय.'' मोहिनीने गोल्डीची री ओढली.

"कशावरून?'' अमरनं अगदी बथ्थड विद्यार्थ्याप्रमाणे प्रश्न विचारला.

"कशावरून?'' गोल्डीनं आश्चर्यानं विचारलं. "हे बघ अमर, तुझी 'अशीलभक्ती' आमच्या सर्वांच्याच परिचयाची आहे; पण अशिलाला वाचवण्याकरता नो-लिमिट रिस्क घेण्यालाही काही मर्यादा आहेत.

" 'वंडर ट्वेल्व्ह' प्रकरण एव्हाना जगजाहीर झालंय. त्यातले 'द लाइफ' हे चित्र ओरिजिनल असण्याची शक्यता आहे, तेवढीच ते इमिटेशन असण्याची शक्यताही नाकारता येणार नाही. इतके दिवस दिग्विजयी ठरलेली 'वंडर ट्वेल्व्ह' आता हुबेहूब काढता येतात, हे प्रशांत सिद्धनंच काल तुला चॅलेंजवर सांगितलं होतं.

"समजा, ते चित्र प्रशांतनं कॉपी केलेलं होतं, तर तो केव्हाही ते सिद्ध करू शकला असता. कदाचित त्या चित्राचं रहस्य बिटू भाटीलाही माहीत असावं. प्रेषितनं केस केली तरी प्रशांतकडून खरं वदवून धेऊन प्रेषितची केस निकालात काढता येईल व त्याच केसचा ग्रँड स्टँड करून प्रेषितकडून नुकसानभरपाई मागता येईल, हे गृहीत धरूनच भाटीनं प्रेषितला ही परिस्थिती निर्माण करून दिली असण्याची शक्यताही आपण नाकारू शकत नाही.

"प्रशांतनं तुझ्या क्लायंटला ते चित्र स्वस्तात विकलं असावं किंवा कोणामार्फत विकलं असावं. समज, प्रशांतनंच ते त्याला विकलं असेल, तर निर्माण झालेल्या परिस्थितीचा फायदा घेऊन तो सर्वसाक्षीला ब्लॅकमेल करू शकतो! आणि दुसऱ्यामार्फत विकलं असेल, तरी परिस्थितीत फरक पडण्याचं कारणच नाही!

"तसं घडलं असावं असं गृहीत धरलं, तर सर्वसाक्षी चांगलाच अडकतो! एका बाजूनं प्रेषितनं प्रेस कॉन्फरन्स बोलावून चित्राबद्दल खात्री करून बिटू भाटीविरुद्ध केस केलेली; दुसऱ्या बाजूनं प्रशांत ते चित्र इमिटेशन सिद्ध करण्याचा दम देतोय! प्रेषितला केस करू नका, असं सांगणं शक्य नाही. केस केली तर तिचा परिणाम सर्वसाक्षीच्या रेप्युटेशनवर होणार! अशा परिस्थितीत एकच गोष्ट करता येणं शक्य आहे, अमर.''

"ते चित्र ओरिजिनल नसल्याचा एकमेव पुरावा नष्ट करणं! आणि सर्वसाक्षीनं एक्झॅक्टली तेच केलं आहे. त्यानं बोलणी करण्याकरता म्हणून

प्रशांतला आपल्या घरी बोलावलं असावं. त्याचा खून करून तो पळून गेला असावा. त्याच्या दुर्दैवानं खून फार लवकर लोकेट झाला. तो अडचणीत सापडल्यामुळे खंडाळासुद्धा ओलांडू शकला नव्हता तेव्हा. ब्रिजनं त्याला पळून जातानाच अटक केली!''

''गोल्डी, ही थिअरी तू दीक्षितांना सांगितलीस, तर ते तुला डोक्यावर घेतील!'' अमर शांतपणे म्हणाला.

''थोडक्यात म्हणजे, ती तुला पटलेली नाही!''

अमरनं मंदपणे मान डोलावली.

''का? न पटण्यासारखं काय आहे त्यात?''

''तुझ्या थिअरीप्रमाणे हा प्री-प्लॅन्ड खून आहे, गोल्डी. अशा वेळी सर्वसाक्षी खुनाशी शक्यतो आपला संबंध येऊ नये म्हणून प्रयत्न करेल, का स्वत:च्याच ब्लॉकमध्ये प्रशांतला बोलावून पोलिसांची संशयी नजर आपल्याकडे मुद्दाम वेधून घेईल? त्यानं खून केला असता, तर पोलिसांना सापडण्याकरता तो स्वत:च्या कारनं गेला नसता! जाण्यापूर्वी त्यानं सगळं पॅक-अप केलं असतं. बँक बॅलन्सेस साफ केले असते.''

''ओ. के.! दीक्षित या थिअरीत थोडा बदल करतील! सर्वसाक्षीनं प्रशांतला वाटाघाटी करण्याकरता ब्लॉकवर बोलावून घेतलं. मनासारखी बोलणी होईनात, प्रशांतचा खून केला!

''अं हं! मग ही फर्स्ट-डिग्री मर्डर केस होणार नाही! ब्रिज तर त्याच्यावर फर्स्ट-डिग्री मर्डरचा आरोप ठेवतोय. नो, इट्स नॉट दॅट मच सिंपल, गोल्डी.''

''मग ही तुझी थिअरी काय आहे?''

''माझी विचारांची दिशाच अजून पक्की होत नाहीये! पण...''

''पण सर्वसाक्षी निर्दोष आहे, हे तुला ठामपणे पटलेलं आहे, असंच ना?''

''होय.'' अमर हट्टीपणानं म्हणाला, ''खुनाच्या केसमध्ये उघडउघड दिसणारे पुरावे कायम फसवे असतात, गोल्डी. खूप विचार केल्यानंतर लिंक्स जुळत जातात. शेवटी निष्पन्न होतं, ते फारच अनपेक्षित असतं!

आपण नेहमी पुराव्यांच्या दृष्टिकोनातून केसकडे पाहतो आणि फसतो! त्यापेक्षा आपल्या दृष्टिकोनातून पुराव्याकडे पाहिलं, तर त्यांचा खरा अर्थ कळतो.

"आता, ब्रिजचं किंवा तुझंच बघ. उपलब्ध पुराव्यावरून तुम्ही दोघांनीही सर्वसाक्षीला खुनी मानून स्वत:च्या विचारशक्तीचं स्वातंत्र्य हिरावून घेतलं आहे. विचारसरणी सदोष झाली आता तुमची. सर्वसाक्षीभोवतीच तुमचे विचार फिरत राहणार. त्यांना नवीन दिशा मिळणार नाही."

"बोलायला तू आवरायचा नाहीस; पण सर्वसाक्षीच खुनी आहे, हे तुलाही मान्य करावं लागेल या वेळी!"

अमर गूढपणे हसला.

"का? हसलास का अमर?" गोल्डीनं जरा तडकून विचारलं.

"काही नाही. तू कामाला लाग, गोल्डी."

"पण तू हसलास का?"

"पोलिसातले तुझे कॉन्टॅक्ट्स वापर. खुनाच्या उपलब्ध पुराव्यांच्या संदर्भात जेवढी माहिती मिळवता येईल, तेवढी मला हवी आहे."

"तू हसलास का, ते सांग आधी!"

"खुनाच्या वेळी तनुजा वास्वानी, बिटू भाटी आणि सूर्यकांत प्रेषित कुठे होते? त्यांच्यापैकी कोणाला इमिटेशनबद्दल माहिती होती का? असलीच तर ती पहिल्यापासून होती, का नंतर मिळाली? त्यांच्या माहितीचे सोर्सेस कोणते?... सगळे डीटेल्स मला केस स्टँड होण्यापूर्वी मिळायला हवेत."

"तू ज्या अर्थी सांगायचं टाळतोस, त्या अर्थी तू उगाच हसलेला नाहीस अमर. जोपर्यंत तू त्यामागचं कारण सांगत नाहीस, तोपर्यंत मी तुझं काम स्वीकारत नाही!" अडून बसत गोल्डी म्हणाला.

"सांगू...? गोल्डी, मी मघाशी सदोष विचारसरणीबद्दल म्हणालो. उदाहरण लगेच दिसलं, म्हणून हसलो मी."

"का? काय झालं?"

"तू सांगितलेली थिअरी थोऽडीशी बदलून सूर्यकांत प्रेषितला लागू पडते, असं तुला नाही वाटत?" अमरनं हसऱ्या चेहऱ्यानं विचारलं, तसा गोल्डी चमकला.

“आणि ‘द लाइफ’ ओरिजनल असेल, तर बिटू भाटी प्रशांतला त्या चित्रांचं इमिटेशन करायला सांगून, इमिटेशनच खरं आहे, प्रशांतचं इमिटेशन प्रेषितकडे आहे, असा भास नाही निर्माण करू शकत?”

‘द लाइफ’ चं ओरिजनल प्रेषितकडं आहे, असं गृहीत धर, गोल्डी. सगळा व्ह्यूच बदलतो.”

“यू आर राइट, सर!” सलाम करत गोल्डी म्हणाला.

मोहिनी कौतुकानं अमरकडे पाहत होती.

◆◆◆

सहा

"युवर ऑनर, एकंदर हकिगत विचारात घेतली, तर खुनाची संपूर्ण पार्श्वभूमी आपल्याला स्पष्टपणे समजून येते." बॅ. दीक्षित शांत स्वरात म्हणाले. त्यांनी कोर्टात खटला ऐकायला आलेल्या माणसांवरून आपली नजर फिरवली.

एकमेकांचे श्वास एकमेकांच्या शरीराला स्पर्शून जातील, इतकं कोर्टाचं आवार माणसांनी फुललं होतं; पण जिवंतपणाची सूक्ष्मशी हालचाल दिसत नव्हती कुठं! सगळे कसे स्पेल-बाउंड झाल्यासारखे स्तब्ध. कान सरकारी वकिलांच्या प्रास्ताविकाकडे मग्न. नजरा कधी त्यांच्यावर खिळलेल्या, तर कधी आरोपीवर. जज केसर अंतर्मुख झाल्यासारखे स्तब्ध. अमरची हसरी निळी नजर ऑडियन्समधल्या गोल्डीवर क्षणभर स्थिरावली. तो मंदपणे हसला. एक्झॅक्टली त्याचीच थिअरी उचलली होती दीक्षितांनी!

"आरोपी ईश्वर सर्वसाक्षीनं राजा चंद्रवर्म्याचं जे चित्र ओरिजिनल म्हणून वीस हजार रुपयांना विकलं होतं, ते ओरिजिनल नसून इमिटेशन होतं आणि ते सिद्ध करू शकेल, असा एकच माणूस होता– मयत प्रशांत सिद्ध.

"चित्र इमिटेशन आहे, हे सूर्यकांत प्रेषितला समजल्यावर प्रेषितांचे वीस हजार तर सर्वसाक्षींना परत करावे लागले असतेच; पण शिवाय फसवणुकीचा आरोप ठेवून त्यांनी सर्वसाक्षीवर केस

केली असती. आर्ट-फील्डमध्ये आजपर्यंत आर्ट-डीलर म्हणून जे रेप्युटेशन होतं, ते क्षणात धुळीला मिळालं असतं. तोंड दाखवायला जागा उरली नसती कुठे!

''युवर ऑनर, हा दुर्धर प्रसंग ओढवू नये म्हणून आरोपीनं मयत प्रशांत सिद्धची एकांतात गाठ घेण्याचं ठरवलं. प्रशांतचं मन वळवून प्रेषितांना विकलेलं चित्र ओरिजिनल आहे, अशी साक्ष त्यानं द्यावी म्हणून तो प्रयत्न करणार होता; पण या गोष्टीला प्रशांत तयार होईलच, अशी त्याला खात्री नव्हती. म्हणून त्या परिस्थितीचाही त्यानं विचार करून ठेवला होता.

''ठरल्याप्रमाणे या महिन्याच्या २१ तारखेला प्रशांत आरोपीला भेटायला गेला. त्यांच्यात काय बोलणी झाली, ते समजणं शक्य नाही; पण ती आरोपीच्या मनाप्रमाणे झाली नाहीत, हे मात्र निश्चित. आणि त्यातूनच स्फोटक वातावरण निर्माण झालं, आरोपीनं खुनी हत्यार म्हणून भाजी चिरण्याची विकत घेतलेली नवीकोरी सुरी प्रशांतच्या छातीत खुपसली आणि त्याला अशा तऱ्हेने भीषण मृत्यू आलेला पाहताच आरोपी गलितगात्र झाला. त्याच्या मनातल्या त्वेषानं भीतीला स्थान दिलं. कायद्यापासून दूर राहण्याकरता तो पळून गेला.

''युवर ऑनर, पुनरुक्तीचा दोष स्वीकारून मी एक गोष्ट कोर्टाच्या नजरेला आणू इच्छितो. इज्जत आणि कीर्तीकरता, बेइज्जत आणि अपकीर्तीला घाबरून प्राणार्पणं झाली आहेत, आजही होतात. जोपर्यंत समाज ही संस्था अस्तित्वात आहे, तोपर्यंत होत राहणार! पण ही स्व-प्राणार्पणाची उदाहरणं आहेत. स्वत:ची कीर्ती स्वत:च्या प्राणांहून अधिक मानणाऱ्या माणसाला समाज स्वाभिमानी म्हणून गौरवतो. स्वत:ची कीर्ती– ज्याला आपण इथे रेप्युटेशन म्हणत आहोत- 'दुसऱ्यां'च्या प्राणांहून अधिक मानण्याचा हा जगावेगळा प्रकार खरोखरच मानवजातीला लांच्छनास्पद आहे!

''आरोपीचे वकील माझे सहकारी मित्र बॅ. अमर विश्वास ह्यांच्या प्रास्ताविकानंतर मी प्रॉसिक्युशनतर्फे साक्षीपुरावे कोर्टासमोर आणीन. ह्या साक्षीपुराव्यांमार्फत मी सांगितलेली हकिकत सत्य आहे, प्रशांत सिद्ध या तरुण चित्रकाराचा खून होण्यासारखी परिस्थिती निर्माण झाली होती, ईश्वर

सर्वसाक्षी हे पवित्र नाव धारण करून अगम्य विरोधाभास निर्माण करणाऱ्या आरोपीला आणि केवळ आरोपीलाच खून करण्याचं कारण व संधी उपलब्ध होती, त्या संधीचा फायदा घेऊन, केवळ स्वत:चा पैसा व रेप्युटेशन वाचवण्याकरता त्यानं प्रशांत सिद्धसारख्या जगन्मान्य, हरहुन्नरी कलाकाराचा खून करून साऱ्या कलावंत जातीलाच काळिमा फासला आहे, मी हे सिद्ध करणार आहे.

"दॅट्स ऑल युवर ऑनर, अँड थँक यू व्हेरी मच!"

बॅ. दीक्षितांनी ह्या वेळी प्रास्ताविक भाषण फारच मुद्देसूद, रेखीव आणि परिणामकारक केलं होतं, यात शंका नव्हती. जज् केसरांसह सर्वांवर त्यांच्या भाषणाची छाप पडली होती.

आणि ईश्वर सर्वसाक्षीचं हे रेखाटलेलं काळं चित्र अमरला बदलून टाकायचं होतं; पण...

त्याच्या हातात रंगच काय, साधा ब्रशदेखील नव्हता!

"युवर ऑनर" मनातल्या शंका-कुशंका बाजूला सारत तो शांतपणे म्हणाला, "सरकारी वकिलांनी कोर्टासमोर आरोपीचं कॅरॅक्टर असं काही रंगवलं आहे, की आरोपीचं वकिलपत्र स्वीकारून आपणही मानवजातीला काळिमा फासत आहोत, असं मला देखील क्षणभर वाटलं!

"सरकारी वकिलांनी रंगवलेली परिस्थिती आणि वास्तवात जमीन-आसमानाचा फरक आहे हे मला माहीत नसतं, तर त्यांच्या वक्तृत्वानं माझीही दिशाभूल झाली असती. परंतु सुदैवानं मला सत्य माहीत आहे. म्हणूनच मी सरकारी वकिलांच्या भाषणातून मिळालेलं सुप्त आव्हान स्वीकारीत आहे!

"दॅट्स ऑल युवर ऑनर, अँड थँक यू व्हेरी मच!"

जणू काही केसमधली सीक्रेट कार्ड्स आपल्या हातात आहेत आणि दीक्षितांची सगळी बडबड शेवटी मूर्खपणाची ठरणार आहे, अशा थाटात अमरनं ते छोटंसं प्रास्ताविक संपवलं. त्याच्या बोलण्यातल्या शब्दाशब्दात इतका जबरदस्त उपहास आणि आत्मविश्वासानं चॅलेज घेतोय म्हटल्यावर जजही थोडेसे भारावले. दीक्षितांनाही गोंधळल्यासारखं झालं.

“तुम्हाला अजून काहीच माहीत नाही दीक्षित!” त्यांच्या जवळून पुढे सरकताना तो पुटपुटला. त्याचं ते पुटपुटणं इतकं अस्पष्ट होतं, की तो नक्की काही बोलला, हे दीक्षितांनाही सांगता नसतं आलं; पण शब्द तर त्यांनी ऐकले होते!

त्याच्या वाक्यानं मनात निर्माण होणारी अस्वस्थता परिश्रमानं धुडकावून लावत दीक्षित उभे राहिले. त्यांनी एकदा तुळतुळीत टकलावर जमा झालेला घाम रुमालानं टिपला. अमरकडे पाहायचं टाळून त्यांनी कोर्टाला अभिवादन केलं.

दीक्षित हुशार होते. त्यांचं जजमेंट ग्रॅंड होतं. आपल्या बुद्धिचातुर्यानं बऱ्याचदा ते अमरला खोडा टाकत; परंतु थोडासा संशय आला, तरी अस्वस्थ होणं, हा त्यांचा स्थायिभाव होता. त्यामुळे त्यांच्याकडे पाहून कोणी शेजारच्या माणसाच्या कानात पुटपुटलं किंवा त्यांनी एखादा महत्त्वाचा मुद्दा मांडल्यावर आरोपीचा वकील छद्मीपणानं हसला, तरी ते अस्वस्थ व्हायचे. आपलं काहीतरी चुकतंय, असं त्यांना वाटायला लागायचं आणि एकदा कॉन्फिडन्स गेला, की त्यांची मांडणी डळमळीत व्हायला लागायची. समोरच्या माणसावर जाम भडकायचे ते. भडकले की तोल गेलाच!

अमरला त्यांच्या या अस्वस्थ होण्याचा कित्येक केसेसमध्ये फायदा मिळाला होता. किंबहुना, दीक्षित किती अप्-सेट होतात, ह्यावर त्याचं यश बरंचसं अवलंबून असायचं. त्यांचे मुद्दे विस्कळीत झाले, की त्या पार्श्वभूमीवर अमरचे सामान्य मुद्देसुद्धा भाव खाऊन जायचे!

गंमत म्हणजे दीक्षितांना हे सगळं समजत होतं; पण प्रयत्न करूनही मनाचा तोल राखणं त्यांना जमत नव्हतं. उलटपक्षी, अमर आपल्या अस्वस्थपणाचा फायदा करून घेतो, हे लक्षात आल्यापासून ते आणखीनच तडकायला लागले होते.

“सरकारी वकिलांनी प्रॉसिक्युशनचे साक्षीदार बोलवावेत.” जजनी गंभीर स्वरात हुकूम सोडला.

“सूर्यकांत प्रेषित.” दीक्षितांनी आपला साक्षीदार जाहीर केला. तसा सूर्यकांत विटनेस-रूममधून कोर्ट-रूममध्ये आला. दीक्षितांनी खूण करताच त्यानं स्टॅंड घेतला. शपथविधी पार पडला.

सुरुवातीला सूर्यकांतनं दीक्षितांच्या प्रश्नांच्या अनुषंगानं स्वत:बद्दलची माहिती सांगितली. दीक्षितांनी त्यात त्याचं वय, राहण्याचं ठिकाण, व्यवसाय इ. सर्व मुद्दे कव्हर केले होते.

‘‘मि. प्रेषित, आता मी तुम्हाला एक चित्र दाखवणार आहे. यापूर्वी ते तुम्ही पाहिलेलं असल्यास सांगा.’’

दीक्षितांनी खूण करताच ‘द लाइफ’ कोर्टात आणण्यात आलं. त्यावरचं आवरण काढताच लोकांच्या तोंडून आपोआप प्रशंसोद्‌गार बाहेर पडले. केसरही अनिमिष नेत्रांनी चित्राचं सौंदर्य टिपत होते.

‘‘हे चित्र माझ्या मालकीचं आहे. मी ते ओळखतो.’’

‘‘कुठे मिळालं हे तुम्हाला?’’

‘‘आरोपीकडून मी ते वीस हजार रुपयांना विकत घेतलं होतं.’’

‘‘चित्र विकत घेताना तुमच्या मनात चित्राच्या ओरिजिनॅलिटीबद्दल शंका होती?’’

‘‘असती तर वीस हजार रुपये मोजायला मी तयार झालो नसतो. त्या वेळीही नव्हती आणि आत्ताही नाही!’’

‘‘तुम्ही एखाद्या विशिष्ट संदर्भात बिटू भाटी नावाच्या आर्ट-डीलरवर केस करण्याच्या तयारीत होता?’’

‘‘एक मिनिट प्रेषित,’’ हात उंचावून जज केसर म्हणाले, ‘‘या प्रश्नाचं उत्तर देण्याची आवश्यकता आहे, असं मला नाही वाटत. सरकारी वकील दोन निरनिराळ्या केसेस एकत्र करताहेत. त्यांचा गोंधळ होत असावा.’’

‘‘युवर ऑनर, माझा कोणताही गोंधळ होत नाहीये. मि. प्रेषितांनी बिटू भाटीवर केस करण्याची तयारी करणे, हाच खुनाचा मूलभूत पाया आहे. माझी खात्री आहे, की हे संबंध मला फार चांगल्या तऱ्हेनं जोडता येतील.

‘‘मि. विश्वास, तुम्ही ऑब्जेक्शन घेऊ शकता.’’

‘‘नो ऑब्जेक्शन, युवर ऑनर. माझ्याही दृष्टीनं दीक्षित परफेक्ट ट्रॅकवरून चालले आहेत.’’ मंदपणे हसून अमर म्हणाला.

‘‘इफ यू हॅव नो ऑब्जेक्शन, देन इट्‌स ऑल राइट,’’ नाराजीच्या स्वरात जज म्हणाले. ‘‘मात्र दीक्षित, तुम्हाला तो संबंध जोडून दाखवावा लागेल.’’

“मी तो जोडून दाखवेन.”

“ठीक आहे. तुम्ही उत्तर देऊ शकता मि. प्रेषित.”

“पुन्हा प्रश्न विचारा.”

“तुम्ही एखाद्या विशिष्ट संदर्भात बिटू भाटी नावाच्या आर्ट-डीलरवर केस करण्याच्या तयारीत होता?

“होय.”

“केस करण्यामागचं कारण काय होतं?”

“मी राजा चंद्रवर्म्याचं ‘द लाइफ’ नावाचं दुर्मीळ चित्र खरेदी केलं होतं. हे चित्र त्यांच्या ‘वंडर ट्वेल्व्ह’ या जगप्रसिद्ध सिरीजमधलं होतं. त्या चित्राच्या संदर्भात बिटू भाटीनं ते चित्र बनावट आहे, अशा आशयाचे उद्‌गार काढले होते. सबब मी त्याला कोर्टात खेचणार होतो.”

“आत्ता तुमच्या बोलण्यात ‘द लाइफ’ म्हणून ज्या चित्राचा उल्लेख आला, ते चित्र आणि इथे कोर्टात असलेलं चित्र एकच का?”

“होय.”

“बिटू भाटीनं... फर्गेट इट. दॅट्स ऑल. यू मे क्रॉस.”

अमर सौम्यपणे हसत उभा राहिला. दीक्षितांनी कोणता प्रश्न अर्धवट सोडला होता आणि का, ते त्याच्या बरोबर लक्षात आलं होतं.

“मि. प्रेषित, तुमचं स्वतःचं असं चित्रकलेचं ज्ञान किती?”

“स्वतःचं असं ज्ञान कोणालाच नसतं! ज्ञान दुसऱ्याकडून मिळवावं लागतं. तुम्ही जन्माला आलात, तेव्हा तुमचं असं किती ज्ञान होतं वकिलीचं?”

“ठीक आहे, मी प्रश्नाचं स्वरूप थोडं बदलतो. चित्रकलेबद्दल तुम्ही किती ज्ञान मिळवलं आहे?”

“ते ‘ज्ञान’ म्हणजे काय, यावर अवलंबून आहे.”

“एखादं चित्र चांगलं किंवा वाईट, ते तुम्ही ठरवू शकता?”

“ज्याला चित्रकलेतलं काही कळत नाही, तोसुद्धा ठरवू शकतो. त्याच्यापुरतं प्रामाणिकपणे खरं असतं ते.”

“वेल, म्हणजे तुम्हाला चित्रकलेतलं कळत नाही, असं म्हणायला हरकत नाही.”

"मला चित्रकलेतलं कळतं."

"नक्की?"

"होय."

"मग त्या कळण्यालाच ज्ञान असं म्हणतात. आता उत्तर द्या. तुम्हाला चित्रकलेचं स्वत:चं असं कितीसं ज्ञान आहे?" अमरनं मिस्कीलपणे विचारलं आणि जज गालातल्या गालात हसले.

"म्हटलं तर बरंच आहे; म्हटलं तर अजिबात नाही!"

"तुम्ही स्त्री आहात का पुरुष आहात?"

"व्हॉट डू यू मीन?"

"तुमच्याबद्दल मी शंका घेत नाहीये. गैरसमज करून घेऊ नका. या प्रश्नाचं उत्तर तुम्ही स्पष्ट द्याल, तितकंच त्या प्रश्नाचं उत्तर मला स्पष्टपणे हवंय."

"चित्रकारांच्या दृष्टीनं मला काही ज्ञान नाही; कारण मी कोणत्याही आर्ट स्कूलचा विद्यार्थी नाही. मला एक रेषही मनासारखी काढता येत नाही! पण मला चित्रावर योग्य असा अभिप्राय देता येतो."

"कोणाच्याही अभिप्रायावर अवलंबून न राहता?"

"होय."

"आणि त्या अभिप्रायाशी मान्यवर व्यक्तींचे अभिप्राय जुळतात?"

"जुळतात."

" 'द लाइफ'च्या संदर्भात तुमचं मत काय?"

"ऑब्जेक्शन, युवर ऑनर!" ताडकन् उठून उभे राहत दीक्षित ओरडले. "साक्षीदार चित्रकलाक्षेत्रातली अधिकारी व्यक्ती नाही. तिचं मत विचारात घेता येणार नाही."

"ससटेनड."

"थँक यू, युवर ऑनर" हसून अमर म्हणाला अणि त्यानं काय केलं ते लक्षात येताच दीक्षित हळहळले.

त्यांनी ऑब्जेक्शन घ्यावं म्हणूनच अमरनं प्रश्न टाकला होता. नकळत दीक्षित त्याच्या ट्रॅपमध्ये शिरले होते. प्रेषितचं चित्रकलेच्या संदर्भातलं

कोणतंही मत आता ग्राह्य धरलं जाणार नव्हतं.

"मि. प्रेषित, सरकारी वकिलांचं ऑब्जेक्शन लक्षात घेता आणि त्यावर कोर्टानं दिलेला निर्णय पाहता, तुम्हाला चित्रकलेतलं काही कळत नाही, असं तुम्हाला मान्य करणं भाग आहे! ॲम् आय राइट?"

सूर्यकांत प्रेषितनं खवळून दीक्षितांकडे पाहिलं. त्यांनी आपलाच साक्षीदार पार नो-व्हेअर करून टाकला होता.

"उत्तर दिलं नाहीत, प्रेषित? उत्तर ऐकण्यासाठी माझे कान आतुर झाले आहेत!"

"इफ यू टेक इट दॅट वे, यू आर राइट!" पडेल स्वरात प्रेषित म्हणाला.

"ह्याचाच दुसरा अर्थ असा होतो प्रेषित, 'द लाइफ', जे तुमच्याकडे होतं, जे तुम्ही आरोपीकडून विकत घेतलं होतं आणि जे आत्ता कोर्टात तुमच्यासमोर आहे, ते ओरिजिनल आहे का इमिटेशन आहे, हे तुम्हाला स्वत:च्या ज्ञानानं सांगता येणार नाही."

"दॅट्स राइट."

"म्हणजेच ते ओरिजिनल असण्याची जेवढी शक्यता आहे, तेवढीच ते नसण्याचीही शक्यता आहे."

"होय."

"थँक यू व्हेरी मच, मि. प्रेषित. आता मी तुम्हाला असं विचारतो, ते चित्र इमिटेशन असल्याबद्दल तुमची खात्री केव्हा व कोणी पटवली?"

"अं?" दचकत प्रेषितनं विचारलं. काहीतरी बोलण्याकरता त्यानं तोंड उघडलं आणि त्याला हातानं गप्प राहण्याची खूण करत दीक्षित पुन्हा एकदा उभे राहिले.

"आय ऑब्जेक्ट, युवर ऑनर." अमरकडे जळजळीत नजरेनं पाहत ते म्हणाले. "द क्रॉस एक्झॅम इज इम्प्रॉपर. द क्वेश्चन इज इम्प्रॉपर, इर्‌रिलेव्हन्ट अँड इम्‌मटेरिअल.

"युवर ऑनर, आरोपीच्या वकिलांनी हा प्रश्न विचारताना चित्राबद्दल पूर्वग्रह दूषित करून घेतला आहे. चित्र इमिटेशन असल्याचं सिद्ध झालेलं नाही."

''मला वाटतं, सरकारी वकिलांची हरकत योग्य आहे, विश्वास,'' मान डोलावत जज म्हणाले.

''थँक यू, युवर ऑनर.''

''थँक यू, अॅन्ड दॅट्स ऑल.'' तुटक स्वरात अमर म्हणाला. शांतपणे जागेवर जाऊन बसला. त्याच्या प्रश्नानं योग्य ते काम केलेलं होतं.

जर चित्र ओरिजिनल नसेल, तर तसं सिद्ध होण्यात प्रेषिताचा सर्व बाजूंनी तोटा होता. असली म्हणून नकली विकत घेतल्याचा मूर्खपणा पदरात येणार होता, भाटीवरची केस फेल जाणार होती, भाटी अब्रूनुकसानीची केस करणार होता. इतकं सगळं होऊ देण्यापेक्षा एकमेव साक्षीदार असलेला प्रशांत सिद्धच मार्गातून उडवला, तर...

प्रश्नाला जोरदार हरकत घेतली जाणार, ती मान्य होणार– दोन्ही गोष्टी गृहीत धरूनही त्यानं प्रश्न विचारला होता. लिंक जज्जांच्या मेंदूपर्यंत पोचली होती! त्यांच्या गंभीर चेहऱ्यावरूनच लक्षात येत होतं ते.

हा प्रश्न विचारून अमरनं काय साधलं, ते दीक्षितांच्या आधी लक्षात आलं नव्हतं. जागेवर बसता बसता त्यांच्या ते लक्षात आलं आणि पार्श्वभागाला टाचणी टोचावी, तसे ते धडपडून उठले.

''युवर ऑनर, 'द लाइफ' हे चित्र असली आहे का नकली, हे पाहणे हा प्रॉसिक्युशनचा उद्देश नाही. त्याला आमच्या दृष्टीनं महत्त्वही नाही. आम्ही फक्त खुनाशी या चित्राचा संबंध आहे, इतकंच सिद्ध करणार आहोत.''

''तर मग हे चित्र तुम्ही एक्झिबिट करणार असाल.'' नाराजीच्या स्वरात अमर म्हणाला.

''ऑफकोर्स'' एक गाल उडवून छद्मीपणे हसत दीक्षित म्हणाले, ''इफ द कोर्ट प्लीज, वुइ इंट्रोड्यूस 'द लाईफ' अॅज प्रॉसिक्युशन्स इव्हिडन्स.''

''वेल! एक्झिबिट इट वुइथ प्रॉपर एक्झिबिट नंबर.'' जज म्हणाले, ''नाऊ, कॉल युवर नेक्स्ट विटनेस.''

दीक्षितांनी कॉल दिला आणि एक खुनशी नजरेचा तरुण साक्षीदाराच्या पिंजऱ्यात येऊन उभा राहिला. त्याच्या दोन्ही भुवया दाट होत्या. नाकाच्या

मध्यावर स्पष्टपणे जुळलेल्या होत्या. प्रथमदर्शनी तरी त्याच्याबद्दल फारसं चांगलं मत होण्यासारखा नव्हता तो. त्यानं शपथ घेताच दीक्षित त्याच्याकडे वळले.

"नाव?"

"बुटुक भाटी ऊर्फ बिटू भाटी."

"व्यवसाय?"

"आर्ट-डीलर."

"किती वर्षं झाली या धंद्यात पडून?"

"सहा वर्षं."

"त्यापूर्वी काय करत होता?"

"त्यापूर्वी मी जे. जे. ला होतो. माझं ग्रॅज्युएशन तिथेच झालंय."

"वेल ह्याचा अर्थ, या व्यवसायात शिरण्यापूर्वीच तुम्हाला आर्ट्सचं क्रिटिकल ॲप्रीसिएशन करण्याची कला साधली होती!"

"ऑफकोर्स! त्याचा आणि माझ्या ग्रॅज्युएशनचा पूर्णत: संबंध नसला, तरी ती दृष्टी जास्त सर्वव्यापी करण्याकरता मला ग्रॅज्युएशनचा उपयोग झाला. मला आर्टिस्टिक आय नसता, तर मी आर्ट-डीलर म्हणून मान्यता मिळवू शकलो नसतो!"

"ऑल राइट. युवर ऑनर," दीक्षित जज्जांकडे वळून म्हणाले, "मला वाटतं, मि. भाटींचा एक्सपीरियन्स आणि त्यांचं शिक्षण लक्षात घेता, त्यांचं मत एक अधिकारी व्यक्ती म्हणून मान्य करायला डिफेन्सची हरकत नसावी."

"काहीच हरकत नाही." अमर म्हणाला.

"ठीक आहे. मि. भाटी, तुम्ही 'द लाइफ' हे चित्र नकली असल्याबद्दलचे उद्गार काढले होते?"

"होय."

"आणि ते कोणत्याही आकसापोटी, मत्सरापोटी नसून, ते तुमचं प्रामाणिक मत होतं?"

"होय. म्हणूनच मी तनुजा वास्वानीजवळ असे उद्गार काढले होते–

'तनुजा, सर्वसाक्षींनी ओरिजिनल म्हणून विकलेलं हे चित्र ओरिजिनल नसून, ओरिजिनल 'द लाइफ'चं ते इमिटेशन आहे!''

''दॅट्स ऑल अँड थँक यू युवर ऑनर!''

क्षणभर अमरही गांगरला. चित्रपट क्लायमॅक्सला येत असतानाच कथानक संपून चित्रपटाचा शेवट व्हावा, तशी दीक्षितांनी तपासणी संपवली होती. क्लायमॅक्स पूर्ण करण्याची जबाबदारी अमरवर येऊन पडली होती.

''मि. भाटी, आर्ट वर्ल्डमधील ॲथॉरिटी म्हणून तुम्हाला कोर्टाने मान्यता दिली आहे, नाही का?''

''होय आणि तुम्हीही कोर्टाबरोबरच मान्यता दिली आहे.''

''अर्थातच ते विसरलेलो नाही मी. माझा रोख असा होता, की चित्रकलेतली ॲथॉरिटी या नात्यानं तुम्हाला आर्टिस्टिक आय आहे, तुम्ही एखाद्या कलाकृतीचे योग्य ते मूल्यमापन करू शकता.''

''होय. म्हणूनच मी सहा वर्षं आर्ट-डीलर म्हणून व्यवसाय करू शकलोय.''

''म्हणून तुम्ही सहा वर्षं आर्ट-डीलर म्हणून व्यवसाय करू शकला आहात, का हा व्यवसाय करता करता, आर्ट्सचे निरनिराळे अत्युत्तम नमुने पाहून तुम्हाला ही मार्मिक रसग्रहणाची शक्ती व्यापक करता आली आहे?''

''वेल! तसं म्हणालात तरी आर्टव्हॅल्युअर म्हणून माझं महत्त्व कमी होणार नाहीये!''

''किती वर्षं या व्यवसायात आहात तुम्ही?''

''आणखी एकदा परत हाच प्रश्न विचारलात, तरी सहाचे पाच होणार नाहीत आणि सातही होणार नाहीत!''

अमरनं हसून अभिप्रायार्थ जज्जांकडे पाहिलं. त्यांनीही मान डोलावली.

दीक्षितांच्या पोटात गोळा.

काहीतरी मेख मारली कार्ट्यानं!

''आय वंडर, युवर ऑनर!'' दीक्षितांच्या अस्वस्थपणाचं कारण लक्षात येताच अमरनं खास त्यांच्याकरता स्पष्टीकरण केलं, ''सहा वर्षं आर्ट-डीलर म्हणून व्यवसाय करणाऱ्या भाटीचं मत ॲथॉरिटी म्हणून सरकारी वकिलांना

मान्य होतं आणि त्याच क्षेत्रात यशस्वीपणे पंचवीस-तीस वर्षं काढणाऱ्या सर्वसाक्षींची मात्र 'द लाइफ'ची पारख करण्यात चूक होते! सीनिऑरिटीचा विचार केला, तर वास्तविक भाटींपेक्षा सर्वसाक्षींचं मत ग्राह्य धरावं लागेल.''

''अं?... देन टू, आय...''

''शट अप, मि. भाटी,'' दीक्षित पटकन ओरडले, ''तुम्हाला जेवढे प्रश्न विचारले जातील, तेवढ्यांचीच देण्यासारखी उत्तरं असली तर द्या!''

''मि. भाटी,'' दीक्षितांच्या हिंटकडे दुर्लक्ष करत अमर म्हणाला, ''श्रेष्ठत्वाचा मुद्दा आपण क्षणभर बाजूला ठेवू. तुम्ही चित्राबद्दल जे मत बनवलं होतं, ते स्वत:चं होतं, का तुमच्यावर कोणी ते लादलेलं होतं?''

''माझं स्वत:चं होतं.''

''ते चित्र इमिटेशन आहे, हे चित्र पाहण्यापूर्वी तुम्हाला माहीत नव्हतं?''

''नव्हतं.''

''मग, चित्र पाहिल्यानंतर तुम्ही निरीक्षणावर आधारित असं स्वत:चं ठाम मत बनवलंत?''

''होय.''

''किती वेळ निरीक्षण करत होता तुम्ही?''

''ते बनावट आहे हे ठरवण्याकरता फार वेळ निरीक्षण करण्याची आवश्यकता नव्हती.''

''नव्हती?... मग कोणत्या फॅक्टरचा विचार करून तुम्ही ते मत बनवलंत?''

''सॉरी! ते मी सांगू शकत नाही. यदाकदाचित प्रेषितांनी माझ्यावर केस केलीच, तर त्या वेळी मला बॉम्बशेल म्हणून त्या रहस्याचा उपयोग करता येईल.''

''ठीक आहे. नाही आग्रह करत मी.'' समजूतदारपणाचा आव आणत अमर म्हणाला. ''भाटी, तुम्ही मला एकदा संध्याकाळी 'ग्रीन लॉन'ला बोलावून घेतलं होतं. आठवतंय?''

''होय, मला वाटतं प्रेषितांकडे ज्या दिवशी प्रेस कॉन्फरन्स भरली होती, त्या दिवशीची गोष्ट ही.''

“त्या वेळी तुम्ही मला खात्रीपूर्वक निर्वाळा दिला होता की, प्रेषितांकडचं ‘द लाइफ’ नकली आहे.”

“आजही मी तेच सांगतोय.”

“त्या वेळी ‘चित्राबद्दल खात्री करून घ्यायची असेल, तर प्रशांत सिद्धला भेटा!’ असा किंवा अशा आशयाचा सल्ला तुम्ही दिला होता?”

“होय.”

“या प्रकरणातला तो राजा आहे, अशी माहिती तुम्हीच पुरवली होती.”

“ठीक आहे; पण त्याचं इथे काय?”

“तो या प्रकरणातला राजा आहे, हे तुम्हाला काय माहीत?”

“मला ते माहीत आहे. बस्”

“केव्हा समजलं तुम्हाला?”

“प्रशांत ‘द लाइफ’ वर प्रयोग करत होता, हे मला केव्हाच समजलं होतं.”

“वेल, म्हणजे प्रेषितांना विकलं जाणारं चित्रं ओरिजिनल नाही, हे तुम्हाला माहीत होतं. मग, मि. भाटी, तो व्यवहार पूर्ण होऊ देण्यात तुमचा काय फायदा?”

“काहीच नाही. सर्वसाक्षीचा फायदा होत होता, म्हणून मी काही बोललो नव्हतो.”

“वा! मग हीच कळकळ दाखवून नंतर का नाही गप्प राहिलात तुम्ही?”

बोलता बोलता असा काही टर्न दिला होता अमरनं, की जजही दंग झाले. दीक्षितांनी तर इतका प्रचंड आ वासला होता की, अर्ध्या किलोचं माप सहज गिळता आलं असतं त्यांना!

“युवर ऑनर,” गंभीरपणे अमर म्हणाला, “या व्यवहारात भाटी सुरुवातीला गप्प राहिले, कारण इमिटेशन सूर्यकांत प्रेषितासारख्या हट्टी, स्वाभिमानी लक्षाधीशाला विकलं जावं, अशी त्यांची इच्छा होती! आणि नंतर त्यांनी गौप्यस्फोट केला, कारण... तसं करण्यात भाटींचा निश्चितपणे

फायदा होता!

"युवर ऑनर, भाटींचा काय फायदा होता? त्यांचा फायदा होण्यात प्रशांत सिद्धचा तोटा होता का? जर..."

"तसलं काही नाही, तसलं काही नाही!" पट्दिशी उभे राहून अमरला चक्क अडवत दीक्षित म्हणाले, "ओ विश्वास, तुम्ही उगाच काहीतरी ट्रिक्स वापरून कोर्टाची दिशाभूल करू नका!"

"मग भाटींनी तशी परिस्थिती का निर्माण केली, ते त्यांनाच सांगू द्या ना!" हसू दाबत अमर म्हणाला.

"तो काही बोलणार नाही!... जा... काय म्हणणं आहे?"

"हं!" हातोडा आपटत जज म्हणाले, "सरकारी वकिलांनी आणि आरोपीच्या वकिलांनी आपलं म्हणणं कोर्टासमोर मांडावं. वैयक्तिक वाद निर्माण करू नयेत. प्लीज, रिफ्रेन फॉम द पर्सनॅलिटीज."

"मी या प्रश्नाचं उत्तर देऊ शकत नाही!" दीक्षितांनी दिलेली हिंट लक्षात घेऊन भाटी म्हणाला.

"दॅट्स ऑल, युवर ऑनर!" अमर म्हणाला आणि उगाचच दीक्षितांना अभिवादन केल्यासारखं दाखवून त्यानं पुस्ती जोडली, "अँड थँक यू!"

जजनी खूण करताच दीक्षितांनी दमयंती कौरला कॉल दिला. कोर्टरूम-मध्ये प्रवेश करताच तिनं स्वतःच्या प्रफुल्ल सौंदर्यानं लोकांवर मोहिनी घातली होती. तिच्या गोलसर चेहऱ्यावर मंद हास्य होतं, जणू जुन्या जमान्यातलं स्वयंवर चाललं होतं आणि ती वरमाला हातात घेऊन चालली होती.

घशातल्या स्वरयंत्राला फारसा त्रास न देता तिनं शपथ घेतली. हसऱ्या नजरेनं सर्वांकडे कृपाकटाक्ष टाकून दीक्षितांच्या प्रश्नांना उत्तरं द्यायला सज्ज झाली.

"मिस दमयंती कौर, माझ्या माहितीप्रमाणे तुम्ही कलासमीक्षक या नात्यानं आजपर्यंत हजारो चित्रांचं समीक्षण केलं आहे. अनेक स्पर्धांना तुम्ही परीक्षक म्हणून काम पाहिलेलं आहे."

"तुमची माहिती बरोबर आहे. माझी सगळी समीक्षणं 'आर्ट-वर्ल्ड ऑफ इंडिया', 'पॅन टाइम्स' आणि 'रशियन आर्ट' या साप्ताहिकांमधून

प्रसिद्ध झालेली आहेत.''

''थोडक्यात म्हणजे आर्ट-व्हॅल्युअर म्हणून या क्षेत्रात तुम्हाला चांगली मान्यता आहे.''

तोंडी उत्तर देण्याऐवजी दमयंती नुसती लाजली; पण ते लाजणं असं लाजवाब होतं, की दीक्षितांनाही उगाचच गुदगुल्या झाल्यासारखं वाटलं. पुन्हा तेच वाक्य उच्चारायचा मोह त्यांनी मोठ्या निग्रहानं टाळला!

''एखाद्या चित्रकाराच्या चित्राबद्दल तुम्ही रसिकमान्य होईल, असं स्वतंत्र मत देऊ शकता?''

''होय, माझी मतं जागतिक मान्यता पावतात.''

''वेल! प्रेषितांकडे जे गेट-टुगेदर अ‍ॅरेंज करण्यात आलं होतं, त्यात तुम्हीही हजर होतात?''

''होय.''

''सर्वांबरोबर राजा चंद्रवर्म्याचं 'द लाइफ' हे चित्र पाहण्याची संधी तुम्हालाही मिळाली होती?''

''होय. अगदी जवळून निरीक्षण करण्याची संधी मिळाली होती आम्हाला.''

''आम्हाला हे आदरार्थी वापरताय का तुम्ही?''

''नाही. स्वत:ला 'आम्ही' म्हणवणारा राजा, कवी किंवा वेडा असतो! मी ह्यांपैकी कोणीच नाही. माझ्याबरोबर माझे एक ज्येष्ठ सहकारी पण होते, म्हणून मी 'आम्ही' असं म्हटलं.''

''नेव्हर माइंड युवर सहकारी. तुम्ही फक्त तुमच्यापुरतं बोला. निरीक्षण केल्यानंतर चित्राच्या ओरिजिनॅलिटीबद्दल काय मत झालं होतं तुमचं?''

''ते ओरिजिनल होतं.''

''आता एक्झिबिट नं. दहा म्हणून ठेवलेलं चित्र पहा.''

''तेच हे चित्र आहे.''

''थँक यू. क्रॉस.''

''मिस कौर, तुमच्याबरोबर त्या वेळी आणखी कोण होतं म्हणालात

तुम्ही?''

''सुप्रसिद्ध चित्रकलासमीक्षक श्री. चंद्रशेखर.''

''तुमचा आणि चंद्रशेखरचा परिचय आहे?''

''चांगला. आमच्यात गुरु-शिष्याचं नातं आहे.''

''गुरू कोण आणि शिष्य कोण?''

''अर्थातच चंद्रशेखर गुरू.''

''आणि ते त्या वेळी तुमच्याबरोबर होते?''

''होय. माझ्या शेजारीच होते ते.''

''तर मग चित्राबद्दल त्यांनी स्वत:चं मत नाही दिलं?''

''दिलं. मतप्रदर्शन करताना त्यांनी छोटंसं, पण उपयुक्त असं व्याख्यानच दिलं होतं.''

''मिस कौर, मग असं होण्याची शक्यता नाही का, की तुमच्या मतांवर त्यांच्या मतांचा पगडा बसला?''

''ते... ते मी नाकारू शकत नाही; पण...''

''दॅट्स ऑल, युवर ऑनर.''

त्यानंतर दीक्षितांनी चंद्रशेखरना कॉल दिला. त्यांनी शपथ घेऊन आपली मतं दमयंतीप्रमाणेच मांडली. प्रेषितांकडे पाहिलेलं आणि एक्झिबिट नं. दहा म्हणून कोर्टात ठेवलेलं चित्र एकच असून ते ओरिजिनल असल्याबद्दल त्यांनी ग्वाही दिली. प्रश्नांच्या संदर्भातच राजा चंद्रवर्म्याच्या 'वंडर ट्वेल्व्ह'ची वैशिष्ट्यं विषद करून सांगितली. त्यांतल्या कोणत्या चित्रांचा अभ्यास करण्याकरता कोणत्या चित्रकारानं किती वर्षं घालवली, ती स्टाइल कशी एकमेवाद्वितीय आहे ते समजावून दिलं.

त्यांच्या साक्षीतून दिसणाऱ्या बुद्धिमत्तेनं कोर्ट भारावून गेलं आणि त्यामुळेच अमर उलटतपासणीकरता उठलेला पाहताच जजसकट सर्वांना आश्चर्याचा धक्का बसला.

''शेखरदा, चंद्रवर्म्याच्या ज्या 'वंडर ट्वेल्व्ह'चा तुम्ही आता उल्लेख केलात, त्यांतली किती चित्रं तुम्ही स्वत: पाहिली आहेत?''

"सगळी, बाराच्या बारा पाहण्याचं भाग्य लाभलंय मला."

"पाहिलीत का सूक्ष्मपणे अभ्यासलीत?"

"वेल! मी तसं कोणतंच चित्र नुसतं पाहत नाही."

"म्हणजे अभ्यासलीत."

"होय."

"ओरिजिनल पाहिलीत सगळी?"

" 'वंडर टवेल्व्ह'चं इमिटेशन होऊच शकत नाही."

"आणि आता कोर्टात एक्झिबिट करण्यात आलेलं 'द लाइफ' ही ओरिजिनल आहे."

"सेंट परसेंट."

"प्रशांत सिद्धला ओळखत होता तुम्ही?"

"चित्रकार म्हणून त्याची स्टाइल ओळखत होतो मी. त्याची ओळख प्रेषितांकडच्या गेट-टुगेदरमध्ये झाली. तोपर्यंत प्रत्यक्ष ओळख नव्हती."

"प्रशांत सिद्ध हा ओरिजिन नसलेला आर्टिस्ट होता, अशी त्याच्या-बद्दल ख्याती होती. तुमचं काय मत आहे त्याच्या स्टाइलबद्दल?"

"त्याचं एकही चित्र ओरिजिनल नव्हतं, हे बरोबर आहे."

"तरीही आर्टिस्ट म्हणून तो वर्ल्ड-फेम होता. असं का?"

"त्याला स्मरणशक्तीची आणि चित्रकलेबद्दलची जाण या दोन्ही बाबतीत ईश्वरी वरदान होतं! एखादं चित्र एकदा पाहिलं, तरी तो त्या चित्राची हुबेहूब नक्कल करीत असे!"

"म्हणजे कोवादिसचं चित्र कॉपी केलं, तर ते कोवादिसच्याच स्टाइलनं येणार. सांता, चीनचा प्रसिद्ध आर्टिस्ट फू ब्लो, झालंच तर इंग्लंडचा डॉन जोन्स, अमेरिकेचा ओ नील... प्रत्येकाचं चित्र त्या त्या आर्टिस्टच्या वैशिष्ट्यां-सकट जसंच्या तसं कॉपी करायचा तो?"

"होय."

"मग त्याच्या स्टाइलचा आणि तुमचा संबंध येतोच कसा?"

इतका वेळ निर्धास्तपणे, जबरदस्त आत्मविश्वासानं उत्तर देणारे

चंद्रशेखर या प्रश्नानं एकदम गडबडले. त्यांच्या दृष्टीनं प्रश्नांचा हा फ्लो 'मग प्रशांतनं 'द लाईफ'चीही कापी केली नसेल कशावरून', या प्रश्नापाशी येऊन थांबणार होता आणि त्या प्रश्नाचं उत्तर त्यांच्याकडे तयार होतं; पण मधेच हा स्टाइल ओळखण्याचा प्रश्न अगदी अनपेक्षित उपटला होता.

त्यांची गोंधळलेली अवस्था लक्षात येताच बॅ. दीक्षित चंद्रशेखरांच्या मदतीला धावले.

''आय ऑब्जेक्ट, युवर ऑनर! चंद्रशेखर हे नावाजलेले चित्रकला-समीक्षक आहेत. ते स्वत: उत्कृष्ट चित्रकार आहेत. असं असताना त्यांच्या ज्ञानाबद्दल असा अविश्वास दाखवणं योग्य नाही!''

''युवर ऑनर, माझा प्रश्न सरळ आहे. मी...''

''ओव्हर-रूल्ड्'' जज सहजस्वरात म्हणाले, ''मि. दीक्षित, प्रश्नांचा सीक्वेन्स लक्षात घेतलात, तर विश्वासांचा प्रश्न अगदी योग्य आहे, हे तुमच्या लक्षात येईल. साक्षीदारानं प्रश्नाचं उत्तर द्यावं.''

''त्याचं काय आहे,'' शब्दांची जुळवाजुळव करत चंद्रशेखर म्हणाले, ''प्रश्नांच्या सीक्वेन्सनं अगदीच अनपेक्षित वळण घेतल्यामुळे मला नीट स्पष्टीकरण करता येईल की नाही, शंका आहे; पण मी ट्राय करतो.

''एखाद्या आर्टिस्टनं दुसऱ्या आर्टिस्टची कितीही सही सही नक्कल करायचा प्रयत्न केला, तरी कुठे ना कुठे आपली छाप सोडून जातो. दोन्ही चित्रकारांना चित्राबद्दलच्या अभिप्रेत असलेल्या अर्थामध्ये, त्यांच्या जाणिवांमध्ये मूलत: जो फरक असतो, त्याचा परिणाम स्टाइलवर, अभिव्यक्तीवर होत असतो.

''उदाहरणानं आपण हे सोपं करू या. दोन बोर्ड्सवर दोन कॅन्व्हास-पेपर्सवर दोन आकारहीन, परंतु सारख्या, वर्तुळाकाराशी साम्य असलेल्या आकृत्या दोन आर्टिस्टना काढून दिल्या. त्या आकृत्यांबद्दल त्यांच्या मनात ज्या कल्पना येतील, त्याचप्रमाणे त्या पूर्ण करून त्यात कलर्स भरायला सांगितले.

''ही घडलेली घटना आहे हं! उटीला आम्ही परीक्षक म्हणून गेलो होतो. त्यात एक चित्रकार एकंदर जगाबद्दल उदास होता. त्यानं त्या आकृतीत

विस्कळीत झालेलं जग पाहिलं! आपोआपच त्यानं त्याप्रमाणे चित्र पूर्ण केलं. दुसऱ्या आर्टिस्टनं चित्राला पूर्णतः ह्यूमरस ट्रीटमेंट दिली!''

"म्हणजे, सही सही कॉपीतही कुठेतरी ओरिजिन सापडतं?''

"होय. निदान माझातरी अनुभव तसा आहे.''

"मि. चंद्रशेखर, तुमच्या अधिकाराबद्दल माझ्या मनात कोणतीही शंका नाही; परंतु एक्झिबिट दहाचं 'द लाइफ' हे चित्र तुम्ही काळजीपूर्वक अभ्यासून त्याबद्दलचा तुमचा रिपोर्ट द्यावा, अशी मी तुम्हाला विनंती करतो.''

चंद्रशेखरांनी पाच-सहा मिनिटं निरीक्षण केलं. तोपर्यंत लोक अगदी तटस्थ होते.

"हे ओरिजिनल आहे.'' शेवटी ते म्हणाले.

"परत पाहण्याची आवश्यकता नाही?''

"आत्ताही नव्हती.''

"राजा चंद्रवर्म्याशिवाय कोणाचीही स्टाइल त्यात डोकावत नाही?''

"नाही.''

"दॅट्स ऑल अँड थँक यू, युवर ऑनर!''

अमरची उलटतपासणी संपताच दीक्षित समाधानी चेहऱ्यानं उठले.

"तनुजा वास्वानी.''

कॉल मिळताच तनुजा कोर्ट-रूममध्ये आली. तिच्या नुसत्या आगमनानंच दमयंतीच्या सौंदर्याचा ठसा साफ पुसला गेला होता. तिच्या प्रत्येक हालचालीतून तिच्या सौंदर्याची जाणीव प्रतीत होत होती. साक्षीदाराच्या पिंजऱ्यात उभं राहताच तिनं जोरात श्वास घेतला. मंदपणे हसत निःश्वास टाकला. त्या हालचालींबरोबर काळ्या टी-शर्टमध्ये तटतटलेले उरोज लक्षात येण्याइतके वर-खाली झाले आणि दीक्षितांचा जीव कासावीस झाला. थोड्याफार फरकानं प्रत्येकाची अवस्था तशीच होती. शपथ घेताना तिचा लाघवी आवाज कोर्ट-रूमच्या कानाकोपऱ्यांत जादू करून गेला.

ती पूर्वी काय करत होती, आता स्टुडिओ कसा चालवते इ. स्वतःबद्दलची तिनं थोडक्यात माहिती सांगितली.

''मिस् वास्वानी, प्रेषितांकडे झालेल्या गेट-टुगेदरला तुम्ही हजर होतात?''

''होय.''

''तिथे 'द लाइफ' या चित्राच्या खरेपणाबद्दल भाटींनी शंका घेतली होती?

''होय. त्याच्याच सूचनेप्रमाणे मी ते सर्व सर्वसाक्षींना सांगितलं होतं.''

''तुमची आणि सर्वसाक्षींची ओळख आहे?''

''होय. माझा स्टुडिओ उभा करण्याकरता त्यांनीच मला मदत केली होती.''

''तुमची आणि सिद्धांची ओळख होती?''

''... होती!''

''त्यांच्यात काही व्यवहार होते?''

''मला नक्की माहीत नाही; पण... सर्वसाक्षींनी प्रशांत सिद्धला 'वंडर ट्वेल्व्ह'ची इमिटेशन्स बनवण्याची ऑफर दिली होती! पुढे त्याचं काय झालं, ते मला समजलं नाही!''

अमरनं चमकून तनुजाकडं पाहिलं, मग सर्वसाक्षींकडे पाहिलं. सर्वसाक्षी संतापानं तनुजाकडे पाहत होता. अमर हळूच त्यांच्या पिंजऱ्याकडे गेला.

''खरं आहे हे?'' पुटपुटत्या स्वरात त्यानं विचारलं.

''खरं आहे; पण संदर्भ तिनं सांगितलेला नाही! विश्वास, पैजेच्या संदर्भात मी त्याला चॅलेंज केलं होतं.''

''इट मीन्स, शी इज सोल्ड आऊट!'' अमर ओठातल्या ओठात पुटपुटला.

दीक्षितांच्या चेहऱ्यावर विजयी हास्य विलसत होतं.

''प्रशांत सिद्ध कॉपी करू शकतो, हे तुम्हाला माहीत होतं?''

''सगळ्या जगाला माहीत होतं ते! तो 'वंडर ट्वेल्व्ह'चा अभ्यासही करत होता.''

''त्या संदर्भात तुम्ही आणखी काय सांगू शकता?''

''प्रशांतनं कुठल्यातरी एका चित्राचं इमिटेशन करण्यात यश मिळवलं होतं!''

तिच्या त्या उत्तरानं कोर्टात एकदम खळबळ माजली. लोक कुजबुजायला लागले. जजनी हातोडा आपटून सर्वांना शांत राहण्याचा इशारा दिला. कोर्टात पुन्हा शांतता पसरली.

''मिस वास्वानी, मयत प्रशांतनं कोणतं चित्र इमिटेट करण्यात यश मिळवलं होतं, ते तुम्हाला माहीत नाही?''

''नाही.''

''ते 'द लाइफ' असण्याचीही शक्यता आहे?''

''ऑफकोर्स.''

''थँक यू!'' वास्वानीकडे डोळे भरून पाहून घेत दीक्षित जजकडे वळले, ''युवर ऑनर, सर्वसाक्षीनं जे चित्र ओरिजिनल म्हणून प्रेषितांना विकलं होतं, ते ओरिजिनल नव्हतं! त्याबद्दल आरोपी सर्वसाक्षीलाही ते विक्री करताना माहीत होतं!

''युवर ऑनर, एक्झिबिट नंबर दहा म्हणून ठेवलेलं 'द लाइफ' हे चित्र नकली आहे, हे मी नंतर पुराव्यासह सिद्ध करीन आणि ते सिद्ध केलं की, माझ्या थिअरीला पूर्णपणे बळकटी येते.

''आरोपीने मयत प्रशांत सिद्धकडून चित्राची नक्कल करवून घेतली आणि ते उघडकीला येणार, अशी चिन्हं दिसताच त्यानं पूर्वनियोजित असा खून केला.

''धिस इज फर्स्ट-डिग्री मर्डर. दॅट्स ऑल युवर ऑनर.'' घड्याळाकडे नजर टाकून कुत्सितपणे हसत दीक्षित खाली बसले.

अक्षरश: क्रिटिकल पोझिशनला होता अमर. अॅड्जर्नमेंटला हार्डली, पंधरा मिनिटं शिल्लक असताना दीक्षितांनी बॉंब-शेल टाकून त्याच्याकडे लीड दिला होता.

''युवर ऑनर, प्रशांत मर्डर केसच्या संदर्भात हा नवीनच मुद्दा उपस्थित झालेला आहे. उलटतपासणीकरता मला पंधरा मिनिटं मिळाली आहेत.

"आय रिक्वेस्ट युवर ऑनर..."

अमरची परिस्थिती पाहून बॅ. दीक्षित मनापासून हसत होते.

दुर्मीळ संधी होती ही!

◆◆◆

सात

“अमर,” गोल्डीनं बुचकळ्यात पडत विचारलं, “पण मला तर सारखं वाटत होतं की, दीक्षितांचा गोंधळ उडलाय.”

“मुळीच नाही. उलट, कालच्याइतके दीक्षित कधीच सावध नव्हते!” विचार करत अमर म्हणाला.

“मला एक कळत नाही अमर, ते चित्र नकली आहे, हे त्यांना सिद्ध करायचं होतं, तर त्यांनी चंद्रशेखर आणि दमयंती कौरची साक्ष घेतलीच कशाला?”

“दीक्षितांच्या धूर्तपणाचा सर्वोत्कृष्ट नमुना म्हणून या सीक्वेन्सकडे बोट दाखवावं लागेल.”

“अजूनही मला काही समजलेलं नाही.”

“साधी गोष्ट आहे. दमयंतीच्या साक्षीनं काय झालं?”

“चित्राच्या ओरिजिनॅलिटीची कल्पना फर्म झाली.”

“करेक्ट. चंद्रशेखरच्या साक्षीनं काय झालं?”

“ती कल्पना काँक्रीट झाली.”

“आणि तनुजाच्या साक्षीनं बॉंब पडला! गोल्डी, सगळ्या खोट्यामध्ये इवलंसं सत्य जास्त तीव्रतेनं उठाव घेतं, या तत्त्वाचा दीक्षितांनी फायदा करून घेतला. एखादी स्त्री पतिव्रता आहे, अशी तिची कीर्ती असताना ती अगदी क्षुल्लक मोहाच्या क्षणाला

बळी पडली, तरी तिच्याबद्दल मनात असलेल्या आदराला सुरुंग लागतो. इतर स्त्रीच्या बाबतीत ज्या घटनेनं विशेष वाटलं नसतं, तीच घटना पतिव्रतेला डागाळते.

"दीक्षितांनी हीच मेथड फॉलो करून चित्राबद्दलची लोकांच्या मनातली इमेज पार बदलून टाकली. आता खुद्द चंद्रवर्मा स्वर्गातून खाली उतरला आणि त्यानं चित्राच्या अस्सलपणाबद्दल खात्री दिली, तरी लोकांना पटणार नाही ते!"

"पटलं. पण असं करून दीक्षितांनी काय मिळवलं?"

"चित्र नकली आहे आणि सर्वसाक्षीनं ते प्रशांतकडून खरेदी करून प्रेषितला विकलं हे सिद्ध झालं की, दीक्षितांचा हेतू साध्य झाला. सर्वसाक्षीची फाशी अटळ होईल!"

"अन् मला वाटतं, तसंच होणार आहे!"

अमरही गंभीरपणे विचार करत होता. दीक्षितांनी केसचं बेसिक फौंडेशन फारच सुंदर पद्धतीनं पक्कं केलं होतं. तनुजाची साक्ष पूर्ण होईपर्यंत ते काय करतायत, ते अमरच्याही लक्षात आलं नव्हतं!

चित्र खोटं ठरण्याचा केसवर परिणाम होणार नव्हता. ते कोणी सिद्ध केलं, या गोष्टीला महत्त्व होतं. यश दीक्षितांनी हातोहात ओढून नेलं होतं. हाच मुद्दा अमरनं सिद्ध केला असता, तर यश त्याच्या बाजूला आलं असतं.

"उद्या तू काय करणार, अमर?"

"मला खरंच माहीत नाही." अमर प्रामाणिकपणे म्हणाला. "पण तनुजाच्या साक्षीचं मात्र मी नक्की पोर्स्टमार्टेम करणार आहे. बघशील गोल्डी तू. असं काही मिक्सड-अप करतो सगळं की कोणी, कोणाला, केव्हा, कधी, का आणि नेमकं काय केलं, तेच कोणाला समजणार नाही!"

त्याचं ते उत्तर ऐकून गोल्डी मनापासून हसायला लागला. अमरची ही गोंधळ घालण्याची पद्धत त्याच्या चांगली परिचयाची होती.

उद्या कोर्टात धमाल येणार होती!

अन् तसंच झालं!

कालच्याच रुबाबात तनुजा साक्षीदाराच्या पिंजऱ्यात येऊन उभी राहिली.

''मिस वास्वानी, सर्वसाक्षींनी तुम्हाला स्टुडिओ उभा करायला मदत केली म्हणजे नेमकं काय केलं?''

''त्यांनी मला आर्थिक साहाय्यही केलं. मला स्वत:च्या क्रेडिटवर मटेरिअलही घेऊन दिलं.''

''तुमचे आणि त्यांचे संबंध कशा प्रकारचे आहेत?''

''ऑब्जेक्शन, युवर ऑनर,'' दीक्षित ओरडले, ''साक्षीदाराच्या खाजगी जीवनात डोकावण्याचा आरोपीच्या वकिलांना अधिकार नाही.''

''युवर ऑनर, तपासणीच्या वेळी साक्षीदारानं मदतीच्या संदर्भात माहिती सांगितली होती. मी त्याच टॉपिकवर विचारतोय.''

''आय थिंक, डिफेन्स इज विदिन हिज राइट्स.''

''थँक यू युवर ऑनर.'' अमर म्हणाला आणि उत्तराच्या अपेक्षेनं तनुजाकडे वळला.

''त्याचे आणि माझे संबंध अत्यंत सलोख्याचे आहेत.''

''म्हणजे कसे?... वडील आणि मुलगी, भाऊ आणि बहीण...''

''आमचे संबंध नवरा-बायकोचे आहेत!'' फटकळपणे तनुजा म्हणाली.

''दॅट्स इट आणि तरीही 'द लाइफ' च्या संदर्भात कोर्टासमोर तुम्ही दिशाभूल करणारी माहिती सांगितली!''

''नाही. आणि मी सत्य तेच सांगितलं आहे.''

''होय, पण ते अर्धवट आहे. सर्वसाक्षींनी सिद्धला इमिटेशन करून दाखवा, असं चॅलेंज केलं होतं. ऑफर नव्हती दिली!''

''मला तसा फरक करता येत नाही.''

''ठीक आहे. तुमचा दोष नाही तो. तुम्हाला ऑफर वाटली असेल ती; पण त्या संदर्भात सर्वसाक्षींकडे चौकशी नाही केलीत कधी?''

''नाही. विसरून गेले मी ते.''

''आणि कोर्टात मात्र योग्य वेळी आठवलं तुम्हाला ते!'' उपरोधानं अमर म्हणाला आणि त्यानं पुढचा प्रश्न विचारला, ''मिस वास्वानी, तुमची

आणि मयत प्रशांतची ओळख होती?''

"होय. साक्षीत कबूल केलंय मी ते.''

"कशा प्रकारची?''

"कशा प्रकारची म्हणजे? मी तुमच्या प्रश्नाचा रोख नाही समजले.''

"म्हणजे, नुसती हाय करण्यापुरती, समोर दिसला तर दोन शब्द बोलण्याइतकी, का तुमची आणि सर्वसाक्षींची आहे तशी?''

मागून डोक्यावर टप्पल बसली म्हणून खवळून मागे वळून पाहावं आणि मागं एखादा आडदांड रांगडा खेडूत दिसल्यामुळे काहीच झालं नाही, असं मानून गप्प बसावं, तसे दीक्षित हरकत घेण्याकरता उठले; पुन्हा संथपणे खाली बसले.

अमरनं विचारलेला प्रश्न साक्षीदाराच्या खासगी आयुष्याची दारं उघडणारा असला, तरी त्या दाराची किल्ली दीक्षितांनीच त्याच्या स्वाधीन केली होती. हा टॉपिक त्यांनीच क्रॉसकरता ओपन करून ठेवला होता.

तनुजानं एकदा दीक्षितांकडे पाहिलं, मग तिची चुळबुळती नजर जजकडे वळली आणि मग खवळून अमरवर स्थिरावली.

"मि. विश्वास, मी तुमच्या या प्रश्नाचं उत्तर कधीच देणार नाही.''

"का?''

"माझ्याबद्दल तुमच्याजवळ जी माहिती आहे, तिचा दुरुपयोग करून घेऊन तुम्ही मला कोर्टासमोर बदनाम करण्याचा निंद्य प्रयत्न करीत आहात.''

"आय ॲम् सॉरी, मॅडम. माझा तसा उद्देश नाही. उलट, माझ्याजवळ तुमच्याबद्दल 'तशी' काही माहिती आहे, हे मान्य करून तुम्हीच कोर्टासमोर स्वत:हून बदनाम झाला आहात!'' मिस्कीलपणे हसून अमर म्हणाला, "लीव्ह इट. माझ्या प्रश्नाचं उत्तर तुम्हाला जरूर द्यावं लागेल. सरकारी वकीलही तसाच सल्ला देतील तुम्हाला. कारण ही परिस्थिती त्यांनी निर्माण केली आहे!''

तिनं जळजळीत नजरेनं दीक्षितांकडे पाहिलं. ते रागारागानं तोंडातल्या तोंडात काहीतरी पुटपुटत होते. मात्र अमरकडे पाहायचं त्यांनी टाळलं होतं.

"माझे आणि प्रशांतचे फक्त व्यावहारिक संबंध होते.'' शेवटी, उत्तर द्यावं लागणार, हे लक्षात येताच तनुजा शांतपणे म्हणाली.

"काय व्यवहार होता तुमच्यामध्ये?''

"नाउ आय ऑब्जेक्ट, युवर ऑनर.'' असह्य होऊन दीक्षित म्हणाले, "साक्षीदाराचे खासगी व्यवहार या केसमध्ये आणून विश्वास सगळा घोटाळा निर्माण करण्याचा प्रयत्न करीत आहेत.''

"असं? पण मयत प्रशांत सिद्ध आणि साक्षीदाराचे संबंध होते, ते व्यावहारिक होते, असं साक्षीदारानंच आत्ता कोर्टापुढे सांगितलंय. त्याच उत्तराच्या संदर्भात माझा प्रश्न आहे.''

"युवर ऑनर, बचावाच्या वकीलमहाशयांचं हे धोरण कोर्टाला नवीन नाही. सगळं मिक्सड-अप् करून असा काही लगदा तयार करायचा की, त्यातलं कुठलं काय ते समजू नये! आणि मग...''

"तरीसुद्धा'' हसणं टाळत जज म्हणाले, "मी तुमची हरकत फेटाळून लावणार आहे मि. दीक्षित. हा लगदा तयार करण्याकरता टॉपिक तुम्ही ओपन केलाय आणि साक्षीदाराच्या या कबुलीमुळे त्याला अनुमोदन मिळालं आहे. आता तशा तऱ्हेची व्यक्तिनिष्ठ विधानं करून तुम्ही ही जबाबदारी टाळू शकत नाही.''

"व्यावहारिक म्हणजे...'' तनुजा म्हणाली. पहिल्याच वाक्याला घुटमळली. "व्यावहारिक म्हणजे सिंपली, व्यावहारिक! आय कान्ट एक्सप्लेन इट मोअर दॅन दॅट.''

"ठीक आहे. या अवघडलेल्या परिस्थितीतून मी तुमची सुटका करतो.'' अमर म्हणाला, "तुम्हा केव्हाही, वेळी-अवेळी प्रशांतकडे जाण्याइतके तुमचे संबंध नव्हते?''

"ते वेळी-अवेळी म्हणजे काय, त्यावर अवलंबून आहे.''

"रात्री-अपरात्री?''

"नव्हते.'' ओठ आवळून ती ठाम स्वरात उत्तरली.

"खुनाच्या रात्री कुठे होता तुम्ही?''

“माझ्याच घरी.”

“रात्री नवाच्या सुमाराला?”

“माझ्याच घरी.”

“आणि दुसऱ्या दिवशी सकाळी?”

“मला नक्की सांगता येणार नाही. मी व्यवसायानिमित्त बऱ्याच ठिकाणी गेले होते.”

“खुनाच्या रात्री मी स्वत: नऊच्या सुमाराला प्रशांतकडे गेलो होतो. त्या वेळी मला त्याच्या ब्लॉकमध्ये स्त्री वावरत असलेली...”

“ती मी नव्हते!”

“मग कोण होतं?”

“ते मला काय माहीत?”

“मिस वास्वानी, त्या रात्री प्रशांतकडे असलेली स्त्री म्हणजे तुम्हीच होता! तुमच्याबरोबर तो रात्री अकरा वाजता बाहेर पडला, तो परत आलाच नाही. 'कलाश्रम' मधल्या एका तरुणीला साक्षीकरता आणून ते सिद्ध करू शकतो मी!”

“तुम्ही वकील आहात. काहीही सिद्ध करणं म्हणजे तुमच्या डाव्या हाताचा मळ आहे. तरीही मी ते नाकारतीय. तुमच्या बाजूनं तशी कोणी साक्ष दिलीच तर मी म्हणेन, तुम्ही निर्माण केलेला साक्षीदार आहे तो! तो खोटं बोलतोय.”

“दॅट्स ऑल युवर ऑनर.” गूढपणे हसत अमर म्हणाला; पण तनुजाच्या तिरसट स्पष्टवक्तेपणामुळे तोही जरा गोंधळात पडला होता.

जर खरोखरच ती तनुजा वास्वानी नसेल, तर ती तरुणी कोण होती? जज्जांनी परवानगी देताच दीक्षितांनी मोहनलाल शर्माला साक्षीदाराच्या पिंजऱ्यात उभा केला. त्यानं शपथ घेतली. नाव, वय, व्यवसाय इ. रुटीनमधली माहिती सांगितली.

मग त्यानं सर्वसाक्षींची आणि आपली ओळख असल्याचं मान्य केलं. त्यानं आर्ट-सेंटरमधून बऱ्याच दुर्मीळ वस्तू खरेदी केल्या होत्या. त्यानं

एखादी विशिष्ट वस्तू सांगितली, तर ती आली असता शर्माकरता सर्वसाक्षीनं ती बाजूला ठेवण्याइतपत त्यांची रिलेशन्स होती, असंही त्यानं आपल्या साक्षीत सांगितलं.

मात्र, 'गॉड्स विस्डम'च्या संदर्भात आपण सर्वसाक्षीला फोन केला होता, हे त्यानं शंभर टक्के अमान्य केलं होतं. इतकंच नाही, तर त्यानं आजपर्यंत सर्वसाक्षीला कोणत्याही संदर्भात, कधीही फोन केलेलाच नव्हता. त्याला वाटेल तेव्हा तो स्वत: आर्ट-सेंटरला भेट देत होता.

दीक्षितांची साक्ष संपताच अमरनं ओके दिला.

या साक्षीदाराच्या साक्षीत क्रॉस करण्यासारखं नव्हतंच काही. कोणी-तरी (जर सर्वसाक्षी खोटं बोलला नसेल तर!) मोहनलाल आणि सर्वसाक्षीच्या संबंधांचा फायदा घेतला होता. मोहनलालनं ह्यापूर्वी सर्वसाक्षीला फोन केलेला नसल्यामुळे आवाज ओळखण्याचा प्रश्नच निर्माण झाला नव्हता.

आणि दीक्षितांनी पुढचा साक्षीदार बोलावला.

मिसेस कोमकली नायडू.

तिनं सांगितलेल्या माहितीवरनं ती सर्वसाक्षीसमोरच्या ब्लॉकमध्ये राहत होती. कुटुंबात नवरा, बायको आणि एक दहा-बारा वर्षांचा मुलगा, एवढीच माणसं होती.

"मिसेस नायडू," दीक्षितांनी गंभीर स्वरात प्रश्न विचारला, "सर्वसाक्षींच्या समोर म्हणजे अगदी समोरच ब्लॉक आहे तुमचा?"

"हो. अगदी समोरच."

"गुड! तुमचे मिस्टर काय करतात?"

"ते सुदर्शन फॅब्रिक्समध्ये टेक्स्टाइल-सुपरवायझर आहेत."

"त्यांना बदलत्या शिफ्ट्स असतील ना?"

"होय."

"गेल्या महिन्याच एकवीस तारखेला मिस्टरांची ड्यूटी कोणती होती, आठवतंय?"

"हो. त्यांच्या एका मित्रानं परीक्षेकरता म्हणून डे-शिफ्ट घेतली

आहे. त्यामुळे दोन महिने ह्यांना नाइटच असते. त्या दिवशीही फर्स्टच होती.''

''म्हणजे, बारा ते आठ?''

''होय.''

''मग मिस्टर ड्यूटीवर जाईपर्यंत तुम्ही जाग्या असता?''

''होय.''

''तशाच त्या एकवीस तारखेच्या रात्रीही तुम्ही जाग्या होता?''

''अर्थात.''

''त्या रात्री काही विशेष, लक्षात राहण्याजोगं घडल्याचं स्मरतंय तुम्हाला?''

''चांगलं स्मरतंय; पण त्या वेळी...''

''काय घडलं ते कोर्टासमोर सांगा.''

अमर हसला. दीक्षितांनी नायडूचं वाक्य अर्धवट का तोडलं, ते बरोबर समजलं होतं त्याला.

''साधारणपणे नऊ साडेनऊला आमची जेवणं उरकली. मग नेहमीप्रमाणे माझा मुलगा गणेशन झोपी गेला. मी आणि हे- आम्ही रमी खेळत बसलो.

''तर, साधारण दहा सव्वादहा... कदाचित साडेदहापण वाजले असतील, समोरच्या ब्लॉकचा दरवाजा जोरात आपटल्याचा आवाज आम्हाला ऐकू आला. हे म्हणाले, 'काय झालं ग?' म्हणून मी उठले. हॉलचा दरवाजा उघडून समोर पाहिलं, तर सर्वसाक्षी ब्लॉकला कुलूप लावत होता. त्याच्या हातात छोटीशी ट्रॅव्हल-लाइट होती. त्याला सहज विचारलं, 'गावाला का?' तर त्यानं हसून मान डोलावली. म्हणाला, 'पुण्याला.'

''त्यानंतर आम्ही एक-दोन डाव खेळून खेळणं बंद केलं. ह्यांनी कपडे घातले. हे ड्यूटीवर निघाले.

''नेहमीप्रमाणे मी त्यांना पोचवण्याकरता म्हणून दारापर्यंत गेले. हे गेल्यावर आत जाण्याकरता वळणार, तर अचानकपणे माझं लक्ष समोरच्या व्हेन्टिलेटरकडे गेलं. तिथूच सर्वसाक्षीच्या ब्लॉकमधला दिव्याचा प्रकाश बाहेर दिसत होता. आधी मला वाटलं, घाईघाईत जाताना तो दिवा विसरून

गेला असावा.

''म्हणून मी जरा पुढे होऊन पाहिलं. तर सर्वसाक्षीच्या ब्लॉकला कुलूप नव्हतं. आत कोणीतरी बोलत होतं.

''मी म्हटलं, त्यानं गावाला जाणं रद्द केलं असेल किंवा काहीतरी उत्तर द्यायचं म्हणून 'गावाला जातो' असं म्हटलं असेल. मी आमच्या ब्लॉकमध्ये आले. दिवा मालवून झोपी गेले.

''त्यानंतर किती वेळानं तो प्रकार घडला ते नाही नक्की सांगता येणार मला; पण कोणीतरी प्राणांतिक वेदनेनं दबक्या स्वरात किंचाळल्यामुळे मला जाग आली होती. मला खूप भीती वाटायला लागली. कारण त्या मजल्यावर आमचा आणि सर्वसाक्षीचा असे दोनच ब्लॉक्स् आहेत. पैकी एका ब्लॉकमध्ये मी एकटीच; दुसऱ्या ब्लॉकमधून ती किंकाळी आलेली!

''बराच वेळ मी तशीच पडून होते. काय झालं ते तर पाहण्याची उत्सुकता होती; पण खूप भीती वाटत होती. शेवटी मी हळूच उठले. दिवे वगैरे न लावता अंधारातूनच मी हॉलमध्ये आले. आवाज न करता दरवाजा उघडला आणि... माय गॉड! त्याच वेळी सर्वसाक्षीच्या ब्लॉकचा दरवाजा उघडला जात होता!

''मी धीर करून दाराच्या फटीतून बाहेर पाहत राहिले, तर आतून सर्वसाक्षी हळूच बाहेर आला. त्यानं मान वळवून एकदा आमच्या ब्लॉकच्या दिशेनं पाहिलं. मागे वळून हळूच ब्लॉकचा दरवाजा लावला. मग मात्र झपाझप पावलं टाकत तो निघून गेला.

''वेल!'' तिच्या साक्षीनं खूष होत दीक्षितांनी विचारलं, ''मिसेस नायडू, त्या वेळी सर्वसाक्षीच्या ब्लॉकमधून जो माणूस बाहेर पडला, तो सर्वसाक्षीच होता, याबद्दल तुमच्या मनात शंका आहे?''

''अजिबात नाही. सर्वसाक्षीला मी रोजच पाहत होते. त्याला ओळखण्यात माझी चूक होणं कधीच शक्य नाही.''

तिच्या उत्तरातला आत्मविश्वास जबरदस्त होता. इतकी फ्ल्युएन्ट साक्ष देणारा हा प्रॉसिक्युशनचा पहिलाच साक्षीदार होता.

''आणि सर्वसाक्षी निघून गेल्यावर तुम्ही काय केलंत?''

''मी हॉलमध्ये आले. पोलिसांना फोन लावला. समोरच्या ब्लॉकमध्ये काहीतरी संशयास्पद अशी घटना घडली असावी, असा संशय व्यक्त करून मी फोनवर पोलिसांना सविस्तर माहिती दिली. मग पोलीस आले आणि सगळंच उघडं पडलं.''

''थँक यू व्हेरी मच.'' प्रसन्न मुद्रेनं दीक्षित म्हणाले. कोर्टाला अभिवादन करून जागेवर बसले.

अमर शांतपणे उठला. मिसेस नायडूंची उलटतपासणी घ्यावी की नाही, याबद्दल द्विधा मन:स्थिती असल्यासारख्या संथ हालचाली होत्या त्याच्या.

''मिसेस नायडू, सर्वसाक्षींच्या ब्लॉकमध्ये काहीतरी रहस्यमय घटना घडतायत, ह्याचा तुम्हाला केव्हा पत्ता लागला?''

''अर्थातच त्याच्या खोलीतून आलेली किंकाळी ऐकल्यानंतरच.''

''म्हणजे त्यापूर्वी तुम्हाला संशय येण्याचं काहीच कारण नव्हतं.''

''नव्हतं.''

''तुमचा ब्लॉक सर्वसाक्षीच्या अगदी समोर आहे?''

''होय.''

''मग मिसेस नायडू, दुसऱ्या वेळी, तुमच्या म्हणण्याप्रमाणे, जेव्हा सर्वसाक्षी बाहेर आला, तेव्हा तुमच्या ब्लॉककडे बघण्यासाठी त्याला मान का वळवावी लागली?''

दीक्षितांनी चमकून अमरकडे राहिलं. मिसेस नायडू त्यांच्याकडे पाहत होत्या.

''अं? ब्लॉक समोरासमोर आहेत; पण... ब्लॉकमध्ये एन्ट्रन्स समोरासमोर नाहीत!'' मिसेस नायडू गोंधळून उतरल्या.

''वेल!'' अमरनं हसून विचारलं, ''समजा, ए बी सी डी- असा स्क्वेअर आहे. सर्वसाक्षींच्या ब्लॉकचा एट्रन्स 'बी' असेल, तर तुमच्या ब्लॉकचा एन्ट्रन्स कोणता येईल?''

''सी.''

"दोन्ही ब्लॉक्सना कॉरिडॉरच्या बाजूला किती खिडक्या आहेत?"

"एकही नाही."

"म्हणजे 'डी'च्या स्पॉटला खिडकीदेखील असण्याची शक्यता नाही?"

"नाही."

"ठीक आहे. तुमचे ब्लॉक्स कोणत्या माळ्यावर आहेत?"

"तिसऱ्या."

"लिफ्ट का दादरा?"

"दोन्ही."

"खाली जाण्याकरता आरोपीनं लिफ्टचा वापर केला होता, का दादऱ्याचा?"

"अं ऽ लिफ्टचा."

"लिफ्टकडे जाण्याकरता आरोपीला 'सी' वरून पुढे जावं लागेल, का 'सी' च्या विरुद्ध बाजूला?"

"पण मी त्याला ओळखलं!"

"असंबद्ध उत्तर देऊ नका, मिसेस नायडू. माझा प्रश्न असा आहे की, लिफ्टकडे जाण्याकरता आरोपीला 'सी' वरून म्हणजेच तुमच्या दरवाजा-वरून पुढं जावं लागेल, का 'सी' च्या विरुद्ध बाजूला?"

"विरुद्ध बाजूला."

"दॅट्स इट. आणि कॉरिडॉरमध्ये लाइट आहे?"

"आहे."

"कुठेशी आहे?"

"कॉरिडॉरच्या दोन टोकांना दोन लाइट्स आहेत."

"झीरोचे?"

"पाचचे."

"म्हणजे, जेमतेम कॉरिडॉर दिसण्याइतकाच प्रकाश असणार ना?"

"नाही. माणसं ओळखता येण्याइतका आहे तो."

"वेल! ह्याचा अर्थ, सर्वसाक्षीनं तुमच्या ब्लॉकच्या एन्ट्रन्सकडे पाहिल्यावर

तुम्ही त्याला दिसायला हव्या होतात!''

"मी त्या वेळी आतल्या बाजूला झाले होते.''

"अगदी झटकन?''

"अगदी सेकंदाच्या डिजिटच्या हिशोबात.''

"तर मग, मिसेस नायडू, तुम्हालाही सर्वसाक्षीचा चेहरा दिसलेला नाही!''

"पण...''

"उगाचच कोर्टाची दिशाभूल करण्याकरता अकलेचे तारे तोडू नका! तुम्हीच माहिती दिलेली आहे की, ब्लॉलकडे पाहून त्यानं मागे वळून दरवाजा लावला आणि तो झपाझप चालत निघून गेला!''

"ओह!'' खांदे पाडून अगतिक स्वरात ती उद्गारली. जाम नर्व्हस व्हायला आली होती ती.

"मिसेस नायडू,'' तिला विचार करायलाही सवड न देता अमरनं विचारलं,"पहिल्या वेळी आरोपी बाहेर पडला, तेव्हा त्यानं काय सांगितलं होतं?''

"पुण्याला जातो असं.''

"जाताना अर्थातच कुलूप लावून गेला तो?''

"होय.''

"त्याच्या कारचा आवाज ऐकलात तुम्ही?''

"होय.''

"आणि मिस्टर नायडूंना पोचवण्याकरता दरवाजापर्यंत गेलात, तेव्हा समोरच्या ब्लॉकच्या शटर्समधून तुम्हाला प्रकाश दिसला.''

"होय.''

"दरवाज्याचं कुलूप काढलेलं होतं?''

"होय.''

"ह्याचा अर्थ आरोपी पुण्याला जाणं रद्द करून परत आला, असा घेतलात तुम्ही.''

"मग आणखी कसा घेणार?''

"जाताना कारचा आवाज ऐकला तुम्ही; येताना ऐकलात का?''

“...”

“ओ मिसेस नायडू ऽऽ, काय विचारतोय मी ऽऽ ?”

“नाही.”

“युवर ऑनर,” दीक्षित साक्षीदाराच्या मदतीला धावले. “अशीही शक्यता आहे, पहिल्या वेळी आरोपी सर्वसाक्षीनं कोणाला तरी स्वत:च्या कारचा बंच दिला असेल आणि तो उलटपावली वर आला असेल. तसं झालं तर परत येणाऱ्या कारचा आवाज ऐकू येण्याचा प्रश्न उद्‌भवत नाही.”

“राइट यू आर. कल्पना फारच सुंदर आहे; पण युवर ऑनर, ती मान्य करण्यात एकच अडचण आहे.” उपरोधिक स्वरात अमर म्हणाला.

“कोणती कोणती?”

“तुमच्याच साक्षीदाराच्या साक्षीप्रमाणे ही घटना साडेअकराच्या सुमाराची आहे. म्हणजे, आत दिवा दिसण्याची आणि ‘सव्वाबारा वाजता आम्ही या माणसाची कार बोरघाटात ढकलून ती एक वाजता सनसेट इन जवळच्या नाइट-गॅरेज-कम्-पेट्रोलिंग सर्व्हिसेसपर्यंत नेली’, असं शपथेवर सांगणारे सहा कातकरी आहेत. कार वन-वेच्या बोगद्यातून बाहेर पडल्यावर अर्ध्या मैलावर बंद पडली होती आणि सनसेट इनच्या रजिस्टरवर सर्वसाक्षींच्या बुकिंगचं टायमिंग रात्री एक वाजून दहा मिनिटांचं आहे.

“मि. प्रॉसिक्युटर, टाइम-एलिमेंटचा विचार केला, तर घाटातला बोगदा ते सनसेट इन हे अंतर कार ढकलत न्यायला कातकऱ्यांना लागलेला वेळ बरोबर आहे आणि सव्वाबारा वाजता जर आरोपीनं घाट पार केला, असं गृहीत धरलं, तर अनेक मुद्दे तुम्हीच उपस्थित करताय.

“एक, साडेअकरा वाजता स्वत:च्या ब्लॉकमध्ये असलेला सर्वसाक्षी सव्वाबारा वाजता घाटातल्या कारपर्यंत पोचलाच कसा?

“दोन, जिनं घाटापर्यंत कार आणली, ती व्यक्ती कोण? ती कोणालाच कशी दिसली नाही? नंतर ती कुठे गेली?

“तीन, रात्री एक-दहाला सनसेट इनला इन्ट्री घेणारा सर्वसाक्षी साडेबाराच्या सुमाराला मिसेस नायडूंना आरोपीच्या ब्लॉकमधून बाहेर पडताना

दिसलाच कसा?''

अमरनं सर्वांवरून आपली नजर फिरवली.

जज केसरांची मुद्रा गंभीर. विचारी!

दीक्षितांच्या टकलावर घामाचं दव!

नायडूंच्या हातांना कंप. तोंडाला कोरड!

ऑडियन्स स्पेल-बाउंड!

''मिसेस नायडू,'' अमरनं हाक दिली, तशी मंत्रमुग्ध वेळ तडकली. लोक भानावर आले. ''आता थोडेसेच प्रश्न उरले आहेत. विचारू?''

मिसेस नायडूंनी निर्जीवपणे मान डोलावली.

''पहिल्या वेळी मि. सर्वसाक्षी पुण्याला जाण्याकरता म्हणून बाहेर पडले, तेव्हा ब्लॉक लॉक करून गेले होते?''

''होय.''

''का विसरले होते?''

''नाही; विसरले नव्हते. त्यांनी माझ्यासमोरच लॉक लावलेलं होतं.''

''आणि दुसऱ्या वेळी?''

''त्यांनी... त्यांनी दार नुसतं लोटून घेतलं होतं!''

''आय वंडर, माय लॉर्ड.'' अमर गर्रकन जजच्या दिशेनं वळत म्हणाला, ''कोणताही मनुष्य बाहेर पडताना ब्लॉक उघडा ठेवून बाहेर पडणार नाही. त्यातून, आपल्या ब्लॉकमध्ये आपणच मारून टाकलेला एक मनुष्य आहे, हे लक्षात घेऊन तर आरोपी दार उघडं टाकून कसा जाईल?''

क्षणाक्षणाला केसचा रंग पालटत होता आणि दीक्षित चांगलेच अस्वस्थ व्हायला लागले होते. इतका वेळ त्यांनी महत्प्रयासानं स्वतःच्या टकलावर खारीक मारण्याचा मोह आवरला होता; पण या स्पीडनं प्रॉसिक्युशनची बाजू ढेपाळत राहिली, तर मात्र फार वेळ मोह आवरणं शक्य नव्हतं त्यांना.

अमर उलटतपासणी संपवतोय, असं वाटत असतानाच तो पुन्हा साक्षीदाराकडे वळला आणि दीक्षितांच्या पोटात गोळा उठला.

''मिसेस नायडू, सर्वसाक्षींच्या ब्लॉकमधून दुसऱ्या वेळी बाहेर आलेल्या

व्यक्तीनं तुमच्या ब्लॉकच्या दिशेनं पाहिलं, तेव्हा तुम्ही आत लपलात आणि तुम्ही पुन्हा पाहिलंत, तेव्हा ती व्यक्ती तुमच्याकडे पाठ फिरवून लिफ्टकडे चालली होती. बरोबर आहे?''

"होय."

"मग, ती व्यक्ती म्हणजे आरोपीच आहे, असं ठामपणे कशावरून म्हणता तुम्ही?''

"कशावरून म्हणजे? सर्वसाक्षीचा हिरव्या रंगाचा कोट आणि काळी पँट चांगली ओळखता येते मला. शिवाय, त्यांची तपकिरी रंगाची फेल्ट हॅटही यापूर्वी मी बऱ्याच वेळा पाहिली आहे.''

"ओके! कपड्यांवरून ठरवलंत तुम्ही ते?''

"अं?... कपड्यांवरून असं नाही; पण मनाशी ठरवताना, कपडे हाही एक घटक अजमावला होता मी!''

"आणि दुसरा घटक?''

"सर्वसाक्षीची अंगकाठी.''

"तर मग आपण असं नाही का म्हणू शकत मिसेस नायडू, की खुनी व्यक्तीची अंगकाठी आरोपीच्या अंगकाठीशी मिळतीजुळती होती. त्यानं बाहेर पडताना, कोणी पाहिलंच तर दिशाभूल व्हावी म्हणून आरोपीची काळी पँट, हिरवा कोट आणि तपकिरी फेल्ट हॅट घातली होती!''

"तुम्ही काहीही म्हणा. 'पोपट मेला आहे' हे सांगण्याकरता 'पोपटानं चोच वासली आहे, पाय लांब केले आहेत, त्याचे डोळे उघडे पडले आहेत, शरीर कडक झालं आहे...' असं वर्णन करण्यापेक्षा 'तो मेला आहे!' असंच म्हणणं मी जास्त पसंत करेन!''

तिच्या त्या उत्तरानं कोर्टात सौम्य हशा पिकला. अमरही मंदपणे हसतं तिचं ते लांबलचक उत्तर ऐकत होता.

मग त्यानं प्रश्नांचा ट्रॅक बदलला. निदान तसं वरकरणी तरी वाटत होतं.

"मिसेस नायडू, तिसऱ्या माळ्यावर फक्त दोनच ब्लॉक्स आहेत?''

"होय."

"एका ब्लॉकमध्ये तुम्ही राहता आणि समोरचा सर्वसाक्षीच्या मालकीचा. बरोबर?"

"बरोबर."

"तुमच्या कुटुंबात माणसं किती?"

"मी, माझे मिस्टर आणि आमचा मुलगा. म्हणजे बॉम्बेत एवढेच. तिरुपतीला..."

"आणि सर्वसाक्षीच्या कुटुंबात?"

"कुटुंबात?... एकटाच आहे तो."

"बघा हं. मग आता आपण जरा नीट हिशेब करू. पहिल्या वेळी सर्वसाक्षी लिफ्टनं खाली गेला. तुमचे मिस्टर कसे गेले?"

"लिफ्टनंच."

"त्या वेळी त्यांना लिफ्ट अॅव्हेलेबल होती?"

"हो. माझ्या देखतच लिफ्टमध्ये शिरले ते."

"युवर ऑनर, आरोपी एक वाजता खंडाळ्याच्या सनसेट इनला होता, ही गोष्ट लक्षात ठेवली तर... लिफ्ट पुन्हा थर्ड फ्लोअरला कशी आली?"

"कशी म्हणजे...?" दीक्षितांनी नाक आक्रसून चिडखोर स्वरात विचारलं.

"युवर ऑनर, सर्वसाक्षी साडेदहाच्या सुमाराला खाली गेला, त्या वेळी लिफ्ट नॅचरली ग्राउंड फ्लोअरला असणार. लिफ्टचा वापर करायला दोन्ही कुटुंबात आणखी व्यक्ती नव्हत्या. मग, मि. नायडूंना लिफ्ट थर्ड फ्लोअरला कशी अॅव्हेलेबल झाली?"

"ती... ती खुन्यानं वापरली!" दीक्षित झटकन पुटपुटले.

"आणि," दीक्षितांचं वाक्य उचलत अमर म्हणाला, "त्या वेळी सर्वसाक्षी खंडाळ्याला होते!

"दॅट्स ऑल, युवर ऑनर अँड थँक यू!"

आता मात्र दीक्षितांना स्वतःच्या टकलावर खारीक मारण्याचा मोह आवरला नव्हता.

आठ

पंख्याची घरघर. माणसाला शेवटच्या क्षणी लागावी, तशी वाटणारी.

घड्याळाची डबल टिक-टिक.

जजच्या आसनामागचे नेहरू-गांधीजी तटस्थ.

ऑडियन्स चित्रासारखा निश्चल.

जिवंत वस्तू एकच.

स्टेट व्हर्सेस श्री ईश्वर सर्वसाक्षी केस.

सावध!

साक्षीदाराच्या पिंजऱ्यात उभा आहे तो इ. ब्रिजेश लाल आहे.

हं, थोडक्यात म्हणजे, प्रॉसिक्युशनच्या दृष्टीनं बेसिक फाउंडेशन काँक्रीट झालेलं आहे.

आता खरी सुरुवात.

इ. ब्रिजनं निर्विकार मनानं शपथ घेतली. स्वत:चा हुद्दा वगैरे माहिती सांगितली.

"इ. ब्रिज, तुम्हाला खुनाची बातमी कशी समजली?"

"मला ती फोनवरून कळवण्यात आली होती."

"फोन कोणी केला होता?"

"मिसेस नायडूंनी."

"त्यांनी फोनवरून खुनाची बातमी सांगितली?"

"नाही. त्या म्हणाल्या, समोरच्या ब्लॉकमध्ये काहीतरी संशयास्पद असावंसं वाटतंय."

"म्हणून तुम्ही निघालात?"

"मी एका शिपायाला चौकशीकरता पाठवलं होतं. त्यानं नंतर फोन करून खुनाची खबर दिली."

"किती वाजताची घटना ही?"

"बारा-पंचेचाळीसच्या सुमाराला मिसेस नायडूंचा फोन आला होता. एक-वीसला पोलिसाचा."

"ताबडतोब माझ्या ग्रुपला घेऊन मी दोन वाजता सर्वसाक्षीच्या ब्लॉकवर गेलो. तिथे मिसेस नायडूंकडून मला अशी माहिती मिळाली, की ब्लॉकचा मालक कोणी ईश्वर सर्वसाक्षी नावाचा माणूस आहे आणि तो पुण्याच्या दिशेने गेला आहे. ही माहिती तुम्हाला हवी आहे ना?"

"ऑफकोर्स, यस. काय सांगायचं आणि कसं, ते तुम्हाला चांगलं समजतं. सांगत राहा."

"सर्वसाक्षी पुण्याच्या दिशेने गेलाय म्हटल्यावर मी मिसेस नायडूंकडून त्याच्या कारचं वर्णन आणि नंबर मिळवला आणि ठाणा क्रीक-ब्रिजच्या नाक्याला फोन लावला. त्यांनी दिलेल्या माहितीनुसार सर्वसाक्षीची कार पास झाली होती.

"म्हणून मी बॉम्बे-पूना रोडला सगळ्या पोलीस चौक्या आणि जकात नाक्यांना कॉन्टॅक्ट करून त्यांना गाडीचं वर्णन आणि नंबर कळवून ठेवला. तर पहाटे पहाटे मला खंडाळा पोलीस चौकीतून माहिती मिळाली. मला हवी असलेली कार सनसेट इनजवळच्या गॅरेजला आली होती आणि कारचा मालक इनला उतरला होता.

"म्हणून मी सब-इन्स्पेक्टरला सांगितलं, की कारच्या मालकाचं नाव विचारा. तो ईश्वर सर्वसाक्षी असेल, तर त्याला हेडक्वॉर्टरला घेऊन या."

''ठीक आहे. आपण खुनाच्या जागेकडे वळू. घटनास्थळी तुम्ही पोचलात, तेव्हा काय काय दिसलं, ते तुम्ही फोटोग्राफच्या आधारे सांगू शकाल का?''

ब्रिजनं मान डोलावली. दीक्षितांनी खूण करताच एका शिपायानं फोटोंची फाईल आणली. ब्रिज एकेका फोटोग्राफ्समधली डिटेल्स दाखवून माहिती द्यायला लागला.

''ब्लॉक नंबर सहा सर्वसाक्षीचा. दरवाजाला कुलूपच काय, साधी कडीसुद्धा नव्हती. मी दरवाजा उघडून आत टॉर्चचा प्रकाश मारला. दिवे लावून घेतले.

''हॉलमध्ये, या कोचावर मयत प्रशांत सिद्ध बसलेला होता. त्याची मान बॅकवर लुळी पडली होती. छातीत भाजी चिरायची सुरी रुतलेली होती. जखमेतून रक्त वाहत होतं.

''इतर वर्णन करण्यासारखं काही नाही. झटापटीची किंवा प्रतिकाराची कोणतीही चिन्हं नव्हती.''

''काही महत्त्वाचा वगैरे पुरावा मिळाला?''

''नाही.''

''क्रॉस.''

''नो क्वेश्चन्स. थँक यू.''

ब्रिजनं एकदा अमरकडे पाहिलं. क्षणभर तो ताटकळला; मग पिंजऱ्यातून बाहेर पडला. इ. ब्रिजची त्यानं उलटतपासणी घेतली नाही, या गोष्टीचं ब्रिजसकट सर्वांना आश्चर्य वाटलं होतं.

दीक्षितांना आनंद झाला होता.

''डॉ. जाल.''

दीक्षितांनी कॉल देताच गुबऱ्या-गुबऱ्या गालांचा, गोरापान माणूस आपला थुलथुलीत देह लुटुलुटु नाचवत आला. त्यानं स्टँड घेतला. शपथ-विधी पार पडताच दीक्षितांनी प्रश्न विचारायला सुरुवात केली.

''डॉ. जाल, तुम्ही इ. ब्रिजच्या विंगला काम करता?''

''होय.''

''मयत प्रशांत सिद्धच्या प्रेताची प्राथमिक तपासणी तुम्ही केलीत?''

''होय.''

''आणि पोस्टमार्टेम?''

''तेही मीच केलं.''

''मृत्यूचं कारण?''

''हृदयात जखम होऊन रक्तस्त्राव झाल्यामुळे हृदय बंद पडलं.''

''मृत्यूची वेळ?''

''रात्री साडेअकरा ते एक तीस.''

''दॅट्स ऑल.''

''नो क्रॉस.''

अं?... नो क्रॉस? काय, विचार तरी काय आहे ह्याचा? गोंधळून-बिंधळून गेलाय काय?

नाही. चेहऱ्यावरतरी तसं वाटत नाही. त्याच्या चेहऱ्यावर नेहमीचंच प्रसन्न हास्य आहे.

मग, क्रॉस का करत नाही हा?

का...

तो विचार मनात येताच दीक्षितांचा डावा हात झटकून छातीकडे गेला. उजवा हात गाउनच्या आत गेला. त्यांनी सॉर्बिट्रेटची गोळी काढून भरकन जिभेखाली ठेवली.

बरं वाटलं.

पण तो विचार छातीतल्या कळांइतकाच त्रासदायक होता.

अमरला सर्व प्रश्नांची उत्तरं मिळाल्यामुळे तो प्रॉसिक्युशनला नुसता खेळवत असेल तर-?

''सरकारी साक्षीदार संपले आहेत, असं गृहीत धरू काय, दीक्षित?''

''अं हं!'' नकार देत दीक्षित उठले. त्यांनी डेव्हिड रेला कॉल दिला.

''नाव?''

"डेव्हिड रे."

"व्यवसाय?"

"सरकारी नोकरी."

"हुद्दा?"

"फिंगर-प्रिंट्स एक्सपर्ट."

"इ. ब्रिजच्या ग्रुपला काम करता?"

"होय."

"चालू खटल्यातलं ठशांचं संपूर्ण काम तुम्ही पाहिलं आहे?"

"होय."

"खुनी हत्यार म्हणून वापरण्यात आलेल्या सुरीवर कोणाचे ठसे मिळाले?"

"कोणाचेच नाहीत!"

"नाही?"

"नाही. सुरीची मूठ लाकडी आहे."

"ओह्! आरोपीव्यतिरिक्त आणखी कोणाचे ठसे त्याच्या ब्लॉकमध्ये आढळले का?"

"नाही!"

"नाही?... असं कसं?"

अमरनं चमकून रेकडे पाहिलं. मग त्याची नजर ऑडियन्सवरून फिरत गोल्डीवर स्थिरावली.

"क्रॉस."

अमर उठला.

"आय बेग युवर पार्डन, सर." तो अत्यंत आर्जवी स्वरात कोर्टाला उद्देशून म्हणाला, "कोर्टाचा वेळ महत्त्वाचा आहे, हे मला मान्य आहे; परंतु माझ्याकरता जी.डी.ए. नं काहीतरी महत्त्वाची माहिती आणलेली आहे. कोर्टाने परवानगी दिली, तर मी कोर्टाची अमूल्य अशी पाचच मिनिटं वाया घालवू इच्छितो."

"युवर ऑनर, युवर ऑनर," दीक्षित कळवळून म्हणाले, "निदान या वेळी तरी त्यांना तशी परवानगी देऊ नका. अशा प्रकारची परवानगी मिळाल्यानंतर प्रत्येक केसमध्ये या वकीलमहाशयांनी घोटाळा निर्माण केलेला आहे."

"आणि त्या घोटाळ्यातूनच केस सॉल्व्ह झालेली आहे!"

जज केसरांनी दोघांचं म्हणणं शांतपणे ऐकून घेतलं.

"विश्वास, जी. डी. ए. नं. तुमच्याकरता महत्त्वाची माहिती आणली आहे. ती या केसशी संबंधित आहे आणि त्या माहितीमुळे केसच्या रूपरेषेत फरक पडेल, असं तुम्हाला खरंच वाटतं?"

"होय, युवर ऑनर!"

"तसं असेल तरच मी पाच मिनिटं कोर्ट स्थगित करणार आहे."

"थँक यू, युवर ऑनर."

"मग, निदान या साक्षीदाराची उलटतपासणी तरी पूर्ण करा आधी." दीक्षित ओरडले.

"सोपं आहे ते!" अमर शांतपणे म्हणाला. "तुमचा साक्षीदार जाऊ शकतो!"

"उलटतपासणी नाही?"

"नाही."

"अं?... घेतलीच पाहिजे!" दीक्षित खवळून चिरकले.

"का?"

"मग थांबवून कशाला घेतलंत त्याला?"

"प्रश्न विचारावे लागतील, असं वाटलं होतं म्हणून थांबवलं होतं; पण आता परिस्थितीत फरक पडला आहे. हाच काय, तुमचा यापुढचा एकही साक्षीदार क्रॉस करण्याची आवश्यकता नाही आता!"

अमरचं उत्तर ऐकून दीक्षितांच्या जिभेवर कडवट चव पसरली. आवंढे गिळत ते खाली बसले.

अमरला पाच मिनिटं मान्य होणार, हे गृहीत धरून गोल्डी साइट

गेटमधून पुढे आला होता. अमर गंभीर चेहऱ्यानं त्याच्यापर्यंत पोचला.

मोजून पाच मिनिटं. अमर गोल्डीला अगदी हलक्या आवाजात सूचना देत होता. गोल्डी त्या ऐकत होता. मान डोलवत होता. मधूनच काहीतरी पुटपुटत होता.

साऱ्या कोर्टाचं लक्ष दोघांनी वेधून घेतलं होतं. प्रत्येकजण त्यांच्या तोंडांच्या, मानांच्या हालचालींवरनं, त्यांच्या चेहऱ्यावर दिसणाऱ्या हावभावांवरनं त्यांच्यातल्या बोलण्याचा संदर्भ लावायचा प्रयत्न करत होता.

''मग जमेल नक्की?'' अमरनं जोरात विचारलं.

गोल्डीनं या खांद्यापासून त्या खांद्यापर्यंत मान डोलावली.

''बघ हं. नाहीतर मी कोर्टाला दोन तास काम स्थगित करण्याची विनंती करायची आणि तुला यश नाही मिळालं की, केस पुन्हा जैसे थे!''

''नाही नाही,'' गोल्डी जजपर्यंत आवाज जाईल ह्याची दक्षता घेत म्हणाला, ''या कामाकरता दोन तास अगदी पुरेसे आहेत. तू परवानगी काढ.''

अमरनं मान डोलावली. प्रसन्नपणे हसत, वेगाने चालत तो जजसमोर येऊन उभा राहिला.

''युवर ऑनर,'' तो अगदी नम्र विनवणीच्या स्वरात म्हणाला, ''माझ्या सहकाऱ्यानं आत्ता मला जी माहिती सांगितली, आमच्यात जे बोलणं झालं, त्यातून उपस्थित झालेल्या परिस्थितीनं मला गोंधळल्यासारखं झालं आहे. संपूर्ण केसची दिशा बदलणारे असे नवीन मुद्दे उपस्थित झाले आहेत. आपण कृपावंत होऊन आम्हाला त्या मुद्द्यांवर विचार करण्यासाठी दोन तास कोर्टाचं कामकाज पुढे ढकलंत तर...''

''नाही, ते शक्य नाही!'' दीक्षित तटकन म्हणाले. ''युवर ऑनर, कोणत्याही परिस्थितीत मी तशी गॅप पडू देणार नाही.''

''पण पुरावे गोळा करण्याकरता आम्हाला दोन तासांची आवश्यकता आहे.''

''मग त्याला मी काय करू? सॉरी. मला पुराव्यांची गरज नाही. तुम्हाला होती, तर केस स्टँड होण्यापूर्वी तुम्ही तयारी करायची होती!''

“वेल! सरकारी वकिलांची हरकत असेल, तर!...”

“आय हरकत! आपलं, आय ऑब्जेक्ट!” घाईघाईनं दीक्षित म्हणाले.

“का?” अमरनं थंड स्वरात विचारलं.

“कारण, पुरावे गोळा करण्याकरता तुम्हाला दोन तास देऊन तुमची केस काँक्रीट करण्याची मला काहीच आवश्यकता नाही!”

“सरकारी वकिलांचं हे उत्तर ऐकून मला वाईट वाटतंय्, युवर ऑनर!” दुःखी चेहरा करत अमर म्हणाला, “वास्तविक न्यायदानाच्या पवित्र कामात आम्ही मदत करतो; मग तो सरकारी वकील असो, नाहीतर बचावाचा वकील असो! केस ‘मी’च जिंकली पाहिजे, असा दुराग्रह धरण्यापेक्षा न्यायाचा आग्रह धरणं, हे वकिलाचं कर्तव्य आहे. असं सांगताना माझ्या सहकारी वकील मित्रमहोदयांनी असे अनुचित उद्‌गार काढावेत, या गोष्टीचा मी निषेध करतो!”

त्याचं ते मानभावीपणाचं भाषण ऐकून दीक्षित जाम पिसाळले. उगीचच गंभीर मुद्रा करून त्यानं चावटपणा केला होता. ऑडियन्सच्या नजरेत त्यांना अडेलतट्टू बनवलं होतं.

“करा, निषेध करा! मी कोणत्याही परिस्थितीत गॅपला मान्यता देणार नाही!”

“ऑल राइट!” खेदपूर्ण स्वरात अमर म्हणाला, “सरकारी वकिलांची इच्छा नसेल, तर माझी विनंती मी मागे घेतो.”

“कन्टिन्यू वुइथ द केस.” गंभीर स्वरात जज म्हणाले.

“युवर ऑनर, प्रॉसिक्युशनचे साक्षीदार संपलेले आहेत.” दीक्षित म्हणाले आणि त्यांनी एवढी जोरदार हरकत का घेतली, ते अमरच्या लक्षात आलं.

“बचावाच्या वतीनं तुम्हाला काही साक्षीदार कोर्टापुढे आणायचे आहेत काय, मि. विश्वास?”

“यस युवर ऑनर. मी कोर्टासमोर सहा कातकरी माणसं साक्षीदार म्हणून आणणार आहे. हे सर्वच्या सर्व साक्षीदार एका ठरावीक मुद्द्यावरच

साक्ष देणार आहेत. या साक्षीदारांची साक्ष घेऊन मी हे सिद्ध करणार आहे, की सव्वाबाराच्या सुमाराला आरोपी खंडाळ्याच्या घाटातला चढ संपवून खालापूर तालुक्याची हद्द ओलांडून बोगद्यापलीकडे पोचला होता.

"सरकारी वकिलांची हरकत नसल्यास प्रत्येकाला तेच प्रश्न विचारून कोर्टाच्या कामाला विलंब लावण्यापेक्षा त्यांच्यातल्या एकालाच प्रश्न विचारणं मी पसंत करीन. त्या साक्षीदारानं दिलेलं उत्तर त्यातल्या एखाद्या साक्षीदाराला पटलं नाही, तर स्वतंत्र उत्तर द्यायला तो मोकळा असेल."

"नो ऑब्जेक्शन!"

सहा काळेकभिन्न कातकरी पायांतल्या जाड वहाणा करकर वाजवत कोर्टात शिरले. एक पार्श्वभागात काचणारी लंगोटी, त्यावर कळकट बंडी, कुडता, डोक्याला तेलकट फेटा, हातात मजबूत काठी- असे ते सहा यमदूत आत शिरले. त्यांना सगळं नीट समजावून सांगून, त्यातल्या एकाला साक्षीदाराच्या पिंजऱ्यात उभं करून शपथ घ्यायला लावण्याचं दिव्य पार पाडेपर्यंतच अमर घामेघूम झाला होता.

"तुझं नाव?"

"हळ्ळी येळनार."

सर्वांनी माना डोलावल्या.

"समोरच्या पिंजऱ्यात एक माणूस आहे, नीट बघ."

हळ्ळीनं सर्वसाक्षीकडे पाहिलं. दांतवण भरून घेतलेले काळेमिच्च दात दाखवून तो हसला. त्यानं सर्वसाक्षीला रामराम घातला.

"त्यांना ओळखतोस का हळ्ळी तू?"

"हां. पण त्यांना त्या पिंजऱ्यात का कोंडलंय?" त्यानं भुवई चढवून विचारलं. "ए साहेबा, अरे टांग टाकून बाहेर ये की!"

हळ्ळीच्या बोलण्यातला बराचसा भाग अनाकलनीय होता. कारण तो शब्दांचे उच्चार काहीतरी निराळेच करत होता आणि तो काहीही बोलला, तरी उरलेले पाचजण माना डोलावून त्याला अनुमोदन देत होते.

"त्याला तसं बाहेर येता येणार नाही. खुनाचा आरोप आहे त्याच्यावर."

"म्हणून त्याला पिंजऱ्यात डांबलाय?"

"हां."

काही न बोलता हळ्ळीनं कठड्यावरून टांग टाकली, झटक्यात बाहेर आला तो!

"साहेब, मी खून केलेला नाही!" तो हट्टी स्वरात म्हणाला.

त्याला समजावून सांगण्यात पुन्हा दहा मिनिटं गेली. शेवटी नाइलाजानं हळ्ळी पुन्हा पिंजऱ्यात उभा राहिला.

"पिंजऱ्यातल्या साहेबाला कुठे पाहिलं होतंस तू?"

"बोरघाटात ह्याची बंद पडलेली गाडी आम्हीच तर गॅरेजपर्यंत नेली होती ढकलत ढकलत! नायतर साहेबाला काय जमत नव्हतं ते! आज पोत्तुर बसला असता गाडी ढकलत!"

लोक हसायला लागले, तसा हळ्ळी बावचळला. लोकांनी आपल्याला हसावं, याचं त्याला वाईटही वाटलं होतं-

"एकवीस तारखेची गोष्ट ही?"

"हां."

"किती वाजताची?"

"एकदम रात्रीची. बारानंतरची."

"साहेबाची कार कुठे नेलीत ढकलत तुम्ही?"

"इंग्रजी खानावळीच्या शेजारच्या गॅरेजपर्यंत; पण त्याबद्दल आमची तक्रार नाही. साहेबानं पंधरा रुपये मोजले होते."

"क्रॉस."

"काय क्रॉस?"

"तुला नाही हळ्ळी, त्यांना म्हणालो मी."

"असं-असं. म्हणजे आता तो गुळगुळीत मनुष्य हेच विचारणार!" स्वत:च्या फेट्यावरून हात फिरवत तो पुटपुटला. दीक्षितांच्या टकलाला 'गुळगुळीत' हा शब्द योजलेला पाहून जजही हसायला लागले.

दीक्षित कसले क्रॉस करतायत त्या कातकऱ्याला! त्यांनी जोरजोरात

नकारार्थी मान डोलावली; पण मग ते एकदम उठून उभे राहिले.

"विचारतोच."

"विचारा की!"

"हळ्ळी, तू आणि तुझ्या या सहकाऱ्यांनी आरोपीची कार बोगद्यापासून ढकलीत नेली ना?"

"हां गुळगुळीतसाहेब."

"पुन्हा 'गुळगुळीत' म्हणू नकोस!"

"आता साहेब, वाईट लागलं होय? अहो, इथं सगळेच साहेब! मग फरक कसा करणार? म्हणून हे निळे डोळेवाले साहेब, ते गाडीवाले साहेब, ते वर बसलेले न्यायाधीशसाहेब आणि तुम्ही... गुळगुळीतसाहेब!" हळ्ळी समजावणीच्या स्वरात म्हणाला.

त्याचं साहेबांचं वर्गीकरण ऐकून ऑडियन हसायला लागला होता.

"तू काहीच म्हणू नकोस, फक्त प्रश्नांची उत्तरे दे." दीक्षित चिडखोर स्वरात म्हणाले, "रात्री बोरघाटात अंधार असतो का उजेड असतो?"

"म्हटलं तर अंधार असतो, म्हटलं तर उजेड असतो!"

"म्हणजे काय?"

"ट्रकच्या रहदारीच्या पॉवरबाज उजेडानं रस्ता चकाकतोय नुसता गुळ-साहेब आणि ट्रक नसेल तेव्हा सगळा अंधार!"

"तुझी खात्री आहे, हाच साहेब घाटातल्या कारजवळ होता?"

"आता? नाय. तुम्हाला गुळगुळीत साहेबच म्हटलं पाहिजे! अहो, बदलला कसा जाईल? काय जादूटोणा वाटला काय?"

"जास्त बकबक न करता उत्तर दे!"

"साहेब, ते साहेब त्यांच्या गाडीच्या परकाशातच उभे होते आणि गॅरेजपाशी त्यांनी आम्हाला पंधरा रुपये दिले, तेव्हादेखील हे साहेब बदललेले नव्हते."

दीक्षितांनी दुर्मुखलेल्या आवाजात हळ्ळीला जायला सांगितलं.

"गुलबक्ष खुदाबक्ष." अमर म्हणाला आणि चाळिशीच्या एका रुबाबदार

माणसानं एन्ट्री घेतली. दिसायला तो हँडसम होता. त्याच्या उमद्या व्यक्तिमत्त्वात श्रीमंती स्वास्थ्याची भर पडली होती. अंगावरचा सूट इम्पोर्टेड होता. तीन बोटांत अंगठ्या होत्या. डाव्या हातात सोन्याचा पट्टा असलेलं इलेक्ट्रॉनिक घड्याळ होतं.

शपथविधी पार पडला.

"मि. गुलबक्ष, आपला व्यवसाय?"

"खंड्याळ्याचं 'सनसेट इन्' माझ्या मालकीचं आहे."

"इनला तुम्ही स्वत: काउंटर सांभाळता, का मॅनेजर आहे?"

"मॅनेजर आहे; पण बुकिंगच्या वेळी मी स्वत: हजर असतो."

"आरोपीच्या पिंजऱ्यात उभा असलेला गृहस्थ ह्यापूर्वी पाहिला आहे तुम्ही?"

"यस, सर. हा एक रात्री चार तासांकरता इनला उतरला होता."

"कोणत्या तारखेची गोष्ट ही?"

"मागच्या महिन्याच्या बावीस तारखेची."

"दॅट्स इट, युवर ऑनर!" दीक्षित एकदम ओरडले. "आरोपी बावीस तारखेला..."

"जस्ट अ मिनिट, तुमची दिशाभूल होतीय!" अमर म्हणाला. गुलबक्षकडे वळला, "मि. गुलबक्ष, नवीन दिवस केव्हापासून धरता तुम्ही?"

"रात्री बारापासून."

"आज चौदा तारीख आहे. आता रात्रीचे जे बारा वाजतील, तेव्हापासून पंधरा तारीख धरणार तुम्ही. बरोबर आहे?"

"यस, सर."

"म्हणजे, तुमच्या रजिस्टरला जी बावीस तारखेची एक वाजून दहा मिनिटांची एन्ट्री आहे, ती एकवीस तारीख संपल्यावर सत्तर मिनिटांची आहे."

"यस, सर."

"त्या वेळी आरोपीनंच रूम बुक केली होती, का त्याच्या वतीनं..."

"नो प्रॉक्सी. ही केम इन पर्सन."

''थँक यू.'' अमर म्हणाला. दीक्षितांकडे वळला. ''इट्स युवर विटनेस, नाऊ.''

''नो क्रॉस, थँक यू.''

गुलबक्ष निघून जाताच अमर जजच्या दिशेनं वळला.

''युवर ऑनर, मयत प्रशांत सिद्धचा खून आरोपी ईश्वर सर्वसाक्षीच्या ब्लॉकमध्ये झालेला आहे. खुनी हत्यार म्हणून जी सुरी कोर्टात एक्झिबिट करण्यात आली आहे, तीदेखील आरोपीच्या मालकीची आहे. कारणांचा विचार केला, तर प्रशांतचा खून करण्याकरता सर्वसाक्षीइतकं सॉलिड कारण कोणाजवळही नव्हतं, असं उपलब्ध पुराव्यावरून म्हणता येईल.

''परंतु संधीचा विचार केला तर मात्र प्रशांतचा खून आरोपीने केलेला नसून तो दुसऱ्याच व्यक्तीने केला, असं ठामपणे म्हणता येईल.

''डॉ. जाल हे सरकारी डॉक्टर आहेत. त्यांच्या अहवालाप्रमाणे प्रशांत सिद्धचा खून एकवीस तारखेच्या रात्री तेवीस तीस ते बावीस तारखेच्या एक तीस या वेळात झाला आहे.

''पैकी शून्य वाजून तीस मिनिटांच्या पुढचा वेळ तर आरोपी खंडाळ्यात होता. उरला पहिला एक तास. युवर ऑनर, आरोपीनं साडेअकरा वाजता खून केला, असं गृहीत धरलं, तर सरकारी साक्षीदाराच्या साक्षीलाच हे विधान विरोधी होईल. मिसेस नायडूंच्या साक्षीप्रमाणे, त्यांचे मिस्टर कामावर गेल्यानंतर त्यांना आरोपीच्या ब्लॉकमध्ये दिवा दिसला. त्यानंतर त्यांना किंकाळी ऐकू आली!

''ही वेळ रात्री चोवीसच्या पुढचीच धरावी लागणार. मग, खून करून बोरघाटात साडेबाराला- शून्य वाजून तीस मिनिटांनी पोचणं फिजिकली अशक्य आहे आणि मिसेस नायडूंच्या साक्षीप्रमाणे, त्यांना त्या घटनेनंतर कोणत्याही वाहनाचा आवाज ऐकू आलेला नाही.

''क्षणभर आपण असं गृहीत धरू, की आरोपीनं दूरदृष्टी ठेवून पहिल्या वेळी कार बाहेर काढली. बिंल्डिगपासून जरा दूर अंतरावर उभी केली. तो परत आला. खून करून, कार कलेक्ट करून निघून गेला; पण

रात्रीच्या शांत वातावरणाचा विचार केला तर पूर्ण सावधगिरी बाळगण्याकरता बिल्डिंग आणि कार पार्क केली ते ठिकाण-यांत कमीत कमी दहा मिनिटं चालण्याचं अंतर आवश्यक आहे. मग, बाराच्या नंतर खून करून दहा मिनिटं मध्ये घालवून, दहा मिनिटं पायी चालून, कार कलेक्ट करून तो साडेबाराला बोरघाटात कसा पोचेल?

"युवर ऑनर, ह्याचा अर्थ उघड आहे. सर्वसाक्षीनं सूर्यकांत प्रेषितला 'द लाइफ' हे पोर्ट्रेट विकलं होतं. ते इमिटेशन असल्याबद्दलचा गवगवा बिटू भाटी या आर्टडीलरनं केलेला होता. ते विधान सिद्ध करण्यातला प्रशांत सिद्ध हा हुकमी एक्का होता. 'द लाइफ' इमिटेशन आहे हे सिद्ध झालं असतं, तर पर्यायानं सर्वसाक्षीला जबरदस्त फटका बसणार होता.

"या परिस्थितीचा चातुर्याने फायदा करून घेऊन खुनी व्यक्तीनं कोणत्यातरी कारणाकरता प्रशांत सिद्धचा खून केला. या हिडीस कार्यासाठी त्यानं सर्वसाक्षीचा ब्लॉक हेतुपरस्पर वापरला.

"अर्थातच, त्या वेळी सर्वसाक्षी ब्लॉकमध्ये नसणार, तो लवकर परत येण्याची शक्यता नाही, हे ज्याला माहीत होतं; किंबहुना खोटा फोन करून ज्यानं सर्वसाक्षीची दिशाभूल करून आपला मार्ग निर्वेध केला होता, त्याचंच हे काम आहे! आणि..."

"ओह! नाऊ स्टॉप इट!" दीक्षित अस्वस्थपणे चुळबुळत म्हणाले.

"मि. विश्वास, नेहमीच्याच पद्धतीनं तुम्ही इलेव्हन्थ अवरला फाटे फोडताय. सगळी केस विस्कटून टाकताय."

"मी केसला फाटे फोडून कोर्टाची दिशाभूल करीत नाहीये. केस राइट ट्रॅकवर आणतोय."

"असं? मग माझ्या प्रश्नांची उत्तरं देता?"

"अवश्य."

"खुनी माणसाला ब्लॉकची चावी कुठून मिळाली?"

"एखाद्या लॉक-स्मिथकडून चावी बनवणं किंवा बनवणं किंवा मास्टर-कीचा वापर करून आत शिरणं अवघड नाही किंवा अमिषाला बळी पडून,

सर्वसाक्षीच्याच एखाद्या माणसानं डुप्लिकेट दिली असणंही अशक्य नाही!''

"ठीक आहे. सर्वसाक्षीच्याच इतकं, प्रशांतचा खून करण्याचं आणखी कोणाला कारण आहे?''

अमर मंदपणे हसला. जजकडे वळला.

"युवर ऑनर, याच प्रश्नाच्या पुराव्यासाठी मघाशी मी दोन तासांची सवलत मागितली होती; पण त्या वेळी सरकारी वकिलांनी पूर्णत: असहकाराचं धोरण स्वीकारलं होतं. आता, सरकारी वकिलांनी माझ्या काही प्रश्नांची उत्तरं द्यावीत. खुनी कोण हे सूर्यप्रकाशाइतकं स्वच्छ होऊ शकेल.''

"विचारा.'' दीक्षित आवेशात म्हणाले.

"राजा चंद्रवर्म्यांच्या ज्या 'द लाइफ' या पोर्ट्रेटवरून हे प्रकरण चिघळलं, त्या 'ओरिजिनल' पोर्ट्रेटचा शोध घेतलात तुम्ही?''

"ओह! युवर ऑनर. ही दिशाभूल आहे. मान्यवर समीक्षकांनीसुद्धा एक्झिबिशनमधल्या पोर्ट्रेटला 'ओरिजिनल' म्हणून मान्यता दिलेली आहे!''

"तरीही ते ओरिजिनल नाही!'' अमर निश्चयी, शांत स्वरात म्हणाला.

"नसेल! ते निराळं; हे निराळं. या केसशी त्या पोर्ट्रेटचा...''

"संबंध आहे!''

"मग, तुम्हीच ओरिजिनल आणा आणि जोडून दाखवा संबंध!''

"जरूर!''

"ओरिजिनल कुठे आहे, ते तुम्हाला माहीत आहे?''

"नाही.''

"मग कशाला उगाच घोटाळा वाढवून केसचा बट्ट्याबोळ करताय?''

"आणखी एका प्रश्नाचं उत्तर द्या; मी तुम्हाला ओरिजिनलपर्यंत घेऊन जातो.''

"तुम्ही मला मसणापर्यंतसुद्धा न्याल! तोच विचार आहे तुमचा.''

जजनी ताबडतोब ग्रॅव्हल आपटून दीक्षितांना समज दिली.

"विचारा तुमचा प्रश्न.'' दीक्षित खाली मान घालत पुटपुटले.

"स्थानिक सब-इन्स्पेक्टरनं आरोपीला सनसेट इनमध्ये ताब्यात घेतलं,

तेव्हा त्याच्या अंगावर कोणते कपडे होते?''

दीक्षित तरातरा चालत आपल्या टेबलापाशी गेले. केसपेपर्सची फाईल काढून त्यांनी त्या स्थानिक सब-इन्स्पेक्टरचा जाब वाचला.

''त्याच्या अंगावर कॉफीकलर सूट होता.''

''आणि जवळच्या सूटकेसमध्ये?''

''स्काय ब्ल्यू कलरचा डबल ब्रेस्ट.''

''वेल! आणि साक्षीदार मिसेस नायडूंनी खुनी व्यक्ती म्हणून बाहेर पडणाऱ्या आरोपीच्या अंगावर कोणता ड्रेस होता, असं साक्षीत सांगितलं होतं?''

''काळी पँट, हिरवा कोट आणि तपकिरी रंगाची फेल्ट हॅट!''

''कुठाय हा ड्रेस?''

खाड्कन् मुस्काटात मारल्यामुळे दाढ पडल्यासारखा चेहरा झाला दीक्षितांचा! टेबलाचा आधार घेऊन पाच मिनिटं ते डोळे मिटून स्तब्ध उभे राहिले.

''युवर ऑनर,'' शेवटी त्यांनी चढेल आवाजात बोलायला सुरुवात केली, ''माझ्या सहकारी वकीलमित्राने महत्त्वाचा पण दुर्लक्षित असा मुद्दा आमच्या निदर्शनास आणून दिला, त्याबद्दल मी त्यांचे आभार मानतो; पण ह्या नवीन अँगलचा विचार केला, तर... आजची केस पोस्टपोन् करून उद्याचा दिवस आम्हाला मिळावा, केस परवा सकाळच्या सत्राला कंटिन्यू करावी, अशी मी कोर्टाला नम्र विनंती करतो!''

''नाउ, आय ऑब्जेक्ट!'' अमर गरजला. ''युवर ऑनर, ज्या कारणाकरता मी दोन तासांचं डिसकन्टिन्यूएशन मागत होतो, त्या कारणाकरता सरकारी वकील एका दिवसाची मुदत मागत आहेत!

''आता, सरकारी वकिलांनी 'द लाइफ'चं ओरिजिनल आणि खुन्याचा खून करतानाचा ड्रेस ऑन द स्पॉट हजर करावा किंवा आरोपीवरची केस डिसमिस करण्यात यावी! प्रॉसिक्युशनला मदत करण्याकरता आम्ही कोणत्याही कारणाने तयार नाही!''

दीक्षितांचा चेहरा अगदी साफ पडला होता. त्यांच्या कपाळावर, टकलावर घामाचं थारोळं साचलं होतं. मनावर आलेल्या विलक्षण दडपणामुळे छातीत कळा यायला लागल्या होत्या. हातापायांना कंप सुटला होता.

जज विचारी मुद्रेनं अमरकडे पाहत होते.

अमरला ते आज ओळखत नव्हते. त्यांच्या कोर्टात आजपर्यंत त्यानं कित्येक केसेस हां-हां म्हणता, हसत-खेळत जिंकल्या होत्या. एखाद्या माणसाला कॉर्नर करून, त्याला अगतिक बनवून, त्याचा अंत पाहण्याची अमरची प्रथा नव्हती.

मग, आजच दीक्षितांचा अंत का पाहतोय तो? केस सॉल्व्ह करणारी हुकमाची पानं नक्की त्याच्या हातात आहेत! वाट कसली पाहतोय तो?

जज केसरांचे विचार अगदी योग्य दिशेनं चालले होते.

हुकमाची पानं अमरच्या हातात होती. फक्त...

गोल्डीच्या आगमनाची वाट बघत होता तो!

◆◆◆

नऊ

अन् दीक्षितांच्या दृष्टीनं प्रतीक्षेचा तो दहा मिनिटांचा जीवघेणा काळ संपला होता. अमरच्या चेहऱ्यावरचा ताण ढिला पडला. चेहऱ्यावर प्रसन्न हास्य चमकलं. निळे डोळे आनंदानं लकाकले. त्यावरून दीक्षितांनी ओळखलं होतं ते. त्यांनी मान वळवून एन्ट्रन्सकडे पाहिलं.

गोल्डी आणि इ. ब्रिज आत येत होते. ब्रिजच्या एका हातात एक सूटकेस होती. दुसऱ्या हातात एक भलंमोठं पॅकिंग होतं.

ते दोघं अमरपाशी येताच गोल्डीनं हसून अमरला अंगठा दाखवला.

''डन?''

''वेल-डन!'' गोल्डी उत्साहानं म्हणाला.

''गो ऑन युवर वे!''

''थँक यू!'' सुटकेचा नि:श्वास टाकत अमर आनंदानं ओरडला, ''मि. गोल्डी मायर, प्लीज, टेक द स्टँड.''

गोल्डीनं झटकन साक्षीदाराच्या पिंजऱ्यात प्रवेश केला. क्लार्कच्या मागोमाग शपथ घेतली.

''तुमचा व्यवसाय?''

"गोल्डन डिटेक्टिव्ह एजन्सी ऊर्फ जी. डी. ए. या प्रायव्हेट डिटेक्टिव्ह एजन्सीचा मी मालक आहे."

"प्रशांत मर्डर केसच्या संदर्भात तुम्ही काही इन्व्हेस्टिगेशन करत होता?"

"होय."

"कोणाकरता?"

"तुमच्याकरता."

"आत्ता कोर्टात येताना इ. ब्रिजनं एक सूटकेस आणि एक मोठं पार्सल आणलं त्याचा, या मर्डर केसचा आणि जी. डी. ए. चा काही संबंध आहे?"

"आहे. सूटकेस आणि पार्सलमध्ये खुनाच्या संदर्भातले अत्यंत महत्त्वाचे पुरावे आहेत आणि ते मी क्लायन्टकरता शोधून आणलेले आहेत."

"आणि इ. ब्रिजचा काय संबंध?"

"पुराव्यासाठी म्हणून मी इ. ब्रिजना बरोबर घेतलं होतं. जे काही घडलं, ते इ. ब्रिजच्या देखत घडलेलं आहे."

"वेल! नाइस प्रिकॉशन्स. त्या पार्सलमध्ये काय आहे?"

गोल्डी क्षणभर थबकला. त्यानं संथपणे अमरच्या नजरेला नजर दिली. मग त्याच्या चेहऱ्यावर मंद हास्य तरळलं.

"त्या पार्सलध्ये?"

"हं!"

"वंडर टवेल्व्ह!"

खाडकन सगळ्यांच्या नजरा त्या पार्सलकडे वळल्या. प्रेस फोटोग्राफर्स गर्दीतून जागा करत पुढे घुसले. कोर्टात खळबळ माजली. ज्या 'वंडर ट्वेल्व्ह'मुळे ही गुंतागुंतीची केस निर्माण झाली होती, जे जागतिक दुर्मीळ असं आश्चर्य मानलं होतं, ती 'वंडर ट्वेल्व्ह' म्हणून प्रसिद्धीच्या शिखरावर असलेली चित्रं या क्षणी... आता... इथे कोर्टात हजर होती!

"ऑर्डर-ऑर्डर!" हॅमर आपटत जज म्हणाले, "तुम्ही उगाच कोर्ट डिस्टर्ब करू नका हो. मी परवानगी देईपर्यंत कोणीही फोटोग्राफ्स घ्यायचे

नाहीत. आधी मागे व्हा तुम्ही!''

"युवर ऑनर, मि. चंद्रशेखर या क्षणी कोर्टात हजर आहेत. पोट्रेट्रसूची ओरिजिनॅलिटी पडताळून पाहण्याकरता मी त्यांना पुढे येण्याची विनंती करतो.''

"मि. विश्वास, हा काय वेडगळपणा चालवलायत तुम्ही? 'वंडर ट्वेल्व्ह' मिळवणं तोंडच्या गप्पा वाटल्या का तुम्हाला? का गारुड्याचा खेळ वाटला हा?'' चंद्रशेखरांनी धारदार आवाजात विचारलं, "आणि या पोरखेळात मला सामील करून घ्यायला पाहताय तुम्ही?''

"गैरसमज करून घेऊ नका चंद्रशेखर. तुमचा थोडासा वेळ वाया जाईल; पण... कम ऑन, हेल्प अस प्लीज.'' अमर मृदू स्वरात म्हणाला.

नाइलाज झाल्यासारखे चंद्रशेखर पुढे आले.

गोल्डीनं ब्रिजच्या मदतीनं पॅकिंग फोडलं. आतलं एक पोर्ट्रेट काढून चंद्रशेखरांसमोर धरलं.

क्षणभर त्यांचे नेत्र विस्फारले गेले. नंतर त्यांच्या तोंडून आश्चर्योद्गार बाहेर पडले.

"यस, मि. शेखरदा?''

"ते... ते... ओरिजनल आहे!

"वेल, आता मग सेटच बघा तुम्ही!''

"पण... पण... तुम्हाला ही ओरिजिनल्स मिळालीच कशी?'' त्यांनी घोगऱ्या स्वरात विचारलं.

"ब्रिज, कुठे मिळाली रे ही तुम्हाला?''

"चंद्रशेखरांच्या स्टुडिओत!''

"यू स्काउंन्ड्रलस्!'' चंद्रशेखर ताठरत ओरडले. "माझ्या स्टुडिओत घुसलातच कसे?''

"शट-अप!'' ब्रिज करारी आवाजात ओरडला. "गुन्हा लपवण्याकरता ओरडाआरडा केलात, तर...''

कोर्टात अगदी गहन शांतता पसरली होती. जज केसरही आ वासून केसला मिळालेलं हे अनपेक्षित वळण पचवण्याचा प्रयत्न करीत होते.

प्रेसफोटोग्राफर्सचे हात स्नॅप्स मारायला वळवळत होते आणि दीक्षित नुकत्याच दोन-तीन फीट्स येऊन गेलेल्या माणसासारखे बधिर झाले होते.

"मि. चंद्रशेखर, आपण कृपा करून साक्षीदाराच्या पिंजऱ्यात याल काय?" अमरनं शांत स्वरात विचारलं.

गोल्डीनं पिंजरा रिकामा केला. चंद्रशेखर थरथरत्या पावलांनी पिंजऱ्यात उभे राहिले.

"इ. ब्रिज, त्या वन्डर्सपैकी, 'द लाइफ' राहू द्या; इतर एक्झिबिट करा." अमर म्हणाला. 'द लाइफ' घेऊन चंद्रशेखरांकडे वळला, "शेखर, आपल्यासमोर आत्ता दोन 'द लाइफ' आहेत. एक माझ्या हातात आहे, दुसरं एक्झिबिट करण्यात आलेलं आहे. माझ्या ज्ञानाप्रमाणे दोन्ही पोर्ट्रेट्स अगदी सारखीच आहेत; पण मला एक कळतं, एकाच चित्राच्या दोन ओरिजिनल्स असणं शक्य नाही. तर, ही दोन्ही तुम्हाला दाखवतो. एक्सपर्ट या नात्यानं, त्यातलं ओरिजनल कोणतं आणि डुप्लिकेट कोणतं, "ते आम्हाला सांगाल काय?"

"तुमच्या हातातलं ओरिजिनल आहे." शेखर भकास नजरेनं अमरच्या हातातल्या पोर्ट्रेटकडे पाहत भेसूर स्वरात म्हणाले.

"म्हणजे, सूर्यकांत प्रेषितनं वीस हजारांना खरेदी केलेलं 'द लाइफ' डुप्लिकेटच का शेवटी?"

"होय."

"तुम्ही फरक कसा केलात?"

"सही. राजा चंद्रवर्म्याची सही विशिष्ट आहे. ते तेलगूमध्ये उलटी म्हणजे उजवीकडून डावीकडे सही करत. हे फक्त मलाच माहीत आहे."

"मग, एक्झिबिशनमधलं 'द लाइफ' बोगस आहे, हे प्रेषितनं दिलेल्या पार्टीच्या वेळेपासून माहीत असायला हवं होतं तुम्हाला?"

"माहीत होतं."

"तरीही तुम्ही खोटी साक्ष दिलीत?"

"प्रशांतच्या या गुणाबद्दल माझ्या मनात आदर होता, म्हणून मी ते

रहस्य उलगडलं नव्हतं.''

''हे डुप्लिकेट प्रशातनं केलं होतं?''

''होय.''

''आता कोणाबद्दलच्या आदरासाठी खोटं बोलताय शेखर तुम्ही?''

''तुम्हाला काय म्हणायचं आहे?''

''स्पष्ट आहे, हे इमिटेशन तुम्ही तयार केलेलं आहे!''

''हा आरोप खोडसाळपणाचा आहे!''

''नाही. प्रशांत सिद्धला मी खुनाच्या आधीच्या रात्री भेटलो होतो. तेव्हा त्यानं मला असं सांगितलं होतं की, 'मी चित्राची नक्कल करतो, ती सहीसकट करतो!'' त्यानं ती केली असती, तर सही पर्फेक्ट आली असती. पण ओरिजिनल आणि डुप्लिकेट ओळखता यावं, म्हणून तुम्हीच ही मेख मारून ठेवलेली आहे!''

''ऑल राइट!'' शेखर दात-ओठ खात म्हणाले. ''त्याही पुढे जाऊन मी तुम्हाला आणखी धक्कादायक बातमी सांगतो. राजा चंद्रवर्मा हे माझे गुरू होते! मरताना त्यांनी 'वंडर ट्वेल्व्ह' माझ्या स्वाधीन केली होती आणि चकाकत्या सूर्यप्रकाशाचं रहस्यही मला सांगितलं होतं त्यांनी. याचा फायदा घेऊन आजपर्यंत मी 'ओरिजिनल्स' माझ्याकडे ठेवून, त्याबरहुकूम छत्तीस सेट्स निरनिराळ्या डीलर्सना विकले आहेत! जगात जेवढी म्हणून राजांची चित्रं आहेत, ती सर्वच्या सर्व डुप्लिकेट्स आहेत!''

त्या उत्तरानं वातावरण क्षणार्धात भारलं गेलं. लोक जिवाचे कान करून ऐकायला लागले. हे असं काही निष्पन्न होईल, याची कोणालाच कल्पना नव्हती.

''दॅट्स द आन्सर.'' अमर चुटकी वाजवून म्हणाला, ''शेखर, त्या रात्री प्रशांत मला म्हणाला होता, की आज रात्री माझी महत्त्वाची मीटिंग आहे. बोलणी मनासारखी झाली, तर मी तुम्हाला काहीही सांगणार नाही. जर बोलणी फिसकटली, तर मी तुम्हाला सगळं काही सांगेन.

''आता माझ्या लक्षात आलं, त्या रात्री त्याच्या रूममध्ये असणारी

तरुणी तनुजा वास्वानी नसून दमयंती कौर होती. ती तुमचा निरोप घेऊन आली होती आणि म्हणूनच ती ऐकत असताना मला तसं सूचक उत्तर दिलं होतं. दमयंती तुम्हाला आमच्या भेटीच्या संदर्भातलं सांगणार होती आणि आपलं रहस्य— जे प्रशांत सिद्धनं कोणत्यातरी मार्गानं हस्तगत केलं होतं– फुटू नये म्हणून मीटिंगमध्ये त्यांच्या सर्व अटी मान्य करणार होता!''

''हॅ! माझी आणि प्रशांतची मीटिंग झालीच नाही. मी कशाला त्याला भेटतोय?''

''शेखर, तुम्ही त्या रात्री सर्वसाक्षीच्या ब्लॉकवर प्रशांतला बोलावलं नव्हतं?''

''नव्हतं!''

''खटला ऐकायला रोज येता का तुम्ही?''

''होय.''

''मग पहिल्याच दिवशी, ओपनिंग स्टेटमेंटमध्ये सरकारी वकिलांनी मोहनलाल शर्माच्या फोनचा उल्लेख केला, तेव्हा झोपला होतात काय? 'गॉड्स विस्डम' तुमच्याकडे होतं, तर कोण तो टी. रंगचारी, त्याच्याकडे जाईलच कसं ते?''

''मला वाटलं, माझ्या सेट्सपैकी एखादं इमिटेशन त्याला मिळालं असेल.''

''नाही शेखर, तसं नाही ते. तुम्ही मोहनलाल शर्माच्या नावानं सर्वसाक्षीला फोन केलात. त्याला पुण्याला जाण्याकरता बाहेर काढलंत आणि परिस्थितीचा योग्य फायदा करून घेण्याकरता प्रशांतला तुम्ही त्याच्या ब्लॉकवर बोलावून घेतलंत. प्रशांतनं त्याच्याजवळच्या माहितीच्या जोरावर तुम्हाला ब्लॅकमेल करण्याचा प्रयत्न केला. ब्लॅकमेलची रक्कम इतकी जबरदस्त होती, की त्याचं तोंड कायमचं बंद करायचं असेल, तर त्याला जगातून नाहीसं करणं हा एकच मार्ग होता. त्याचा तुम्ही अवलंब केलात.''

''नाउ, क्विट स्टॉलिंग, स्टॉप फायरिंग शॉट्स इन द डार्क. मी तसलं काहीही केलेलं नाही. त्या खुनाशी माझा संबंध जोडण्याचा वेडेपणा

सोडून द्या!''

"गोल्डी,'' पटकन् गोल्डीकडे वळत अमरनं विचारलं, "सूटकेसमध्ये काय आहे रे?''

"काळी पँट, हिरवा कोट, तपकिरी हॅट आणि बूट!''

चंद्रशेखरांनी चमकून गोल्डीकडे पाहिलं.

"कोणाच्या मालकीचे आहेत हे कपडे?''

"ईश्वर सर्वसाक्षींच्या.''

"आणि कुठे मिळाले?''

"चंद्रशेखरांच्या कपड्यांच्या कपाटात एक गाठोडं होतं, त्यात!''

"शेखर, तुम्ही सर्वसाक्षींच्या ब्लॉकवर गेला नव्हता, तुमचा खुनाशी काहीही संबंध नाही. मग बाहेर पडताना खुन्याच्या अंगावर जे कपडे होते, ते तुमच्या कपाटातल्या गाठोड्यात कसे गेले?''

"ओह गॉड!'' शेखर हातांच्या ओंजळीत तोंड लपवत पुटपुटले.

"युवर ऑनर, इ ब्रिजनं सर्वसाक्षींच्या कपड्यांची झडती घेतली, तर त्यात त्याला असे काही कपडे मिळू शकतील, जे सर्वसाक्षीचे नाहीत आणि ज्याच्यावर रक्ताचे डाग आहेत!

"शेखरांनी बूटही सर्वसाक्षीचे घातल्यामुळे बुटाच्याही निराळ्या प्रिंट्स मिळाल्या नव्हत्या; पण सर्वसाक्षींच्या ब्लॉकमध्ये त्यांचे बूटही मिळू शकतील!''

"मी... मी खुनाची कबुली देतो!'' भयाण स्वरात चंद्रशेखर म्हणाले.

सर्वांनी चमकून त्यांच्याकडे पाहिलं.

ते ताठरले. त्यांच्या डोळ्यांत वेदनांची झलक तीव्र झाली. मग ते अंग सैलावत पिंजऱ्यात कठड्यावरच अस्तावस्त होऊन पडले. त्यांना सावरण्याइतकंही भान नव्हतं कोणाला.

न्यायासनावर एक पुतळा.

आरोपीच्या पिंजऱ्यात उमलू पाहणारा, बंधनातला एक जीव.

साक्षीदाराच्या पिंजऱ्यात कठड्यावर एका आयुष्याचे अर्घ्य.

इतर सगळं मृतवत!

अन्-
त्या मुर्दाड वातावरणात एकच शुद्धीचा सूर.
दमयंती कौर मुसमुसून रडत होती.